आमेन

द
ऑटोबायोग्राफी
ऑफ
अ
नन

'निषिद्धतेचे' लेबल तोडून सांगितलेली एका ननची ही जीवनकथा.
तिच्या प्रामाणिकपणामुळे आपण खलास होतो आणि थेटपणा असा भिडतो
की, पुस्तक हातातून सोडवत नाही. एक विलक्षण अनुभव!

-पॉल झकेरिया

लेखक
सिस्टर जेस्मी

अनुवाद
सुनंदा अमरापूरकर

मेहता पब्लिशिंग हाऊस

Please contact us at **Mehta Publishing House Pvt. Ltd.,** Pune 411030.
✆ +91 020-24476924 / 24460313 / Mob. No. 9545000513
Email : production@mehtapublishinghouse.com
Website : www.mehtapublishinghouse.com

- *या पुस्तकातील लेखकाची मते, घटना, वर्णने ही त्या लेखकाची असून त्याच्याशी प्रकाशक सहमत असतीलच असे नाही.*

AMEN THE AUTOBIOGRAPHY OF A NUN by SISTER JESME

Translated in Marathi Language by Sunanda Amrapurkar

आमेन द ऑटोबायोग्राफी ऑफ अ नन / अनुवादित आत्मकथन

अनुवाद : सुनंदा अमरापूरकर

Email : author@mehtapublishinghouse.com

मराठी अनुवादाचे व प्रकाशनाचे हक्क : मेहता पब्लिशिंग हाऊस प्रा. लि., पुणे.

संस्थापक : सुनील अनिल मेहता

प्रकाशक : मेहता पब्लिशिंग हाऊस प्रा. लि.,
१९४१, सदाशिव पेठ, माडीवाले कॉलनी, पुणे - ४११०३०.

मुद्रक : पार्कसन्स ग्राफिक्स

मुखपृष्ठ : चंद्रमोहन कुलकर्णी

प्रकाशनकाल : नोव्हेंबर, २०११ / मार्च, २०१६ / पुनर्मुद्रण : जुलै, २०२३

किंमत : ₹ ३००

P Book ISBN 9788184983029
E Book ISBN 9788184989601
E Books available on : amazonkindle Apple Books Google Play Books

---

लेखिका म्हणते...

तेहेतीस वर्षांचा प्रदीर्घ काळ कॉन्व्हेंटमध्ये व्यतीत केल्यानंतर हे स्मृतिचित्र लिहिण्याची प्रेरणा मला का व्हावी? हे माझे कृत्य अपवादात्मक खरेच. पण माझ्या आयुष्याच्या एका महत्त्वाच्या कालखंडापासून दुसऱ्या कालखंडापर्यंतचा तो माझा प्रवास होता. मला दिल्लीहून एर्नाकुलमला घेऊन जाणाऱ्या रेल्वेप्रवासासारखाच. मदत करायला मित्रमैत्रिणी होत्या. पण कॉन्व्हेंट सोडण्याचा निर्णय सर्वस्वी माझा होता. एकटी प्रवास करत होते पण माझा येशू समुद्रातल्या दीपस्तंभासारखा मला मार्ग दाखवीत होता आणि अखेर त्या घुसमटून टाकणाऱ्या तटबंदीतून निसटून मी त्याच्या सुरक्षित आश्रयाखाली आले.

मनात विचारांचा हलकल्लोळ चालला आहे, आजूबाजूला अडचणींचं थैमान सुरू आहे. अशा वेळेला लिहिण्यामुळे भावनांना चांगली वाट मिळते आणि स्वत:चे विचार मांडायला जागा मिळते. मनाला तर व्यायाम होतोच पण आत्मिक समाधानही मिळतं. आता माझं आयुष्य जणू चौरस्त्यावर उभं आहे. पुढची वाट मला हे लिखाण दाखवील. आयुष्यात आत्तापर्यंत जे जे काही घडून गेलं, त्याच्याकडे साक्षीभावाने पाहून मला त्यातून काही ना काही शिकता येईल आणि पुढच्या जीवनासाठी शहाणपणाची शिदोरी जमा करून ठेवता येईल.

माझे अनुभव जसे आले तसे संपूर्ण पारदर्शकपणे सभोवतालच्या समाजापुढे ठेवणं हे मी माझं कर्तव्य समजते. त्यांच्या अगदी मधोमध असलेल्या तुरुंगासारख्या कॉन्व्हेंटमध्ये काय घडतं हे जाणून घेण्याचा हक्कच आहे त्यांचा. धर्माचे अधिकारी आजूबाजूच्या लोकांना शिकवतात, मार्गदर्शन करतात, कधी त्यांना भडकवतात, कधी त्यांच्या वैयक्तिक जीवनात लुडबुड करतात तर कधी दु:खावर फुंकर घालतात. अक्षरश: त्यांच्या जीवनाच्या प्रत्येक पैलूला यांचा स्पर्श होतो आणि

तरीही बहुतेक लोकांसाठी धर्म आणि धार्मिक जग हे एक गूढच राहतं. म्हणून मी पुन्हा पुन्हा विचारते, 'साध्या साध्या गोष्टींबद्दल इथे एवढी गुप्तता का पाळली जाते? आम्ही येशूच्या मार्गावरून चाललो आहोत ना? मग आम्हाला कुणाची आणि कशाची भीती?'

मला असं ठामपणे वाटतं की, चर्चचे व्यवहार पारदर्शक असावेत. व्यक्तिगत गोष्टींचं ठीक आहे. त्याबद्दलचा खाजगीपणा समाजाने आणि माध्यमांनी मानलाच पाहिजे. पण समाजाशी संबंधित बाबी सर्वांना समजल्या पाहिजेत. सर्वांशी चर्चा करूनच निर्णय झाले पाहिजेत. जिथे अन्याय, लबाडी आणि कृष्णकृत्ये असतात तिथेच गुप्ततेचा प्रश्न येतो. परंतु सामाजिक कार्यामध्ये अनावश्यक गुप्तता पाळली गेली तर त्या संस्थेच्या आरोग्यालाच ते घातक ठरू शकतं.

महात्मा गांधींचं 'माझे सत्याचे प्रयोग', किरण बेदींचं 'I dare', के.जे. अल्फॉन्स यांचं 'Making a difference' ही आत्मचरित्रे पाहिली, तर त्यांच्या विविध घटनांनी भरलेल्या आयुष्यातून आपल्याला बरंच काही शिकायला मिळतं. हे त्यांनी समाजाला आणि पुढील पिढ्यांना दिलेलं मोठं योगदान आहे. मी तेवढी मोठी आहे असं मला सांगायचं नाही, पण माझ्या अनुभवांमुळे लोकांना सत्याच्या जवळ पोहोचता येईल अशी मला आशा वाटते. सध्या माझी तुलना दिवंगत सिस्टर अभया आणि सिस्टर अनुपा मेरी यांच्याशी केली जात आहे, पण त्यांचे अनुभव सांगायला दोघीही आज या जगात नाहीत. आता त्याबद्दल सांगतात त्यांचे आई-वडील आणि कुटुंबीय. त्यांच्या शब्दांवर लोक विश्वास ठेवतील किंवा ठेवणारही नाहीत. त्यामुळे साहजिक वस्तुस्थिती काय आहे हे उघड करण्याची जबाबदारी माझ्यावर येऊन पडलेली आहे.

'आमेन' हे माझं आत्मचरित्र आहे असं मी म्हणणार नाही. फक्त माझ्या आयुष्याचा एक विशिष्ट भाग उघड करून सांगितलेला आहे. त्याची सुरुवात माझ्या जन्माने झालेली नाही की शेवट आजच्या तारखेपर्यंतची कहाणी सांगत नाही. 'मी

कॉन्व्हेंट सोडते' इथे पुस्तक संपतं. पडदा पडतो.

खरं म्हणजे आयुष्याची नदी अखंड वाहतच असते, पण आपण मात्र आपल्या कहाणीची सुरुवात आणि शेवट शोधत राहतो. वस्तुस्थितीचं समग्र दर्शन या पुस्तकात होत नसलं तरी जे लिहिलेलं आहे, ते मला जसं दिसलं तसं सत्यच आहे आणि माझ्या कुवतीप्रमाणे मी त्याचं वर्णन केलेलं आहे, एवढं नक्की.

मी पुन्हा एकदा आग्रहपूर्वक नमूद करते, की चर्चच्या किंवा धार्मिक काँग्रिगेशनच्या सात्त्विक प्रतिमेला धक्का लावण्यासाठी मी काहीही लिहिलेलं नाही. ज्या चर्चचा प्रमुख साक्षात येशू ख्रिस्त आहे, त्या चर्चबद्दल आजही माझ्या मनात आदर आणि सन्मानच आहे. सध्याच्या आदरणीय धर्माधिकाऱ्यांपुढे मी नेहमीच नतमस्तक होईन. सी.एम.सी.च्या (Mother of Carmel) काँग्रिगेशनमध्ये माझ्या आयुष्याचा जेवढा काळ व्यतीत झाला, त्याबद्दल सांगताना तिथे आलेल्या न्यायपूर्ण आणि अन्याय्य अनुभवांविषयी मी जरूर लिहिलं. पण त्याचबरोबर स्वत:च्या चुका, अपयश आणि दोष यांबद्दलही लिहायला कचरले नाही. मला भेटलेल्या व्यक्तींच्या आत्मसन्मानाला, त्यांच्या प्रतिमेला धक्का लागू नये, त्यांच्या भावना दुखावल्या जाऊ नयेत यासाठी माझा सतत प्रयत्न राहिला. बहुतेक व्यक्तींची आणि संस्थांची मूळ नावे बदलून लिहिलेली आहेत. ज्यांनी मला लहानाचं मोठं केलं, त्यांच्याविषयी मला आदर आणि कृतज्ञता वाटल्याखेरीज कशी राहील?

परंतु एक गोष्ट मात्र मला आग्रहपूर्वक सांगावीशी वाटते की, या पुस्तकात वर्णन केलेली प्रत्येक घटना प्रत्यक्षात घडलेली आहे. त्यात काल्पनिक किंवा ऐकीवपणाचा लवलेश नाही.

ज्याप्रमाणे माधवीकुट्टी (कमलादास) म्हणतात, की 'माझ्या कृष्णाला बरोबर घेऊन मी धर्मातून बाहेर पडले' त्याचप्रमाणे मीसुद्धा नि:संदिग्धपणे जाहीर करते की, माझे पूज्य प्राणनाथ येशू ख्रिस्त आणि त्यांची माता मेरी यांचे हात धरूनच मी सी.एम.सी.च्या बाहेर पडले.

अनुवादिकेचं मनोगत

'आमेन' हे परमेश्वराला समर्पित झालेल्या एका जोगिणीचं आत्मकथन. या जोगिणीचं येशूशी विधिवत लग्न लावलं जातं, पण तिनं आयुष्यभर संन्यस्त जीवन जगावं अशी अपेक्षा केली जाते.

पुस्तक अनुवादित करत असताना विषण्णतेचा अनुभव आला. 'Memoirs of A Geisha' करताना आला होता तसाच. खरं तर एकाच पद्धतीने कमनशिबाच्या बळी ठरलेल्या या मुली आणि स्त्रिया. पण संस्थेत एकत्र राहत असताना एकमेकींवर कुरघोड्या करायचा प्रयत्न करून स्वत:बरोबर सगळ्यांनाच छळत राहतात. स्वत:चं दु:ख, दुर्दैव यांचा वचपा इतरांच्या द्वेष-मत्सराने भरून काढू पाहतात. दांभिक नियमांच्या विळख्यात सापडल्यामुळे दडपल्या गेलेल्या नैसर्गिक भावना आणि शारीरिक भूक यांचं शमन करण्यासाठी जे अनैसर्गिक आणि विकृत मार्ग त्यांना चोखाळावे लागतात ते वाचताना अंगावर काटा येतो.

गेशा, या तर समाजाने पुरुषांचं हरप्रकारे मनोरंजन करण्यासाठीच तयार केलेल्या आणि राखून ठेवलेल्या स्त्रिया. पण नन्स तर भक्तिभावाने येशूला समर्पित झालेल्या, स्वेच्छेने धर्मकार्य करणाऱ्या स्त्रिया. त्यांच्याही वाट्याला तेच कष्ट, उपासमार, मानखंडना आणि माणुसकीशून्य वागणूक यावी? न कळत्या वयात गेशा व्यवसायात ओढली गेलेली देखणी, चुणचुणीत चियोचान आणि ऐन सतराव्या वर्षी येशूच्या प्रेमात दिवाणी झालेली मेमी. चियोचान पुढे झाली नाईट क्वीन गेशा सायुरी, तर मेमी झाली लोकप्रिय सिस्टर जेस्मी. पण दोघींच्याही वैयक्तिक आयुष्यात अंगभूत रूप-गुण आणि बुद्धिमत्तेवर मात केलेली दिसते ती त्यांच्या दुर्दैवानेच!

सायुरीची कहाणी मागच्या शतकातील. पण सिस्टर जेस्मीची विसाव्या शतकाच्या

उत्तरार्धातील आणि एकविसाव्या शतकातही चालूच असलेली. सतत संघर्ष करतच स्वतःच्या ध्येयापर्यंत पोहोचू पाहणाऱ्या या शूर स्त्रियांची धडपड आणि परवड पाहताना वाटतं, हे सगळं पुढेही असंच चालू राहणार आहे का?

सिस्टर जेस्मीचं आत्मकथन प्रामाणिक असल्याचं जाणवतं. तिची थेट भाषा अनेक वर्षे साचून राहिलेला बर्फ फोडण्याइतकी ताकदवान आहे. हे पुस्तक अनेकांवर वेगवेगळ्या प्रकारे प्रभाव पाडणार यात शंका नाही.

एक सत्यकथा अनुवादित करण्याचा आनंद मला मिळाला. हे काम करताना माझी कन्या केतकी जातेगावकर हिची मला मदत झाली. सदाशिवने मौलिक सूचना केल्या.

मेहता पब्लिशिंग हाऊसचे श्री. सुनीलभाई मेहता, याबरोबरच राजश्री आणि इतर स्टाफ यांच्या सहकार्याबद्दल मी आभारी आहे.

चंद्रमोहन कुलकर्णींनी केलेल्या माझ्या प्रत्येक पुस्तकाच्या मुखपृष्ठाला दाद द्यावी, असं मला नेहमीच वाटतं. हे पुस्तकही त्याला अपवाद नाही.

वेळोवेळी पत्र पाठवून, फोन करून, प्रत्यक्ष भेटल्यावर शाबासकी देणारे वाचक याही पुस्तकाचं असंच स्वागत करतील ही आशा!

– सुनंदा अमरापूरकर

अनुक्रमणिका

वेष बदलून पलायन

दिल्लीहून एर्नाकुलमला जाणारी मंगला एक्सप्रेस वेग पकडू लागली होती. डब्यात विशेष गर्दी नव्हती. प्रवाशांमध्ये मी एकटीच महिला असल्यामुळे मी जरा अस्वस्थ होते. पण माझ्या अस्वस्थ होण्याचं तेवढं एकच कारण नव्हतं. माझा नेहमीचा ननचा पोशाख (हॅबिट) न घालता, चुडीदार-कुर्ता घालून मुद्दाम वेषांतर करून मी पळून चालले होते. आधीच्या माझ्या कोणत्याही प्रवासांपेक्षा हा प्रवास वेगळा होता. जीवनाच्या एका महत्त्वपूर्ण अवस्थेतून तो मला दुसऱ्या अवस्थेपर्यंत नेऊन सोडणार होता. तटबंदीआडच्या बंदिस्त जगाकडून बाहेरच्या खुल्या जगात नेऊन सोडणार होता. कॉन्व्हेंटमधल्या सीमित अध्यात्म जीवनातून हा प्रवास मला, कॉन्व्हेंटच्या अवाढव्य भिंतीपलीकडच्या मुक्त आत्मिक जीवनात नेऊन सोडणार होता.

ईश्वरी सौंदर्याची आतापर्यंत फक्त कृष्णधवल अनुभूती मला ठाऊक होती. आता खुल्या निसर्गात मुक्तपणे प्रगट झालेला, विविधता आणि बहुरंगी सौंदर्याचा आविष्कार मला पाहायचा होता. सुरक्षिततेच्या बेगडी वातावरणातून बाहेर पडून सळसळणाऱ्या खुल्या वातावरणातल्या धकाधकीतूनही मिळणारी प्रसन्न शांतता अनुभवायची होती. मला नेमकं कुठं जायचं होतं? ते अनिश्चित होतं.

माझी जुनी मैत्रीण सुश्मिता कोझीकोडेला राहत होती. तिने मला अनेक वेळा सांगितलेलं होतं, की तिच्या घराचे दरवाजे माझ्यासाठी नेहमीच उघडे राहतील. तिचा नवरा आणि एकुलता एक मुलगा हेसुद्धा तिच्याशी सहमत होते. मी कालिकत युनिव्हर्सिटीमध्ये पीएचडी.साठी संशोधन करत असताना अनेकदा तिच्याकडे जाऊन राहिलेली होते. तिचा नवरा परदेशात नोकरी करत असल्यामुळे ती आणि तिचा मुलगाच घरी असत. एखाद्या कॉन्व्हेंटमध्ये राहण्यापेक्षा तिच्या घरी राहणं मला सुरक्षित वाटायचं. पण मी सिस्टर्सना सांगायची की, परदेशी सिस्टर्सच्या एका केंद्रात मी राहते म्हणून. माझा कॉन्व्हेंट सोडण्याचा निर्णय मी सुश्मिताला कळवला,

तेव्हा तिने आणि तिच्या कुटुंबाने मनापासून मला त्यांच्याकडे बोलावलं होतं.

ज्यावेळी व्हॅटिकन चर्च सेंट अल्फॉन्सा यांना संतपद बहाल करणार होते, त्याच्या काही दिवस अगोदरच मी कॉन्व्हेंट सोडलं.

सेंट अल्फॉन्सा पहिल्या भारतीय कॅथॉलिक संत. आपल्यातल्या एका व्यक्तीला संतपदाचा बहुमान मिळणार म्हणून केरळचं चर्च अत्यानंदाने वेडावून गेलं होतं. काही छिद्रान्वेषी असंही सांगत होते, की ज्या वरिष्ठांनी तिचा अतिशय छळ केला, ज्यांच्या छळवादाचे पुरावे तिची सहनशीलता आणि संत प्रवृत्ती सिद्ध करण्यासाठी व्हॅटिकनसमोर मांडले गेले, तेच आता तिच्या संतपदाचा विजयोत्सव साजरा करत होते. योगायोगाने त्याच सुमारास सिस्टर अभया आणि सिस्टर अनुपा मेरी यांची प्रकरणेही उजेडात आली आणि संतपदाच्या पार्श्वभूमीवर अधिकच चमकून उठली.

सिस्टर अभया, एक ज्युनिअर सिस्टर आणि प्री-डिग्रीची विद्यार्थिनी. कोट्टायमच्या पायस टेन्थ कॉन्व्हेंटमध्ये राहत होती. वृत्तपत्रातील बातमीनुसार तिचा मृतदेह कॉन्व्हेंटच्या अंगणातल्या एका विहिरीत सापडला. सुरुवातीला ती एक आत्महत्या असावी असं वाटलं; परंतु तिचा खून करण्यात आला आणि तो कॉन्व्हेंटमध्ये राहणाऱ्याकडूनच करण्यात आला असावा असं वृत्त लवकरच प्रसिद्ध झालं. होस्टेलच्या विद्यार्थिनी, जवळपासच्या कॉलेजचे विद्यार्थी आणि स्थानिक लोकांनी या वृत्ताला दुजोरा दिला आणि संशयितांचा शोध सुरू झाला. नुकतंच सी.बी.आय.ने दोन धर्मगुरू आणि एक सिस्टर यांना अटक करून ताब्यात घेतलं. तपासातून असं निष्पन्न झालं की, अनैतिक संबंधातून सिस्टर अभयाचा खून झाला होता.

सिस्टर अनुपा मेरी ही कोट्टमच्या कॉन्व्हेंटमधील तिच्या खोलीत गळफास लावून लटकलेल्या अवस्थेत सापडली. तिचे वडील स्थानिक बिशप यांचे स्वयंपाकी होते. त्यांनी अशी जबानी दिली की, कॉन्व्हेंटमधील सिस्टर्स तिला वाईट वागवत असत. तिच्याकडून खूप कष्टाची कामे करून घेत. एक सिस्टर तिच्यावर नेहमी लैंगिक अत्याचार करत असे.

मी कॉन्व्हेंटमध्ये असेपर्यंत कायमच सिस्टर्स माझ्याविषयी गैरसमज करून घेत. खासकरून माझ्या सुपिरिअर्स. त्यांचे निर्णय आणि कृती यांच्याबद्दल मी जेव्हा बायबलमधील संदर्भ देऊन प्रश्न विचारीत असे किंवा येशूच्या शिकवणीचा दाखला देत असे, तेव्हा त्या माझ्यावर हमखास वैतागत असत. अमला कॉलेजच्या प्रिन्सिपॉल सिस्टर हनोर यांनी एकदा अत्यंत सहानुभूतीपूर्वक माझ्याबद्दल उद्‌गार काढले होते की, हिच्या रास्त शंकांचं समाधान करणारं या कॉन्व्हेंटमध्ये कुणीही नाही.

पुढे पुढे मला व्यथित करण्याचे अनेक प्रयत्न करण्यात आले. एका निनावी पत्राच्या आधारे मला प्रिन्सिपॉल पदावरून काढून टाकण्याच्या धमक्या दिल्या

गेल्या. माझ्यावर अनेक खोटेनाटे आरोप करण्यात आले. त्यातला शेवटचा, ठरवून केलेला सगळ्यात जहरी प्रयत्न म्हणजे वरिष्ठांनी मला वेडं ठरवून, त्या आधारे औषधोपचार करून बधिर करून टाकण्याचा रचलेला सापळा. इथपर्यंत पाळी आल्यानंतर त्या कॉन्व्हेंटच्या बाहेर पळ काढण्याशिवाय मला गत्यंतरच उरले नाही. एरवी मी असं कदापिही केलं नसतं. मनातून अतिशय तीव्र दु:ख आणि खेद होत असताना त्या निर्णायक क्षणी, काळजावर दगड ठेवून मला हा अत्यंत कठोर निर्णय घ्यावाच लागला.

~

"चेची, आपल्याला कुठे उतरायचं आहे?" थ्री टायर एसीच्या कोचने मला विचारलं, तेव्हा माझी विचारतंद्री भंगली. मी जागी झाले. एखाद्या परक्या माणसाने 'चेची' (दीदी, थोरली बहीण) म्हणून हाक मारण्याची मला सवय नव्हती. आजतागायत सर्व लोक मला 'सिस्टर' म्हणत असत. आता इतरांनी वेगळ्या नावांनी हाक मारण्याची सवय मला करून घ्यावी लागणार होती. मी घातलेल्या चुडीदार कुर्ता या सामान्य पोशाखाने माझी विशिष्ट ओळख पुसली गेली होती. ज्या मैत्रिणीने मला हा बदल करायला सांगितला तिला शतश: धन्यवाद! 'एक छोटी निषेधाची कृती म्हणून तू हे प्रथम करायला पाहिजेस.' तिने मला सल्ला दिला होता.

आमच्या कॉंग्रिगेशनमध्ये कधी चुडीदार कुर्ता घातला तर जबर शिक्षा होण्याची शक्यता असे. पण मी तेहेतीस वर्षांच्या माझ्या तिथल्या वास्तव्यात कधीच अशी वेळ येऊ दिली नाही. माझ्या आज्ञाधारकपणाचं नेहमीच कौतुक होत असे. फक्त हल्लीच्या माझ्या काही ठळक आज्ञा मोडण्याच्या घटनांमुळे, माझी कॉंग्रिगेशन सोडून जाण्याची विनंती त्यांना मान्य करावी लागणार होती.

त्या क्षणी माझी भीती ही होती की, मी साक्षीदारांच्या उपस्थितीत, अधिकृतपणे त्यांच्या हातात माझा अर्ज सोपवण्यापूर्वीच ते मला पकडतील. जर माझ्याबरोबर कुणी नसेल तर ते माझं विनंतीपत्र हिसकावून घेऊन फाडून टाकतील आणि मला जबरदस्तीने पुन्हा कॉन्व्हेंटमध्ये यायला भाग पाडतील. माझ्याबरोबर तेथील अनेक रहस्ये बाहेर पडणार होतीच, शिवाय पगार म्हणून मला विद्यापीठ अनुदान आयोगाकडून मिळणारी आणि कॉन्व्हेंटच्या समाईक उत्पन्नात जमा होणारी भरघोस रक्कमही हातची जाणार होती. याच कारणासाठी मी मागच्या वेळी पळून जाण्याचा प्रयत्न केला, तेव्हा वरिष्ठ अधिकाऱ्यांनी मला विनाशर्त माफ करून पुन्हा कॉन्व्हेंटमध्ये घेतलं होतं.

कोचच्या प्रश्नाला उत्तर देण्यासाठी मी तिकीट काढून पाहिलं. ते एर्नाकुलमपर्यंतचं

होतं. मी निझामुद्दीन ते कोझीकोडे असं तिकीट काढायला सांगितलं असताना असं कसं झालं? हा ईश्वरी संकेत असेल काय? मी विचारात पडले. तरीपण कोचला चाचरत सांगितलं की, मला कोझीकोडेला उतरायचं आहे. त्याला चादरी आणि ब्लँकेटस् गोळा करून ठेवायची होती. तेवढ्यासाठी तो विचारत होता.

पण असं गुपचूप झोपून राहणं तेवढं साधं नव्हतं. तेवढ्यात त्रिपूरहून माझ्या आईचा, अम्माचा फोन आला. मी आज जाणार होते, हे तिच्या लक्षात होतं. कदाचित कुणीतरी तिला आठवण करून दिली असेल. काहीही असलं, तरी मी अम्माशी खोटं बोलू शकत नव्हते. मी कोझीकोडेला सुश्मिताच्या घरी जाणार असल्याचं तिला सांगितलं.

अम्मानं मला माझ्या बेतापासून परावृत्त करण्याचे प्रयत्न सुरू केले. तिच्या लाडक्या नावानं हाक मारत ती मला म्हणाली, ''मेम्मी बेटा, तू असं का करत नाहीस? काहीही ठरण्यापूर्वी फादर वाट्टायींच्या आश्रमात एकदा जाऊन ये. नाहीतर मग शालोमच्या प्रार्थना केंद्रात किंवा मीडिया सेंटरमध्ये काही दिवस सिस्टर म्हणून सेवा कर. पाहा कसं वाटतं ते.''

''अम्मा, तिथे फक्त त्यांच्या पुढे पुढे करणाऱ्या आवडत्या नन्सनाच ठेवून घेतात ते. माझ्यासारख्यांना नाही प्रवेश मिळणार तिथे.'' मी म्हणाले आणि हे सगळं बोलणं तिथेच थांबवण्यासाठी तिला खोटंच सांगितलं. ''पण अम्मा, मी कॉन्व्हेंट सोडण्याकरिता विनंतीअर्ज देऊन टाकलेला आहे. आता ते सगळं संपलेलं आहे.''

मग मी ठरल्याप्रमाणे सुश्मिताला फोन केला. 'मी अशी अशी निघालेली आहे. इतक्या वाजता गाडी कोझीकोडेला पोहोचेल. माझ्याकडे पुष्कळ सामान आहे, तू मला न्यायला स्टेशनवर ये.'

सुश्मिताचा आवाज फोनवर भित्रा आणि अशांत वाटत होता. तिने सांगितलं की, त्यांनी वरच्या मजल्याचं बांधकाम सुरू केलं आहे, त्यामुळे सध्या तिला माझी राहण्याची व्यवस्था करता येणार नाही. परमेश्वरा! असं कसं झालं? मी सुश्मिताला चांगलंच ओळखते. ती मला असं सांगणाऱ्यातील नाही. अशा आणीबाणीच्या प्रसंगी तर ती नक्कीच माझ्याशी असं वागली नसती. माझ्या लक्षात आलं की कुणीतरी तिला पढवलेलं आहे. लाडीगोडी लावून तिला असं वागायला भाग पाडलेलं असावं.

खरं तर, प्रवासाला निघण्याच्या आदल्या दिवशी मी सुश्मिताला फोन केला, तेव्हाच ती थोडीशी बेचैन वाटली. कदाचित माझ्या धाकट्या बहिणीचा फोन आल्यामुळे ती घाबरलेली असेल. माझ्या बहिणीला असं वाटत होतं की, मला कुणीच मदत केली नाही तर मी नाइलाजाने पुन्हा नन म्हणून कॉन्व्हेंटमध्ये जाईन.

पण हा तिचा भाबडा विश्वास होता.

आता मी काय करू? कुठं जाऊ? माझा मेंदू उतावीळपणे काम करू लागला. काही फोन केल्यानंतर माझा एर्नाकुलमचा एक वर्गमित्र माझ्या मदतीला आला. आमच्या पीएच.डी.च्या वेळेला आम्ही एकत्र काम केलेलं होतं. खरोखर *A Friend In Need is A Friend Indeed!*

मी सुश्मिताला माझा बदललेला बेत कळवला. तिलाही हायसं वाटलं. त्यानंतर दिल्लीच्या माझ्या ज्या मैत्रिणीने माझं तिकीट आरक्षित केलं होतं, तिला मी फोन केला आणि सांगितलं की, तुझ्या ट्रॅव्हल एजंटकडून देवानेच कोझीकोडेऐवजी एर्नाकुलमचं तिकीट काढून घेऊन पुढे घडणाऱ्या घटनेचे संकेत दिले. माझ्या डब्यातून प्रवास करणाऱ्या लोकांना मल्याळी भाषा येत नव्हती हे माझं सुदैव. त्यामुळे मी भराभर फोन का करत सुटले होते, त्याचा त्यांना सुगावा लागला नाही.

शेवटी मी सामानातून *'God father'* कादंबरी काढली आणि वाचण्यात डोकं खुपसून बसले. त्यामुळे कुणी माझ्याशी बोलायला, चौकश्या करायला येणार नव्हतं आणि मी कोण आहे, हे जगाला कळणार नव्हतं. मात्र रेल्वेच्या डब्यात तीन दिवस आणि दोन रात्री काढायच्या, तेही पकडलं जाण्याची भीती उरात दडवून, ही खरोखरच महाकर्मकठीण गोष्ट आहे. मी अशा विचित्र परिस्थितीत सापडेन याची मी कधी कल्पनाही केली नव्हती. अचानक माझ्या मोबाईलच्या स्क्रीनवर फादर जोसेफचं नाव पाहून मी चांगलीच दचकले. तेच दिल्लीचे फादर जोसेफ, ज्यांच्याकडे गेले काही महिने मी काम करत होते. मला वाटत होतं, ते आणखी दोन दिवसांनंतर बंगलोरहून परतणार आहेत. त्यामुळे ते येण्यापूर्वी माझं दिल्लीहून पलायन पार पडलेलं असणार. त्यांची परवानगी घेऊन निघण्याचा प्रश्नच उद्‌भवणार नाही. पण आता असं होणार की मी तिथे नाही हे पाहून लगेच ते माझ्या वरिष्ठांना कळवणार; कारण वरिष्ठांनी मला विश्वासाने फादर जोसेफच्या हाती सोपवलं होतं.

झालं! आता माझे सगळे बेत फसणार! दुर्लक्ष! सध्या त्यांचा फोन घेऊच नये! हाच त्यांचे प्रश्न टाळण्याचा तात्पुरता उपाय होता. मी माझा मोबाईल फोन व्हायब्रेट मोडवर ठेवला. आता कितीही वेळा मोबाईल वाजला असता, तरी आजूबाजूच्या लोकांना कळणार नव्हतं.

येशूची हाक

माझ्या बावन्न तासांच्या रेल्वे-प्रवासातील ती पहिली रात्र होती. जेवण लवकर आटोपून सहप्रवासी झोपण्याच्या तयारीत होते. माझं मन मात्र जुन्या दिवसांत शिरलं होतं. त्या रात्री मला माझ्या येशूची हाक ऐकू आली.

साल होतं १९७३. सेंट मारिया या प्रथितयश महाविद्यालयात मी प्री-डिग्रीच्या वर्गात शिकत होते. वर्गातल्या मित्रमैत्रिणींबरोबर फुलपाखरासारखी कॉलेजभर भिरभिरत असायची. कसली काळजी नाही की धास्ती नाही, मस्त-बिनधास्त जीवन! माझे कपडे नेहमी आधुनिक फॅशनचे असत, पण सभ्य आणि त्यावर मॅचिंग दागिने. कॉलेजमध्ये येणाऱ्या सिस्टर्ससुद्धा माझ्या कपड्यांची तारीफ करत. अभ्यासात नेहमी 'टॉपर' असल्यामुळे मला खूप मित्र-मैत्रिणी होत्या. सिनेमा आणि कादंबऱ्या म्हणजे माझा जीव की प्राण! कितीतरी कादंबऱ्या मी एकेका रात्रीत वाचून संपवत असे. कुठेही गेले, तरी कादंबऱ्या वाचायला मिळतात का, हे मी शोधत असायची. माझा वावर सुसंस्कृत वर्तुळात असल्यामुळे अश्लील किंवा बीभत्स कादंबऱ्या कधीच माझ्या हाती पडल्या नाहीत. ड्रॅक्युलासारख्या भयकथा मला झपाटून टाकत. कर्तृत्ववान व्यक्तींची चरित्रे मला प्रेरित करत असत.

गाणं ऐकणं हा माझा आत्मानंद होता. दररोजच्या वृत्तपत्रातून मी आकाशवाणी कार्यक्रमासंबंधी माहिती घेत असे आणि एका कागदावर माझ्या आवडत्या कार्यक्रमांची यादी करून ती रेडिओ ठेवलेल्या स्टँडवर ठेवत असे. यादीचे दोन भाग असायचे. एक 'थीरू' म्हणजे थिरुअनंतपूरमहून प्रसारित होणारे कार्यक्रम आणि दुसरा 'कोझी' म्हणजे कोझीकोडेहून प्रसारित होणारे कार्यक्रम. हे पाहून माझे वडील थट्टेने म्हणत, 'बघा, बघा. आपल्या रेडिओ स्टँडवर पवित्र कोंबडी (थीरू कोझी) चढली आहे.'

गाणी ऐकता ऐकता माझा अभ्यास छान होत असे. गाणं मला टवटवीत आणि तरतरीत ठेवत असे. इतकंच नाही, तर मनाला स्फूर्ती मिळून नवनवीन कल्पना सुचायला लागायच्या.

घरातल्या सगळ्यांनी एकत्र सिनेमा पाहणं आम्हाला खूप आवडायचे. वडील आम्हाला नेहमी दुसऱ्या खेळाला घेऊन जायचे. रात्री साडेआठ-नऊच्या सुमारास आमच्या घरी प्रार्थना व्हायची. मी त्यावेळी इतकी दमलेली असायची की, गुडघे टेकलेल्या अवस्थेतच कॉटवर डोकं टेकून पेंगू लागायची. मग बाबा मोठ्याने म्हणायचे, 'हं! कुणाकुणाला माझ्याबरोबर सिनेमाला यायचंय? चला हात वर करा.' त्याबरोबर सर्वप्रथम माझा हात वर जायचा आणि सगळे जोरजोरात हसायला लागायचे. मग माझे वडील लगेच थिएटरला फोन करून सर्वांची तिकिटे ठेवायला सांगायचे. शेडमधून कार बाहेर काढायचे आणि सर्वांना सिनेमा बघायला घेऊन जायचे.

सिनेमा संपल्यावर आम्ही त्यांच्या ऑटोमोबाईल रिपेअरिंगच्या गॅरेजमध्ये यायचो. त्यांचं 'केरला इंडस्ट्रियल्स' गॅरेज कार, मोटरसायकलची दुरुस्ती आणि स्पेअर पार्ट्स, तसंच इतर सेवांसाठी शहरातलं पहिल्या नंबरचं गॅरेज समजलं जाई. तिथे गेल्यावर वॉचमनला झोपेतून उठवून, जी हॉटेलं त्या वेळेपर्यंत उघडी असतील तिथून जेवण आणायला पिटाळायचं. मग जेवून खाऊन घरी परतायला आम्हाला पहाटच उजाडायची. प्रत्येक पंधरवड्यातून एकदा तरी अशी धमाल मेजवानी व्हायचीच. एकदा तर आम्ही एका आठवड्यात तीन सिनेमे पाहिले होते!

माझे वडील मोटरसायकल बाळगण्याइतके श्रीमंत होते. त्या भागात सगळ्यात पहिली मोटरसायकल त्यांनीच घेतली. तिच्यावरूनच ते गावात फिरत. त्यांच्या बाईकला इतरांसारखा सायलेन्सर बसवलेला नव्हता. त्यामुळे ती मोठ्याने फटफट आवाज करायची. वडील घराकडे येत आहेत, हे आम्हा मुलांना ते एक मैलावर असतानाच समजत असे. पण आजूबाजूच्या घरांमधून याबद्दल विपर्यस्त कहाण्या रचून पसरवल्या जात. उदाहरणार्थ - माझे वडील मध्यरात्री अम्माला बाईकवर बसवून सिनेमाला नेतात वगैरे. तसा केरळ प्रांत या बाबतीत पुढारलेला नसल्यामुळे या गोष्टी तिथे जरा जास्तच चर्चिल्या जात.

मग दुसऱ्या दिवशी जेवताना अम्मा पुढाकार घेऊन कालच्या सिनेमाचा विषय काढायची. अर्थातच तिचा रोख माझ्या भावांकडे असे. 'काय रे, पाहिलंत ना, कालच्या सिनेमात वडिलांशी भांडून गेलेला तो मुलगा? कशी वाईट अवस्था झाली त्याची! तो रे, उमरने काम केलंय तो! याउलट तो सिनेमाचा हीरो प्रेम नझीर. किती त्याग करतो कुटुंबासाठी आणि शेवटी देव त्यालाच सुखी करतो. त्यागाची फळं अशी नेहमीच चांगली असतात.'

अशा या रंगतदार चर्चेत मग आम्हीही तावातावाने आपापली मतं मांडायचो. पण खरं तर अशा बोलण्यातून ती आम्हाला मार्गदर्शन करण्याचा प्रयत्न करायची. आम्हा भावंडांना नीतिमत्तेचे धडे देण्यासाठी ती या संधीचा उपयोग करून घेत असे.

आमच्या कुटुंबात इतरांसारखं नव्हतं. जी जी म्हणून नीतिनियमात बसणारी आणि समाजाच्या मान्यतेत असणारी चैन होती आणि आनंद होता, त्या सर्वांचा आम्हाला पुरेपूर उपभोग घेऊ दिला जाई. आमच्या करमणुकीच्या आड यायला, घरात आजी-आजोबा किंवा कुणी वयस्कर माणसंही नव्हती. माझे वडील त्यांच्या कुटुंबातला सर्वांत धाकटा मुलगा. एकविसाव्या वर्षी त्यांचं लग्न माझ्या आईशी झालं. त्यावेळी ती होती पंधरा वर्षांची आणि तीही तिच्या घरातलं शेंडेफळच!

आम्ही एकूण सात भावंडे. तीन भाऊ, चार बहिणी. त्यातली मी चौथी. बरोबर मधला नंबर. माझ्या वर तीन आणि खाली तीन भावंडं. सर्वांत थोरला भाऊ, मग बहीण, नंतर भाऊ, मग मी, नंतर एक बहीण, एक भाऊ आणि सर्वांत धाकटी बहीण. आमच्या घरात लहान-मोठा अशी अधिकारशाही कधीच नव्हती. लोकशाहीसारखं वातावरण होतं. माझी आई लहानात लहान भावंडांचं मतसुद्धा विचारात घेई आणि योग्य असलं तर अमलातही आणत असे. घरात प्रेमळ आणि उत्साही वातावरण होतं.

माझी शाळा आमच्या घरासमोरच होती. सेंट जोसेफ लॅटिन कॉन्व्हेंट. ही एर्नाकुलमच्या सेंट तेरेसाची शाखा होती. मी शाळेत जाण्यापूर्वीपासूनच आम्ही भावंडं तिथे खेळायला जात असू. मला आठवतं मी जेमतेम दोन वर्षांची असताना शाळेच्या एका कार्यक्रमात मला छोट्या येशूचं काम दिलं होतं. मी स्टेजवर धडपडू नये म्हणून शाळेतल्या शिक्षिकांनी आणि नन्सनी मला खालून धरून ठेवल्याचं आठवतं. तिसऱ्या वर्षी मला नर्सरीत घालण्यात आलं, कारण तेव्हा लोअर के.जी., अप्पर के.जी. असं नव्हतं. मग पुढची तीन वर्षे मी त्याच वर्गात होते.

त्यामुळे झालं काय की, जेव्हा प्रत्यक्ष पहिल्या इयत्तेत प्रवेश घेतला तेव्हा इतर मुलींपेक्षा आपण वरचढ आहोत, आपण त्यांची राजकन्या आहोत, असं काहीतरी मला वाटायला लागलं. ही भावना चक्क मी आठवीत जाईपर्यंत कायम राहिली. पहिलीत असतानाच एका वर्षात दोन इयत्ता करून मला तिसरीत घातलं. पण मग तिसरीत गेल्यावर मला चौथीत न घालता पुन्हा तिसरीतच ठेवलं. मला फार आश्चर्य वाटलं. असं का? त्यावर माझ्या वडिलांचं म्हणणं असं पडलं की, याच वेगाने तू पास होत गेलीस तर खूप लहान वयात तुला SSLC ची बोर्डाची परीक्षा द्यावी लागेल. ते तुला झेपणार नाही.

मला गाणं म्हणायला आणि नाच करायला खूप आवडायचं. कुठलंही छोटंसं निमित्त असेल तरी मी मनापासून गायचे आणि नाचायचे. त्यामुळे शाळेच्या प्रत्येक कार्यक्रमात मला सहभागी करून घेत असत. म्हणजे शाळेत कुठलाही समारंभ असला तरी मी आपली स्टेजवर! कधीकधी मला वाटायचं, सगळ्या मैत्रिणींबरोबर प्रेक्षकांत बसून मला इतरांचं काम कधी पाहायला मिळेल?

मी चौथीत असताना शाळेच्या एका नाटकात खलनायक मुलाचं काम केलं

होतं. त्याचं नाव– प्लम. संवादातल्या सगळ्या पात्रांना फळांची नावं होती. सगळ्यांनी गुलाबाची रोपं वाढवायची आणि फुलं आली, की राणीला भेट द्यायची. ज्याचे गुलाब सर्वांत सुंदर असतील, त्याला बक्षीस मिळणार असतं. हा खोडकर प्लम फार आळशी असतो. तो गुलाबाचं रोप तर लावतच नाही, उलट एक कृत्रिम गुलाबाचं फूल आणून राणीला भेट देतो. ते हुबेहूब खऱ्या फुलासारखं असतं आणि खऱ्या फुलाहूनही सुंदर दिसत असतं. आता प्लमला बक्षीस मिळणार, एवढ्यात त्याचा खोटारडेपणा उघडकीस येतो आणि त्याला शिक्षा होते. नंतर माझ्या वडिलांनी या गोष्टीवरून काय शिकायचं ते सांगितलं. एखादी गोष्ट मिळवण्यासाठी कधीही खोटं बोलायचं नाही. कुणाची फसवणूक करायची नाही.

हे सगळे साधे-सुधे, लहानमोठे आनंद मी घेतले. पण त्याही वेळेला माझ्या मनात येशूबद्दल एक सुप्त आकर्षण, आत्मिक ओढ होतीच. अम्माची धर्मनिष्ठा, तसंच काही नन्सची अनुकरणीय जीवनशैली आणि उपदेश यामुळे येशूबद्दल मला अधिकच प्रेम वाटू लागलं. बाहेरच्या लोकांना मात्र अम्माचे उपवास, प्रार्थना याबद्दल विशेष माहिती नव्हती. एखाद्या शेजारणीने तिला खिडकीशी उभी राहून पेल्यातून काही पिताना जरी बघितलं, तर ती ताबडतोब ठरवून टाकायची की, ते मद्यच असलं पाहिजे. आजूबाजूच्या परिसरात अशी गावगप्प पसरलेली होती की, कधीकधी माझे वडील प्यायला बसले की, अम्मा पण ग्लास घेऊन त्यांना साथ देते. पण नंतर त्यांना कळलं की, उपवासाने घसा सुकला म्हणून घशाला ओलावा देण्यासाठी ती पाण्याचे केवळ काही घोट घेत असे. हे समजल्यावर त्यांना स्वतःच्या बोलण्याची शरमही वाटली.

पाचवी आणि सहावीला आम्हाला सिस्टर मिशेल वर्गशिक्षिका होत्या. त्या येशूच्या आणि वेगवेगळ्या संतांच्या गोष्टी आम्हाला सांगत असत. घरी येऊन मी प्रवचनाचा खेळ खेळत असे. समोर लोक बसलेत अशी कल्पना करून त्यांना येशूच्या गोष्टी सांगत असे. अंगणात चार पायऱ्या चढून गेल्यावर आमचे शौचालय होते. त्याच्या सर्वांत वरच्या पायरीवर उभी राहून मी बायबलमधील वचनं, गोष्टी खणखणीत आवाजात सांगत असे. स्वयंपाकघरात काम करणारी अम्मा खिडकीतून हे सगळं पाहून मला प्रोत्साहन देत असे. धाकट्या भावंडांना बसवून येशूच्या गोष्टी सांगणे हा माझा दुसरा आवडता छंद. या बायबलमधील गोष्टी नसायच्या, पण लोकांनी येशूवरच्या प्रेमातून तयार केलेल्या बोधपर लोककथा असत. त्यातली एक गोष्ट एका पोरक्या मुलाची होती. आपल्या स्वर्गवासी आईला एकदा तरी पाहण्याची त्याला कशी ओढ लागते, त्याबद्दलची होती.

एकदा असं होतं की, घरातल्या ज्या खोलीत क्रुसावर लटकावलेल्या येशूचा पुतळा होता, त्या खोलीचं दार चुकून अर्धवट उघडं राहतं. तेव्हा तो छोटा मुलगा

आत जातो आणि मला एकदा तरी आईला भेटव, म्हणून येशूची विनवणी करू लागतो. येशू त्याला सांगतो. 'हे बघ बाळा, मी तुला तुझ्या आईकडे नेतो. पण त्यासाठी तुला मरावं लागेल. आहेस तू तयार?' मुलगा आनंदाने तयार होतो. मग येशू रक्ताळलेल्या हाताने स्वत:च्या शरीराला ठोकलेल्या खिळ्याने त्या मुलाला भोसकतो. तरी मुलगा हूं की चूं करत नाही. मग येशू त्याला स्वर्गात नेऊन त्याच्या आईला भेटवतो.

किती प्रभावी गोष्ट होती! दु:खी असली तरी ऐकता ऐकता मुलंच काय, मोठी माणसंसुद्धा जागच्या जागी खिळून ऐकत राहात!

अगदी लहानपणापासून येशू माझ्या आजूबाजूला असे. दररोज रात्री आठ ते नऊ आमच्या घरी कौटुंबिक प्रार्थना केली जायची. जवळजवळ रोज सकाळी सव्वासहा-साडेसहाला आम्ही चर्चमध्ये प्रार्थनेला जात असू. चर्च आणि आमच्या घरामध्ये फक्त रस्ताच होता. अम्मा तर एक दिवसही प्रार्थना चुकवीत नसे. पण आम्हाला कधीकधी तयार व्हायला वेळ लागायचा. मग सगळं आवरून आम्ही चर्चमध्ये पोहोचेपर्यंत काही लोक परतूही लागलेले असत. प्रार्थनेनंतर घरी येऊन डबे घेऊन साडेनऊला आम्ही शाळेत पळायचो.

मी सात वर्षांची असेन. त्यावेळी माझं पहिलं [१]कन्फेशन आणि येशूचा पहिला भोजनोत्सव (First Holy communion) होता. प्रत्येक कॅथॉलिक व्यक्तीच्या आयुष्यात हे एकेक धार्मिक संस्कार, विधी म्हणजे ठळक मैलाचे दगड असतात. त्या वयात एक दिवस शाळेला बुट्टी मारता येणार म्हणून मला दुप्पट आनंद होत असे. शिवाय मला छानसा पांढरा ड्रेस आणि तलम पडदा (व्हेल) घालायला मिळणार होता. अगदी एखाद्या नवऱ्या मुलीसारखा!

आम्ही दुकानात दोन पडदे (व्हेल) पाहिले. एकावर भरपूर चमक पसरलेली होती, तर दुसऱ्यावर सुंदर फुलं विणून कडेने लेस लावलेली होती. 'तुला कुठला पाहिजे?' असं विचारलं तेव्हा मी उत्तर दिलं, 'मला दोन्ही पाहिजेत.' दोन्ही खूपच सुंदर होते. वडिलांनी माझी थट्टा करत म्हटलं, 'हां! आता कन्फेशनच्या वेळेस फादरना सांग बरं का, तू कसा हावरटपणा केलास ते'. घरचे सगळेच माझे खूप लाड करत होते आणि माझी जास्तच काळजी घेत होते.

होली कम्युनियनचा दिवस उजाडला. त्याच दिवशी माझं पहिलं कन्फेशन होणार होतं. आईने मला अंघोळ घातली. कडेवर घेऊन बेडरूममध्ये नेलं आणि स्वत:च्या हाताने मला नवा पांढरा ड्रेस घातला. सुंदर स्टॉकिंग्ज आणि पांढरे बूट घातले. पहिल्या इयत्तेत गेल्यापासूनच मी चर्चच्या संडे स्कूलमधील प्रश्नोत्तराच्या

---

१. कन्फेशन : चर्चमध्ये फादरपुढे आपल्या पापाचा, चुकीचा कबुलीजबाब देणे.

वर्गाला जात होते. कळत-नकळत येशू माझ्या मनात आणि आजूबाजूला एखाद्या प्रिय मित्रासारखा, जोडीदारासारखा वाढत होता.

हायस्कूल संपवून मी कॉलेजमध्ये गेले. प्री-डिग्रीच्या दुसऱ्या वर्षाला सर्व कॅथॉलिक मुलामुलींना प्रार्थना-शिबिर (रिट्रिट) सक्तीचं होतं. त्याला Closed Retreat म्हणत. यामध्ये शिबिराचे तीन दिवस विद्यार्थी-विद्यार्थिनींना कॉलेजमध्येच राहावं लागे. मला काही ती कल्पना पटत नव्हती. कारण मला असं वाटत होतं की, कॉलेजने आयोजित केलेलं प्रार्थना-शिबिर हे काही आध्यात्मिक बी रुजवायला फारसं योग्य ठिकाण नव्हे. असा पूर्वग्रह मनात होता, तरीपण माझ्या कॅथॉलिक मित्र-मैत्रिणींबरोबर मी Closed Retreat मध्ये भाग घेण्यासाठी गेलेच. माझा हेतू त्यांच्याबरोबर आनंदाने वेळ घालवावा एवढाच होता. पण तिथे प्रवचन देणारे ते धर्मगुरू इतक्या प्रामाणिकपणे बोलत होते की, मला ते शिबिर आवडू लागलं.

"या तीन दिवसांमध्ये जीझस तुमच्याबरोबर राहणार आहे. ड्वॉरफिश झॅकिअससारखी तुमच्या मनातही जर त्याला भेटण्याची अनावर इच्छा असेल, तर तो तुम्हाला तुमचं नाव घेऊन हाक मारील आणि तुमच्या मनात येऊन राहील. तुम्ही त्याच्यासोबतच जेवण घ्याल."

'वा! काय दिलासा देणारा विचार आहे!' आमच्यापैकी खूप जणांना हे मनापासून पटलं आणि येशूला प्रत्यक्ष भेटण्याची ते वाट पाहू लागले.

धर्मगुरू सांगतच होते, "कदाचित तुमचा उद्धार करण्यासाठी स्वर्गातून आलेला मी शेवटचा प्रेषित असेन. आत्ताच तुम्ही पश्चात्तापपूर्वक 'त्याला' शरण गेला नाहीत तर कुणी सांगावं, कदाचित पुन्हा कधीही अशी संधी तुम्हाला मिळणार नाही."

जणू परमेश्वर स्वतः प्रेषिताच्या मुखातून आमच्याशी बोलत होता. त्याचे शब्द आमच्या मनाच्या गाभाऱ्यात खोलवर पोहोचून प्रतिध्वनी उमटत राहिले. टाचणी पडली असती, तरी मोठा आवाज वाटण्याइतकी शांतता आसमंत व्यापून राहिली... त्यांच्या शब्दांनी आमच्यातला प्रत्येक जण प्रभावित झाला होता.

आयुष्यात पहिल्यांदा मी माझ्या भवितव्याबद्दल गंभीरपणे विचार करू लागले. कादंबऱ्या वाचणं थांबवण्याचा निर्णय घेतला. 'आधुनिक फॅशनचे कपडे, नकली दागिने आणि चैनीच्या वस्तू यांच्याबद्दल आपल्याला इतकं अनावर आकर्षण का वाटतं?' त्यावर मात करण्यासाठी मनात विचारांचा संघर्ष सुरू झाला. हे सगळं त्या तीन दिवसांच्या शिबिराचं फलित होतं. पण याचा उत्कर्ष-बिंदू साधला गेला शेवटच्या काही तासांत; संपूर्ण शरणागतीच्या रूपाने! समारोपाच्या 'मास'पूर्वी आम्ही सर्वजण बऱ्याच अगोदर चॅपेलमध्ये जमलो होतो. प्रथम मी कुमारी मेरी मातेसमोर बसून 'माझ्या आयुष्याची दिशा दाखव' म्हणून प्रार्थना केली. मी पुढे काय करावं ते ठरवण्यास मदत करण्याची विनंती केली आणि नंतर माझ्या लाडक्या

येशूकडे अगदी मनातलं हितगूज करण्यासाठी वळले. जवळजवळ तासभर मी भारल्यासारखी त्याच्या सहवासात बसून होते. इतका मधुर आणि प्रेममय अनुभव!! अखेर मला त्याचे शब्द स्पष्टपणे ऐकू आले, 'मेमी, तुझं हृदय पूर्णत्वानं मला देणार ना?' संपूर्ण समर्पणाचं आमंत्रणच ते! माझ्या मनातून त्याच्याबद्दल असं काही प्रेम दाटून आलं की, मी 'होय' म्हणणारच होते. पण जीवनातल्या भौतिक सुखांची ओढ मला मागे खेचू लागली.

मी माझी बाजू मांडली. त्याच्याशी भांडले, रडले; तक्रारी केल्या, टोमणे मारले, आर्जवं केली; खुलासे दिले, समर्थन केलं, काय काय केलं नाही मी त्याच्याशी त्या दिवशी! पण मी पूर्ण शरणागतीला येईपर्यंत त्याची तीच ती विनवणी सौम्यपणे पुन्हा पुन्हा चालूच होती. 'मेमी, तुझं हृदय पूर्णत्वानं मला देणार ना?' आणि अखेर मी त्याला समर्पित झाले. पण सुरुवातीला दोन अटी घातल्या. त्याने सतत माझ्याजवळ राहावं आणि मला मदत करावी.

त्या दिवशीची ती प्रार्थना (Holy Mass) म्हणजे जणू दैवी मेजवानीच होती. साक्षात येशूने बाहू पसरून माझं स्वागत केलं. नुकताच विवाह झालेल्या वराने आपल्या नववधूचं करावं, तसं! Holy Communion झाल्यानंतर आमच्या दोघांचं हर्षोत्फुल्ल मिलन झालं. त्याने अत्यानंदाने मला त्याची पत्नी घोषित केलं आणि माझ्या बोटात अंगठी घातली. मनोमनी मी स्वर्गात पोहोचले आणि मला जाणीव झाली की, मी फक्त येशूची आहे. आता माझ्या आयुष्यात 'लग्न' नाही. आता मी या भौतिक जगाची राहिलेलीच नाही. आता माझा आसरा एकमेव येशू! तोच माझा आधार, माझा खडक, माझा किल्ला, माझा त्राता, माझा मार्गदर्शक, माझं सत्य, माझा मुक्तिदाता, माझा उद्धारक, माझा आनंद, माझं सगळं काही एकटा तोच येशू ख्रिस्त!

शिबिराच्या शेवटी केवळ कुणी एकीने रिवाजानुसार आभार प्रदर्शन केलं नाही. परंतु अनेकजणींनी उत्स्फूर्तपणे स्टेजवर चढून फादरचे आभार मानले. प्रत्येकीलाच काही ना काही दैवी अनुभव मिळाले होते.

अचानक एलिस माझ्याजवळ येऊन म्हणाली, "मेमी, तू जा ना स्टेजवर! तुला आलेला अनुभव सगळ्यांना सांग तरी!" मी सरळ नकार दिला. "का गं? तुला आवडलं नाही का हे रिट्रीट?" खरंतर माझा अनुभव शब्दांत वर्णन करण्यापलीकडचा होता. पण हे तिला न सांगता मी गप्पच राहिले. त्या अनुभवांचा अर्थ समजावण्यासाठी शब्द तोकडे पडणार होते. हळूहळू माझ्यात झालेला बदल तिला सर्व काही सांगणार होता. त्यावेळी 'माझं शांत राहणं' आजूबाजूच्या सगळ्यांशी बोलणार होतं. शिबिर संपवून घरी परत जाताना प्रवासातच मला पूर्ण अलिप्त होण्याचा सराव करण्याची संधी मिळाली. स्त्री-पुरुषांनी गच्च भरलेल्या त्या केरळ राज्य परिवहन महामंडळाच्या

बसमध्ये (KSRTC) मी आपली गुपचूप येशूचा हात धरून माझ्या मनाच्या तळाशी स्वैर विहार करत बसले होते.

घरी पोहोचल्यावर माझी सगळी भावंडं माझ्याभोवती गोळा झाली. 'काय काय मजा केली? काही अनुभव आले का?' हे त्यांना जाणून घेण्याची उत्सुकता होती. मी त्यांना वरवरच्या घटना सांगितल्या. धर्मगुरूंनी सांगितलेल्या गोष्टी आणि त्यांनी कोणते उतारे वाचून दाखवले, ते वरवर सांगून दुसऱ्या खोलीत सटकले. मला एकटीलाच राहायचं होतं. त्या रात्री मला काही केल्या झोप येत नव्हती. म्हणून मी अम्माकडे गेले आणि तिला उठवलं. इतर सगळे झोपलेले होते. त्यांची झोपमोड होऊ नये म्हणून आम्ही दोघी स्वयंपाकघरात जाऊन एकमेकींच्या मनातलं बोलायला बसलो.

तेव्हा मी पहिल्यांदा येशूबद्दलचे माझे अनुभव शब्दांत मांडले. त्याचं आर्जवी आमंत्रण आणि माझा मनापासून दिलेला प्रतिसाद! संपूर्ण समर्पण!! त्याच्या चरणी विलीन होणं!! सगळं ऐकून घेतल्यावर अम्मा म्हणाली, "मोले, कदाचित हा तात्पुरता अनुभवही असेल. अचानक घेतलेले निर्णय चुकीचे ठरू शकतात. अशाच प्रार्थना शिबिराला गेल्यावर कधी काळी मलाही 'नन' व्हावंसं वाटू लागलं होतं. पण तो रम्य कल्पनाविलासच होता."

"अम्मा, मला अशा प्रकारचे अनुभव यापूर्वीही आले, नाही असं नाही, पण या वेळी काही वेगळंच होतं सगळं! मी देवाला शब्द दिला अम्मा."

तिने मला सावध केलं. "हे बघ मेमी, याबद्दल आत्ता कुणालाच काही सांगायचं नाही हं बेटा! तुझ्या भावांनापण सांगू नकोस. एकदा त्यांना कळलं ना, तर सारखे चिडवत राहतील तुला." मग तिने मला माझ्या मोठ्या बहिणीकडून आलेल्या दोन पत्रांबद्दल सांगितलं. ही माझी चेची मध्य प्रदेशमधील चांदा या गावी मिशन सेंटरमध्ये काम करत होती. बी.एस्सी. झाल्यानंतर ती सी.एम.सी. सिस्टर्सबरोबर तिकडे गेली. एका शाळेत शिक्षिका होती. ही शाळा नन्स चालवत होत्या आणि त्याला वित्तसाहाय्य ए.सी.सी. सिमेंट फॅक्टरीकडून मिळायचं. ती नन्सबरोबर त्यांच्या कॉन्व्हेंटमध्ये राहायची आणि सगळ्या प्रार्थना, सेवा वगैरे त्यांच्यासोबतच करत असे. खूप आनंदात होती. पण तिने अचानक संन्यास घेऊन कॉन्व्हेंटमध्ये सामील होण्याची इच्छा प्रदर्शित केली. तिचं ते पत्र पाहून आम्हाला फार आश्चर्य वाटलं, कारण तिची नटण्या-मुरडण्याची आवड, फॅशन-स्टाईलबद्दलचं आकर्षण आमच्या चांगलंच परिचयाचं होतं. या सगळ्यांचा त्याग करावा लागेल अशा प्रकारचा जीवनक्रम ती स्वीकारणं शक्यच नव्हतं. पण त्याच दिवशी तिचं दुसरं पत्र आम्हाला मिळालं. त्यात तिने स्पष्ट केलं होतं, की ते पहिलं पत्र तिने तिथल्या तिच्या सुपिरिअरच्या समाधानासाठी लिहिलं होतं. सुपिरिअर बाईंना ती खूप आवडत होती

आणि म्हणून तिने सिस्टर व्हावं, असा त्यांचा आग्रह होता. दुसरं पत्र वाचल्यावर सगळ्यांनी हुश्श केलं. त्यात तिने लिहिलं होतं की, तिची कॉन्व्हेंटमध्ये सामील होण्याची मुळीच इच्छा नाही.

यावर अम्मा म्हणाली, ''देवाच्या मनात काय आहे कळत नाही. माझ्या थोरल्या मुलीला एवढा आग्रह करतायत तरी तिला नन व्हायचं नाही आणि ही दुसरी मुलगी, तिला कुणीही काही सांगितलेलं नाही, तरी तिने स्वतःच नन व्हायचा निर्णय घेतला आहे.''

एवढं बोलणं झाल्यानंतर आम्ही आपापल्या कॉटवर झोपायला गेलो.

दुसऱ्या दिवशी माझा प्री-डिग्रीचा रिझल्ट लागणार होता. अशा वेळी मी एकदम टेंशनमध्ये आणि नर्व्हस असायची. पण त्या दिवशी अगदी शांतपणे कॉलेजमध्ये गेले. मी सर्वाधिक गुण मिळवून पहिली आले होते. माझ्या मैत्रिणींना अत्यानंद झाला. मला उत्कृष्ट उत्तरपत्रिका लिहिल्याबद्दल सुवर्णपदक मिळालं. मी हसून माझ्या हृदयातल्या येशूकडे पाहिलं. त्यानंतर मी हजर राहिलेले सर्व 'होली मासेस' म्हणजे मी त्याला दिलेल्या वचनांची पुनरुक्ती करण्याच्या संधीच वाटल्या मला!

अर्थातच माझ्या अंतर्मनात झालेल्या बदलाची आजूबाजूच्या कुणाला शंकासुद्धा आलेली नव्हती. अगदी माझ्या जिवलग मैत्रिणींनासुद्धा नाही. मी पहिल्यासारखीच स्टायलिश कपडे घालत होते, घरच्यांबरोबर सिनेमाला जात होते, गाणी ऐकत होते, घरात डान्सही करत होते. त्यामुळे माझ्यात झालेला बदल अम्मासहित कुणाच्याही लक्षात आला नाही.

पण याच सुमारास म्हणजे प्री-डिग्री वर्षाच्या शेवटी शेवटी घरी खूप आर्थिक चणचण सुरू झाली. कधीकधी तर अम्माजवळ माझी कॉलेजची मासिक फी भरण्यासाठीसुद्धा पैसे नसायचे. या सगळ्या गोष्टींचं डॅडना कधीच काही वाटायचं नाही. मला संपूर्ण शिक्षणकाळात मिळणारे स्कॉलरशिपचे पैसेसुद्धा घरखर्चासाठी वापरले जायचे. त्यावेळी बिशप कुंडुकुलम हे चर्चमधील धर्मोपदेशक (Parish Priest) होते. ते आमचे कौटुंबिक सल्लागार (Family Counsellor) होते. हे संबंध ते बिशप झाल्यानंतरही कायम राहिले. त्यांनी माझ्या आईला सांगून ठेवलं होतं की, कधी अडीनडीला मदत लागली, फीसाठी पैसे नसले तर तिने बेलाशक त्यांच्याकडून घ्यावेत म्हणून. त्याप्रमाणे दोन वेळा अम्माने मला बिशपच्या घरी फीचे पैसे आणण्यासाठी पाठवलं होतं. सेंट थॉमस कॉलेजवरून जाताना मुलं बाण मारीत, अचकट-विचकट बोलून हसत. बिशपच्या घरातील प्रीस्ट मी बिशपच्या खोलीकडे जात असताना अर्थपूर्ण नजरेने टक लावून बघत, तेव्हा फार शरमल्यासारखं होई. मला पाहताच बिशप बाहेर येऊन माझ्या हातात पैशांचं पाकीट देत. त्यात पंधरा रुपये आणि पन्नास पैसे असत. माझ्या फीची नेमकी रक्कम! पाकीट घेऊन मी

जिन्यावरून जी धूम ठोकायची, ती थेट माझ्या कॉलेजमध्ये येऊनच थांबत असे. त्यांना 'थँक्स'सुद्धा म्हणत नसे. असं फक्त दोनच वेळा घडलं. पण येशूला स्मरून सांगते, हे सगळं करताना मला शरमेने मेल्याहून मेल्यासारखं होऊन गेलं होतं.

प्री-डिग्रीच्या दुसऱ्या वर्षाची वार्षिक परीक्षा संपली आणि मी सर्वांना माझा विचार सांगितला. अम्मा म्हणाली, "मोले, तू अजून विसरली नाहीस ते सगळं? तुला नन होण्याची एवढी तीव्र इच्छा असेल, असं नव्हतं वाटलं मला."

"तू म्हणालीस, आत्ताच कुणाला सांगू नकोस, म्हणून मी गप्प राहिले होते अम्मा. पण रोज मी 'त्याला' दिलेल्या वचनाचा पुनरुच्चार करत असते. आता मी 'त्याच्या'शिवाय राहू शकत नाही अम्मा."

मी कायमची घर सोडून जात आहे असं कळल्यावर डॅड तर रडायलाच लागले. पाठच्या भावाने खूप आरडाओरड केली. थोरल्या बहिणीने 'असं का?' म्हणून विचारून मला भंडावून सोडलं. अम्मालाही वाटत होतं, मी माझा निर्णय बदलावा म्हणून. पण अखेर ती सुस्कारा सोडत म्हणाली, "बघा, देवाने माझ्या मुलांपैकी सर्वांत उत्तम मूल नेमकं उचललं. देवाला नेहमीच सर्वोत्तम तेच अर्पण करावयाचं असतं. जसे मासे खाताना त्याच्या तोंडाकडील व शेपटाकडील भागापेक्षा मधला भाग उत्तम समजला जातो. त्याने मागितलं आहे, मी नकार नाही देऊ शकत."

पण माझ्या थोरल्या बहिणीने चेचीने माझ्या अनपेक्षित निर्णयाबद्दलच शंका घेतली. तिचंही काही चूक नव्हतं. कारण आमच्या घराण्यात आजतागायत कुणीही कॉन्व्हेंटमध्ये सामील झालेलं नव्हतं. उलट आमचं घराणं चैन, छानछोकीचं राहणं, मौजमजा यासाठीच प्रसिद्ध होतं.

आमचं खूप मोठं कुटुंब आणि नेहमी सगळेजण समारंभाच्या निमित्ताने एकत्र यायचे. घरी परतण्यापूर्वी आता पुढची भेट कधी हे निश्चित करूनच एकमेकांचा निरोप घेतला जायचा. चुकूनही कधी अध्यात्म, तत्त्वज्ञान असले विषय निघत नसत. मग ननेरीत किंवा सेमिनरीत जाऊन राहण्याची गोष्ट तर दूरच. माझ्या घरातसुद्धा रोजच्या प्रार्थना, उपवास वगैरे होत असले, तरी धर्मासाठी आयुष्य वेचण्याचे वगैरे विचार कधी कानावर पडले नाहीत ही खरीच गोष्ट आहे. आमच्या घरच्यांची अशी समजूत होती की, काही विशिष्ट घराण्यात जन्माला आलेल्या लोकांच्या नशिबी त्या प्रकारचं जीवन असू शकतं.

तसं पाहिलं, तर एका ननचं जीवन काय असतं, याबद्दल मला तरी अशी किती माहिती होती?

त्या वेळेपर्यंत सिस्टर्स कशा पद्धतीने जीवन जगतात, याबद्दल माहिती करून घेण्याचीसुद्धा तसदी मी घेतलेली नव्हती. मला प्रश्न पडत- सिस्टर्स मोठ्याने हसू शकतात का? त्यांना निर्भेळ आनंद घ्यायला परवानगी असते का? एकदा मी

अम्माला गंभीरपणे एक शंका विचारली होती. ती ऐकल्यावर आजूबाजूच्या सगळ्याजणी मोठ्याने हसू लागल्या. मी विचारलं, "अम्मा, ऑपरेशन करून या नन्सचे स्तन काढून टाकतात, तेव्हा त्यांना किती त्रास होत असेल, नाही का?" यावर अम्मानेसुद्धा मोठ्याने हसून मला विचारलं, "अगं, असं काय विचारतेस? तू सिस्टर जॉर्जियाची मोठी छाती पाहत नाहीस का?"

मला असं निरीक्षण करण्याचं कधी कारणच पडलं नव्हतं. माझ्या मनाचा आपला साधा हिशोब होता की, नन्सना तर छातीचा काही उपयोग नसतो, मग काय करायचं त्या ठेवून? टाकत असतील काढून! कॉन्व्हेंटमध्येसुद्धा मला जाऊन राहायचं होतं ते फक्त येशूसाठी. त्याने माझी निवड केली, मला साद घातली आणि सतत माझ्यासोबत राहण्याचं वचन दिलं, म्हणून!

परंतु आता मी सिस्टर होण्याचं ठरवल्यामुळे मला काही मूलभूत प्रश्न पडू लागले-

सिस्टर्स या येशूच्या इच्छेनुसार जीवन जगतात?

कॉन्व्हेंटमध्ये राहायला गेल्यानंतर आपण फसवले गेलो आहोत, असं त्यांना वाटतं का?

कॉन्व्हेंटमध्ये त्या खरंखुरं सुखी-समाधानी आयुष्य जगतात का?

माझ्या लांबच्या नात्यातली सिस्टर पुष्पम्‌चेची हिला मी या सगळ्याबद्दल विचारायचं ठरवलं. मला वाटलं, ती मला खरं काय ते सांगेल. पण तेवढ्यात माझी सख्खी मोठी बहीणच मला भेटायला घरी आली. ती माझ्या सगळ्या शंकांचं निरसन करायला तयार होती. तसा तिने माझ्या कठोर निश्चयापासून मला परावृत्त करण्याचा प्रयत्न केला, पण माझ्या सगळ्या शंकांचं समाधानही केलं. कारण ती सतत सिस्टर्ससोबत राहूनच मिशनचं काम करीत होती.

जेव्हा तिच्या लक्षात आलं, की मी माझ्या निश्चयावर ठाम आहे आणि मला सिस्टर म्हणूनच आयुष्य घडवायचे आहे. तेव्हा तीही माझ्याशी गंभीरपणे बोलू लागली. कुठल्या काँग्रिगेशनमध्ये जावं, असा मला प्रश्न पडलेला होता. आमच्या जवळच्या सीरियन चर्चमधील फादरशी आमची फारशी जवळून ओळख नव्हती. त्यामुळे आम्ही त्यांच्याकडे सल्ला विचारायला गेलो नाही. आमच्या समोरच्या लॅटिन चर्चमध्ये आम्ही पहिल्यापासूनच जायचो ते समोरच राहत होतो म्हणून, पण सीरियन चर्चमधील फादरने बोलावल्यापासून तिकडेच जाऊ लागलो होतो. अशा वेळी माझी चेची माझ्या मदतीला आली. ती सांगत होती, "काँग्रिगेशन ऑफ मदर ऑफ कारमेल (सी.एम.सी.) यांचं ब्रीदवाक्य आहे, 'चिंतन आणि कृती'. प्रथम खोल विचार करायचा आणि नंतरच कृती करायची. मेमी, तुला हे तत्त्व आवडेल. प्रार्थना करून परमेश्वराची इच्छा जाणून घ्या आणि मग ती कृतीत आणा. जेव्हा काम

करून करून तुम्हाला थकवा येईल तेव्हा देवाकडे जाऊन आत्मिक सामर्थ्य प्राप्त करा. तुमची दिवटी चेतवून घ्या आणि पुन्हा कार्यक्षेत्राकडे वळा.''

हे ऐकून मी प्रभावित झाले. मला वाटलं, चेचीच्या तोंडून ईश्वरच बोलत होता. तिचं म्हणणं चुकीचं असणार नव्हतं. आता देवाचा मार्ग मला स्पष्टपणे दिसू लागला.

अम्मा मला घेऊन माझ्या कॉलेजच्या प्रिन्सिपॉलकडे गेली; त्यांचा सल्ला घेण्यासाठी. त्या खूप चांगल्या होत्या. मातेसारख्या वत्सल! माझा विचार ऐकताच त्यांना विस्मय वाटला आणि ईश्वरी लीलेचं कौतुकही!

''काय सांगता? आजच्या जमान्यात आणि इतक्या तरुण वयात आजही मुली नन होण्याची इच्छा प्रगट करतात?'' त्यांच्या सांगण्याप्रमाणे आम्ही सेंट अँटोनीज कॉन्व्हेंटमध्ये गेलो. तिथल्या सिस्टर्सनी मला जून महिन्यात बोलावलं आणि तुला नर्सरीची शिक्षिका म्हणून काम करावं लागेल असं सांगितलं.

हळूहळू आमच्या सगळ्या जवळच्या आणि लांबच्या नातेवाइकांना माझ्या नन होण्याच्या निर्णयाबद्दल समजलं. काहींना धक्का बसला, काहींनी सहानुभूती दाखवली, काहींनी आरोपांच्या फैरी झाडल्या आणि तशाच वेगवेगळ्या प्रतिक्रिया व्यक्त केल्या. 'फारच स्वार्थी आहे ती. आयुष्यातल्या त्रासांपासून पळ काढायचा. दुसरं काय? हा पळपुटेपणाच आहे निव्वळ!' माझी एक आत्या म्हणाली.

'काय विचित्र गोष्टी घडायला लागल्यात गं तुमच्या घरात! आपल्या संपूर्ण कुटुंबात तू दुसरी नन होणार. पंचवीस वर्षांपूर्वी एकजण नन झाल्याचं ऐकलं होतं. ती कुठे आहे, जिवंत तरी आहे की नाही, कुणास ठाऊक.' दुसऱ्या एका मावशीची मुक्ताफळं.

यावरून असे लक्षात येते की, एखाद्याने किंवा एखादीने संन्यास घेऊन धार्मिक जीवन स्वीकारलं, की ही माणसं त्यांची चौकशीदेखील करत नसावीत. भेटायचं तर दूरच. काय दृष्टिकोन आहे! मी नन झाल्यावर हे माझ्याशीदेखील असंच वागणार असं दिसतंय.

जिला संन्यस्त जीवन स्वीकारायची इच्छा आहे, अशा प्रत्येक मुलीला 'Vocation Retreat' नावाच्या एका प्रार्थना शिबिरात भाग घ्यावा लागतो. तिथे धर्मगुरू आम्हाला जीवनाचे दोन मार्ग वर्णन करून सांगतात. एक वैवाहिक जीवन आणि दुसरं धार्मिक जीवन. त्यावर संपूर्ण विचार करायचा आणि मगच आपला निर्णय पक्का करायचा.

त्यानंतर धर्मगुरू आपली मुलाखत घेतात आणि आपण जो मार्ग निवडलेला असेल त्याबद्दल मार्गदर्शन करतात. मार्ग निवडण्यासाठीही मदत करतात.

ज्यांनी धार्मिक जीवनाची निवड केली असेल, त्यांना कॉन्व्हेंटशेजारच्या एका

बोर्डिंगमध्ये राहावं लागतं आणि शाळेत शिकवणं किंवा हॉस्पिटलमधील रुग्णांची सेवा करणं अशी कामं त्यांना नेमून दिली जातात. रोजची प्रार्थना (मास),जप (रोझेरीचं पठण), संतांसाठी केलेली विशेष प्रार्थना (नोविना) अशा सगळ्या गोष्टी करणं सक्तीचं असतं. या काळात ते आमचं निरीक्षण करून आम्ही धार्मिक जीवन स्वीकारण्यास योग्य आहोत की नाही हे ठरवत असत. आम्हीपण आपल्याला हे सगळं जन्मभर निभावता येईल की नाही, हे ठरवायचं असतं. या काळात सिस्टर्स आमच्याशी फारच प्रेमळपणे वागतात.

१९७४ च्या जून महिन्यात, नर्सरीच्या शिक्षिकेला आवश्यक असणारं सामान बॅगेत भरून मी कॉन्व्हेंटमध्ये दाखल झाले. माझा प्री-डिग्री परीक्षेचा निकाल अजून लागायचा होता. साधारण एक वर्षभर तरी मला असं राहावं लागणार होतं. पहिल्यांदाच अशा प्रकारे घरापासून लांब राहायचंय, ही धाकधूक मनात होती पण येशूवरच्या प्रेमापोटी मी वाटेल ते करायला तयार होते. निघण्याच्या आदल्या रात्री घरच्यांनी मला 'साउंड ऑफ म्युझिक' हा सिनेमा दाखवायला नेलं. त्यांच्या मनात आशा होती की, सिनेमा बघून माझ्या मनावर अपेक्षित परिणाम होईल आणि मी त्यातल्या मारियाप्रमाणे कदाचित माझा निर्णय बदलेन. त्यातील नायिका मारिया, शेवटी कॉन्व्हेंट सोडून त्या श्रीमंत जमीनदाराशी लग्न करण्याचा निर्णय घेते. अगोदर ती त्याच्या मुलांची 'नॅनी' म्हणून काम करायला चर्चतर्फेच आलेली असते.

मी शाळेत नेसण्यासाठी साड्या आणि एरवी घालण्यासाठी लांब स्कर्ट आणि ब्लाऊज बरोबर नेले होते. पण शाळेव्यतिरिक्तच्या वेळातही मी निदान हाफ-साडीसारख्या वेशात असावं असं मला सांगण्यात आलं. म्हणजे लांब स्कर्ट-ब्लाऊज घालून वर ओढणी पदरासारखी लपेटून घ्यायची. यामुळे तिथल्या अनाथाश्रमात राहणाऱ्या मुलांनाही मी 'टीचर' वाटेन, असं त्यांचं म्हणणं होतं. शाळेत शिकवताना छोट्या छोट्या गोंडस आणि चुणचुणीत मुलांच्या सहवासात माझ्या मनातल्या मातृत्वसुलभ भावना जाग्या होत. आतापर्यंत घरी कधीच करावी न लागलेली कामंसुद्धा मी येशूवरील प्रेमापोटी अगदी आनंदाने करत असे.

शाळेच्या वेळात वर्गातल्या तीसही मुलींना एकेकदा तरी टॉयलेटला नेऊन आणावं लागे. मला असं सांगण्यात आलेलं होतं की, अशा वेळेला नवव्या इयत्तेत शिकणाऱ्या एका अनाथ मुलीची मदत घ्यावी. तिचा वर्ग होता वरच्या मजल्यावर. दर वेळी तिला बोलावून आणण्याचासुद्धा प्रश्न होता. वर्ग मोकळा ठेवून मी कशी जाणार? बाकीची मुलं केव्हाही उठून गेटच्या बाहेर, रस्त्यावर जाऊ नसती शकली? तिथे काही आम्हाला सुरक्षारक्षक दिलेला नव्हता आणि दुसरी महत्त्वाची गोष्ट म्हणजे, त्या वयाने लहान असणाऱ्या मुलीला खालच्या दर्जाची कामं करायला लावायची आणि आपण स्वत: 'टीचर'चा ठमठमाट मिरवायचा, हे मला पटत

नव्हतं आणि जमलंही नसतं. म्हणून मी तिला या कामातून सूट द्यायचं ठरवलं.

ज्या लहान मुलीला शू-शी लागेल, तिला दर वेळी बाहेर टॉयलेटमध्ये घेऊन जायचं, तिचे हातपाय धुवायचे, शी धुवायची, गरज असेल तर तिची चड्डी बदलायची, काढलेली धुऊन ठेवायची हे सगळं मीच करू लागले. त्याशिवाय दिवसातून दोनदा वर्ग झाडूनपुसून स्वच्छ करायचा हेही माझंच काम होतं.

प्री-डिग्रीच्या निकालाची मी खूप आतुरतेने वाट पाहत होते. मी येशूजवळ वारंवार प्रार्थना करायची, 'हे पवित्र हृदयी येशू, माझा पूर्ण भरवसा तुझ्यावरच आहे.' आणि केवढा उदार हृदयी माझा येशू! त्याने मला भरभरून आशीर्वाद दिले. आजवर आर्टस्‌मध्ये कुणीही मिळवले नव्हते, इतके गुण मिळवून मी पहिली आले. येशूकडे कृतज्ञतेने पाहत मी म्हटलं, 'तू तुझा शब्द राखलास.' मला खूप आनंद व्हायला हवा होता पण ती वेळ अजून यायची होती.

माझ्या कॉलेजच्या प्रिन्सिपॉलने सांगितल्याप्रमाणे, मी पदवीसाठी प्रवेश घेण्याकरता दुसऱ्या कॉलेजमध्ये गेले. पण तिथे उद्धटपणे माझा अपमान करण्यात आला. प्रवेश फी मला परवडण्यासारखी नव्हती. माझी आई बिचारी त्या प्रिन्सिपॉल बाईंची विनवणी करायला गेली की, माझ्या मुलीला तिच्या कॉलेजमध्ये सर्वाधिक गुण मिळाले आहेत. ती हुशार आहे. तुम्ही कृपा करून तिला प्रवेश द्या. त्यावर उलट फटकारल्यासारखं प्रिन्सिपॉल बाई उत्तरल्या, "हं! हायेस्ट मार्क्स म्हणताय? कुठल्या कुठल्या लांबच्या युनिव्हर्सिटीमधून विद्यार्थी इथे प्रवेश घ्यायला येतात, माहितीय तुम्हांला? त्यांच्या तुलनेत हे मार्क्स काहीच नाहीत." तिच्या तुच्छतेचा स्वर माझ्या आईला झोंबला. तरी माझ्याकरता ती पुन्हा प्रयत्न करू लागली. "माझ्या मुलीने नन होण्याचं ठरवलं आहे."

"हंऽऽ! हल्ली ॲडमिशन मिळवण्यासाठी हीसुद्धा युक्ती वापरतात मुली!" बूमरँगसारखं सणसणत उत्तर मिळालं.

प्रिन्सिपॉल बाईंच्या आधीच्या सगळ्या वाक्ताडनापेक्षा हा बाण मला जिव्हारी लागला. काऽऽय? य:कश्चित ॲडमिशन मिळवण्याकरता मी नन होणार असं खोटं सांगतेय, असं वाटतंय यांना? आता कसा सिद्ध करू माझा प्रामाणिकपणा? माझं मन आक्रंदू लागलं!

पण कसा कोण जाणे, शेवटी मला पदवीसाठी प्रवेश मिळाला आणि मी अर्थशास्त्र विषयाला प्रवेश घेतला. पण नंतर विषय बदलून 'इंग्रजी साहित्य' विषय घेतला. प्रवेशाच्या यादीत दोन्ही विषयांसाठी मला प्रथम क्रमांकाने प्रवेश देण्यात आलेला होता. (सर्वाधिक गुण)

मला पदवीसाठी कॉलेजमध्ये प्रवेश मिळाला, तरीपण सिस्टर बनण्याची माझी इच्छा दिवसेंदिवस तीव्र होत चालली होती. धार्मिक अधिकाऱ्यांनी यावर एक मार्ग

शोधून काढला. मी सिस्टर होण्यासाठी इच्छुक उमेदवार म्हणजेच ॲस्पिरन्ट बनावं आणि पलक्कडच्या दाया कॉलेजमधून शिक्षण पुढे चालू ठेवावं.

झालं! ॲस्पिरन्सीसाठी माझी मुलाखत घेण्यात आली. मदर प्रॉव्हिन्शिअल, तिच्या कौन्सिलर सदस्या आणि एक [१]व्होकेशन प्रमोटर यांनी माझी मुलाखत घेतली. मी स्कर्ट-ब्लाऊज घातल्यामुळे छोटी दिसत होते.

साहजिकच मदर प्रॉव्हिन्शिअलने विचारलं, ''भावंडांत तुझा नंबर चौथा. होय ना? आणि तुझ्या मोठ्या बहिणीचं अजून लग्नही झालेलं नाही. मग तुला इतक्या घाईने कॉन्व्हेंटमध्ये प्रवेश करावा असं का वाटलं?''

त्यावर मी तडफदारपणे उत्तर दिलं, ''ज्या क्षणी जीझस हा तिचा उद्धारकर्ता आहे, असं तिला उमगलं, त्या क्षणी बायबलमधील ती [२]सॅमॅरिटन बाई पाण्याचं भांडं तिथंच सोडून त्याच्याकडे धावत सुटली, अगदी तसंच मलाही धावत त्याच्याकडे जावसं वाटतं.''

माझ्या उत्तराने सगळ्या सिस्टर्समध्ये मोठा हशा पिकला आणि माझी निवड झाली.

'ॲस्पिरन्सी'मध्ये प्रवेश करण्याचा समारंभ असतो. त्या दिवशी आम्ही पांढऱ्या साड्या नेसून एका विशेष प्रार्थनेद्वारे स्वत:ला जीझसला समर्पित करायचं असतं. प्रार्थनेनंतर धर्माच्या अधिकारी, ॲस्पिरन्ट मिस्ट्रेस आणि डायनिंग हॉलमधील सर्व सिस्टर्स आमचं स्वागत करतात. काही दिवसांनंतर सगळ्यांना वेगवेगळ्या कॉन्व्हेंटमध्ये काम करायला पाठवलं जातं. त्या वेळी आम्ही रंगीत साड्या नेसू शकतो. ॲस्पिरन्ट मिस्ट्रेस नेहमी येऊन आमच्यावर लक्ष ठेवीत असते. मधूनमधून सर्वांना प्रॉव्हिन्शिअल हाऊसमध्ये संमेलनं, प्रार्थना सभा, चर्चा, उपदेश यांसाठी बोलावलं जातं. वर्षाच्या शेवटी आम्ही सर्व जणी प्रॉव्हिन्शिअल हाऊसमध्ये एकत्र राहून प्रार्थनेत काही दिवस व्यतित करतो. त्यानंतर सर्वांनी आपापल्या घरी परत जाऊन, 'भावी सिस्टर' म्हणून निवड होण्याची वाट पाहायची असते.

माझ्या बाबतीत असं ठरलं की, मी ॲस्पिरन्ट म्हणूनच दाया कॉलेजमधून दोन वर्षांचा पदवी अभ्यासक्रम पूर्ण करावा आणि मग धार्मिक शिक्षणाच्या पुढच्या अवस्थेकडे जावं. पहिल्या दिवसापासूनच आता मी परत धार्मिक शिक्षणाकडे कधी येणार, म्हणून दिवस मोजायला सुरुवात केली.

दाया कॉलेज म्हणजे माझ्यासाठी जणू पृथ्वीवरचा स्वर्गच होता. पूर्ण वेळ

---

१. व्होकेशन प्रमोटर : मुलींवर लक्ष ठेवून त्यांना सिस्टर बनण्याकरता प्रोत्साहन देण्यासाठी चर्चकडून नेमण्यात आलेली सिस्टर.

२. सॅमॅरिटन : संकटग्रस्ताला मदत करणारी

विद्यार्थिनी आणि ॲस्पिरन्ट म्हणून मी तिथे दोन वर्षं होते. अतिशय घरगुती वातावरण! खऱ्या अर्थाने शिकणं आणि शिकवणं यासाठी पोषक जागा. चांगल्या मैत्रिणी, आईसारख्या प्रेमळ शिक्षिका, साध्या विद्यार्थिनी आणि काळजी घेणाऱ्या होस्टेल वॉर्डन्स. आम्ही डिग्रीच्या विद्यार्थिनी म्हणजे तिथल्या ज्येष्ठ. आमचा योग्य तो मान तिथे राखला जाई. प्री-डिग्रीच्या विद्यार्थिनी आम्हाला 'चेची' (मोठी ताई) म्हणूनच हाक मारीत.

रात्रीच्या जेवणानंतरचा वेळ करमणुकीचा असे. या वेळात डिग्रीच्या विद्यार्थिनी कंपू करून ज्युनिअरच्या मुलींची टिंगल उडवत असत. पण मी त्यात नसायची. मी सगळ्या चांगल्या प्रकारच्या मौजमजेत भाग घेई. होस्टेलच्या प्रत्येक स्पर्धेत भाग घेऊन बक्षिसं मिळवत असे. एकदा 'कारमेलाइटस् ऑफ मेरी इमॅक्युलेट'च्या (सी.एम.आय.) फादर्सतर्फे घेतलेल्या निबंध स्पर्धेत मला रोख बक्षीससुद्धा मिळालं होतं.

मला दाया कॉलेजमध्ये खूप मैत्रिणी मिळाल्या. श्रीमंत आणि गरीब, चलाख आणि दुबळ्या, खोडकर आणि शांत. त्याशिवाय झाडू-पोछा करणाऱ्या आणि शौचालय साफ करणाऱ्यांशीही माझी मैत्री जुळली.

ॲस्पिरन्ट म्हणून मी एका वॉर्डन मिस्ट्रेसच्या हाताखाली होते. तिने काही दिवस मला समुपदेशन केलं. फक्त रविवारी आम्हाला आध्यात्मिक वाचन करावं लागे. हा तास सक्तीचा होता. 'मास'साठी मात्र मला रोजच जावं लागे. मी कॉलेजला जाण्यापूर्वी ६ ते ६:३० या वेळात 'मास'ला जात असे. 'गुड फ्रायडे'च्या दिवशी मी संपूर्ण उपवास करायचं ठरवलं. दिवसभरात फक्त एक-दीड ग्लास पाणी प्यायचं. खरं तर हे अवघड होतं, कारण गुरुवारी संध्याकाळच्या जेवणानंतर थेट शनिवारच्या सकाळी नाश्ता करायचा असतो आणि रोजची कामं, अभ्यास हे सगळं नेहमीसारखंच करावं लागतं. याचा सराव म्हणून आम्ही प्रत्येक मेजवानीच्या आदल्या दिवशी, तसंच प्रत्येक महिन्याच्या पहिल्या शुक्रवारी उपवास करायचो. हे एक प्रशिक्षणच असतं. सिस्टर झाल्यानंतर याचा चांगला उपयोग होतो. नेहमीच्या उपवासाच्या दिवशी सकाळी काळी कॉफी घेत असू. मग नाश्ता वगैरे न घेता सरळ दुपारचं पोटभर जेवण. मधल्या वेळेला पुन्हा काळी कॉफी आणि संध्याकाळी कांजी आणि आमटी. इतर दिवशी संध्याकाळच्या जेवणात भात, आमटी आणि आणखी एखादा पदार्थ असे. गुड फ्रायडेच्या दिवशी शोक पाळण्याचा दिवस म्हणून सकाळचा नाश्ता नसे. दुपारच्या जेवणात फक्त भात आणि कैरीची आमटी आणि हे जेवणही आम्हाला गुडघ्यांवर बसून करावं लागे.

या काळात अनुयायांनी स्वत:ला आध्यात्मिक तेजाने पुनरुज्जीवित (Charismatic Renewal) करून घेण्याची पद्धत आहे. ही पद्धत विसाव्या शतकात चर्चमध्ये बदल

घडवण्याकरिता सुरू करण्यात आलेली चळवळ होय. पण केरळमध्ये तिचा प्रसार होण्यास वेळ लागला. कारण सर्व प्रार्थना मल्याळम भाषेत अनुवादित कराव्या लागल्या. परंपरावादी धर्मगुरू आणि जोगिणी (Priests and Nuns) या प्रथेच्या विरुद्ध आहेत. कारण सकृद्दर्शनी ही पद्धत अधिक स्वतंत्र आणि लोकशाहीवादी वाटते. यामध्ये जनसामान्यांचा सहभाग मोठा असल्यामुळे तथाकथित धर्ममार्तंडांचा एकाधिकार झाकोळल्यासारखा होतो. इथे देवाकडे अधिक प्रेमळ आणि समजून घेणारा म्हणून पाहिलं जातं. नाहीतर आमच्या नेहमीच्या रिट्रिटमध्ये प्रवचनंही इंग्रजीतून दिली जातात. मल्याळममधून नाही. त्यामुळे ज्यांना इंग्रजी समजण्याचं भाग्य लाभलंय, तेच याचा लाभ घेऊ शकतात.

आमचं विद्यार्थी मंडळ आणि एक शिक्षिका यांनी खूप प्रयत्न करून ख्यातकीर्त आध्यात्मिक गुरू रेव्हरंड फादर फिओ मस्कारेन्हास यांना कॉलेजमध्ये आमंत्रित केलं. त्यांचं प्रवचन ऐकून आणि प्रार्थनेमुळे माझे येशूबरोबरचे प्रेमबंध जास्तच घट्ट झाले.

पण माझ्या कॉलेज जीवनात एक वाईट भागही होता. आमच्या कॉलेजचं होस्टेल समलिंगी संबंधांबद्दल कुप्रसिद्ध होतं. मला असं वाटतं की, होस्टेलवर राहणाऱ्या मुलींना कधीच पुरुष भेटत नाहीत. त्यामुळे साहजिकच त्या विशिष्ट वयातलं रोमान्सचं वेड चुकीच्या वळणाला लागून अखेर समलिंगी संबंधात जाऊन फसत असावं. मी अशी काही 'नको ती' दृश्यं पाहिलेली होती. एक चेची आणि एक अनुजाथी (धाकटी बहीण) दोघी जणी संभोगात रत झालेल्या!

'मला याच्याशी काहीही देणंघेणं नाही.' मी स्वत:ला बजावत असे. अशा अनुजाथींपैकी काहींच्या आया, अजाणतेपणी त्या चेचींसाठी भेटवस्तूही पाठवीत. अर्थातच ही चेची आपल्या मुलीचा अभ्यास आणि भवितव्य दोन्हींचं वाटोळं करते आहे, हे त्यांना त्यावेळी माहीत नसे. असं थोडं जरी काही घडत असेल, तरी वावड्या उठायला भरपूर जागा मिळते, हेही तितकंच खरं.

मी शेवटच्या वर्षाला असताना एका डॉक्टरच्या मुलीने प्री-डिग्रीला प्रवेश घेतला. कॉलेजमधील सर्वांत सुंदर मुलगी म्हणून ती लवकरच प्रसिद्ध झाली. होस्टेलच्या तिच्या खोलीतून ती बाहेर पडल्यापासून सर्वांच्या नजरा तिच्यावरच खिळून राहत. साहजिकच एक-दोन पोरी नेहमीच तिच्या अवती-भोवती घुटमळत राहत. एक दिवस या सौंदर्यवतीच्या दोन मैत्रिणी धावत धावत माझ्याकडे आल्या. माझ्याजवळ एक सोन्याची अंगठी देत म्हणाल्या, "मेमी चेची, ही प्रीतीची अंगठी आहे. (आपण या मुलीला 'प्रीती' म्हणू या.) बाथरूममध्ये काढून ठेवली आणि विसरली आहे. शोधू दे आता तिला. तुमच्याकडे येईल ना मागायला, तेव्हा चांगली उलटतपासणी घेऊन मगच परत करा बरं का!" ही नुसती गंमतच होती. म्हणून मी त्यात भाग घेतला आणि त्या पोरींच्या सांगण्याप्रमाणे वागले. बऱ्याच वेळा मी

इतर मुलींना असल्या मूर्ख, पण निरुपद्रवी गमतीजमती करू देत असे.

प्रीतीने अशीच एकदा माझ्यासाठी एक भेटवस्तू आणली. एक चमचमता क्रॉस! मी काही तो घेतला नाही. परत पाठवला. पुढच्या आठवड्यात तो क्रॉस तिने पोस्टाने माझ्याकडे पाठवून दिला. पुढे 'ऑल इंडिया कॅथॉलिक युनिव्हर्सिटीज फेडरेशन'च्या निवासी शिबिराच्या वेळी तिने जाहीर केलं की, तिने कॉन्व्हेंटमध्ये जाण्याचा निर्णय घेतला आहे. कदाचित माझ्याबद्दल वाटणाऱ्या ओढीमुळेच तिला असं वाटू लागलं असेल. हळूहळू आमची चांगली मैत्री झाली. म्हणजे अगदी खऱ्या अर्थाने आमच्यात स्नेहभावना वाढली. तिच्या घरची माणसं आली की, मला भेटायला येत असत. आमच्या अम्मालाही प्रीती आवडू लागली. परीक्षेपूर्वीच्या सुट्या लागेपर्यंत सगळं ठीक होतं. सुटीत प्रीती घरी राहायला गेली. मी होस्टेलवरच होते. त्या वेळी परिस्थितीने कुरूप वळण घेतलं.

प्रीतीच्या शेजारी राहणारी एक मुलगी परीक्षेसाठी कॉलेजमध्ये येणार होती. तिच्याबरोबर प्रीतीने माझ्याकडे एक बॉक्स पाठवला. त्यात काही फोटो, एक पत्र आणि स्वत: बनवलेला जुईचा गजरा होता. तिची मावशी अमेरिकेहून आलेली होती. तिचे आणि तिच्या कुटुंबाचे फोटो होते आणि प्रत्येक फोटोचं वर्णन करणारं पत्र होतं. मी ते फोटो पाहिले, तिच्या पत्राला उत्तर लिहिलं आणि बॉक्स त्या मुलीकडे परत देणार होते तेवढ्यात सुपरिंटेंडेंट सिस्टरने पाहिलं आणि तो बॉक्स जप्त करून कपाटात ठेवून दिला. त्यावेळी मी नेमकी कशाला तरी बाहेर गेलेली होते. पण मदतनीस मुलीने मला ही गोष्ट सांगितली.

त्या सुपरिंटेंडेंटने माझ्या वाईट वागणुकीचा पुरावा म्हणून तो बॉक्स ठेवून घेतला होता. होस्टेलच्या मोलकरणीने चोंबडेपणा करून त्या बॉक्समध्ये एक चिठ्ठी टाकली होती. त्यात माझ्याविषयी आणि प्रीतीविषयी चावट मजकूर लिहिला होता. मी ते सगळं विनोदाने घेत हसण्यावारी नेलं खरं, पण पुढे त्याचाच वापर माझ्या धार्मिक जीवनावर शिंतोडे उडवण्यासाठी केला गेला. माझा नाइलाज होता.

मावशी अमेरिकेला परत जाण्यापूर्वी प्रीतीला ते फोटो हवे होते. तिच्या आईवडिलांनी सुपरिंटेंडेंट सिस्टरला फोन केला, पण तिने बॉक्स लपवल्याचा साफ इन्कार केला. मला याचा काही अर्थच कळेना. विचार करून-करून डोकं फिरायची वेळ आली.

माझी युनिव्हर्सिटीची अंतिम परीक्षा जवळ आलेली होती. आता पूर्ण लक्ष अभ्यासावर केंद्रित करायला हवं होतं. पण मन सैरभैर झालं होतं. माझं चारित्र्य पणाला लागलेलं असताना, मी अभ्यास करू शकत नव्हते. केवळ वरिष्ठ अधिकाऱ्यांनी सांगितलं म्हणून मी पदवी परीक्षेला प्रवेश घेतला होता. जर कॉन्व्हेंटमध्ये प्रवेश करायलाच मला अपात्र ठरवलं जाणार असेल, तर इतर कशातच मला स्वारस्य

नव्हतं. नव्या आयुष्याबद्दलची महत्त्वाकांक्षा, उमेद मला सोडू पाहत होती. माझं दु:ख वॉर्डन सिस्टरला सांगितलं असतं, तर जरा हलकं झालं असतं. पण ती एका रिट्रिटसाठी परगावी गेली होती.

माझ्या मैत्रिणींना माझ्या मनाची अवस्था लक्षात आली. म्हणून त्या आळीपाळीने मला धडे वाचून दाखवू लागल्या आणि परीक्षेची तयारी करण्यासाठी मदत करू लागल्या. अर्धवट जागी, अर्धवट डुलक्या घेत मी त्यांचे वाचन ऐकत बसे.

दुसऱ्या दिवशी मी परीक्षा हॉलवर गेले तर टीचर सिस्टरने मला पाहून विचारलं, ''काय झालं गं मेमी? अशी थडग्यातून उठून आल्यासारखी पांढरीफटक का दिसतेयस तू?'' मला एकदम रडूच कोसळलं. केवळ त्या टीचरने मला खूप धीर दिला म्हणून मी बेल वाजल्यानंतर परीक्षा हॉलमध्ये शिरू शकले.

माझ्या आयुष्यातील सर्वांत वाईट गेलेली ती परीक्षा. मी टीचरजवळ सगळं सांगितल्यावर तिने जाऊन सुपरिंटेंडेंटला विचारलं, पण असं काहीच न घडल्याचं सांगून तिने कानावर हात ठेवले. टीचर सिस्टरने हस्तक्षेप केल्यामुळे माझी पुढे होणारी चौकशी आणि शिक्षा टळली होती; परंतु ते फोटो मला परत मिळालेच नाहीत. प्रीतीची मावशी फोटो न घेताच अमेरिकेला परत गेली. मी अम्माबरोबर घरी परत आले आणि सिस्टर्स ट्रेनिंगसाठी मला बोलावतील म्हणून वाट पाहू लागले. पण मला त्यासाठी आणखी काही दिवस थांबावं लागणार होतं.

काही दिवसांनी धार्मिक अधिकाऱ्यांकडून मला फोन आला. सी.एम.सी. सिस्टर्सनी चालवलेल्या एका कॉलेजमध्ये मला शिकवावं लागणार होतं. हा माझ्या ट्रेनिंगचाच एक भाग असणार होता. मला हे खूपच छान वाटलं. प्री-डिग्रीच्या विद्यार्थिनींना शिकवणं हा एक थरारक अनुभव होता. बऱ्याच मुली जवळच्या पारापूर खेड्यातून आलेल्या होत्या. गरीब, दुबळ्या. त्यांनी गावाबाहेरचं जग पाहिलेलं नव्हतं. कॉलेज शिकायला एवढ्या लांब शहरात आल्या, हेच त्यांच्यासाठी खूप झालं होतं. अर्थातच त्यांना इंग्रजीचा गंधही नव्हता.

आता कोणत्याही दिवशी माझ्या पदवी परीक्षेचा निकाल लागणार होता. मी कोणत्या मन:स्थितीत पेपर्स दिले ते आठवलं की मला वाटे, आता काही चमत्कार घडला तरच मी पास होईन. खरं तर युनिव्हर्सिटीच्या गुणवत्ता यादीत येण्याच्या दृष्टीने मी तयारी केली होती, पण ते आता दिवास्वप्नच ठरणार होतं. निकाल लागला. एक मैत्रीण येऊन सांगू लागली की, मी 'इंग्रजी साहित्य' या विषयात युनिव्हर्सिटीत दुसरी आले! कॉलेजमध्ये आनंदीआनंद झाला. कारण अनेक वर्षांत या विषयामध्ये कुणी युनिव्हर्सिटी पातळीवर चमकलं नव्हतं. पण माझ्या विद्यार्थिनींच्या उत्स्फूर्त प्रतिसादाने मात्र मी अवाक झाले! आतापर्यंत युनिव्हर्सिटीत पहिल्या-दुसऱ्या आलेल्यांची त्या फक्त पेपरात नावं वाचायच्या नि फोटो बघायच्या आणि

आता असं यश मिळवणारी व्यक्ती साक्षात त्यांच्यासमोर उभी होती. त्या हरखून गेल्या नसल्या, तरच नवल!

अवर्णनीय आनंदाने माझे डोळे मिटले गेले आणि मी येशूची प्रार्थना केली. 'माझ्या लाडक्या येशू, केवळ तूच हे घडवलं आहेस, केवळ तूच!!'

त्या संध्याकाळी मदर प्रॉव्हिन्शिअल, असिस्टंट प्रॉव्हिन्शिअल आणि सुपिरिअर जनरल माझं अभिनंदन करण्यासाठी आल्या. त्यांनी मला विनंती केली की, आता मी पदव्युत्तर शिक्षणासाठी अमला कॉलेजमध्ये प्रवेश घ्यावा. माझं प्री-डिग्रीचं शिक्षण याच कॉलेजमधून झालेलं होतं.

मी त्यांना म्हणाले की, "मला पहिल्यांदा नन करून घ्या. मी तीन वर्षं वाट पाहिली ना? तुम्ही सांगाल ते ते करत गेले की नाही? मग आता माझ्यासाठी एवढं कराच." माझ्या भावना लक्षात घेऊन त्या म्हणाल्या, "ठीक आहे. तू प्रार्थना कर आणि जीझस काय म्हणतो, ते आम्हाला सांग." दुसरा पूर्ण दिवस मी प्रार्थना आणि ध्यानधारणेत घालवला. शेवटी त्या म्हणाल्या होत्या तसंच वागण्याचा निर्णय घेतला.

अशा रीतीने मी पुन्हा एकदा माझ्या जुन्या वर्गमैत्रिणीबरोबर अमला कॉलेजमध्ये आले. १९७७ साल होतं. मी दोन वर्षं तिथे शिकणार होते. माझ्या नशिबाने त्या वर्षी नवीन नियम लागू झाला होता. त्या वर्षीपासून 'ॲस्पिरन्ट' नन या इतर सिस्टर्सच्या बरोबर कॉन्व्हेंटमध्येच राहू शकणार होत्या. माझा आनंद शब्दांच्या पलीकडचा होता. अनेक वर्षांच्या प्रतीक्षेनंतर मी समारंभपूर्वक कॉन्व्हेंटमध्ये प्रवेश करणार होते. नन्सबरोबर प्रार्थनांना जाणं, जेवणघरात त्यांच्याबरोबर जेवण घेणं, एकाच हॉलमध्ये झोपणं... माझा नन्सशी खूपच जवळून संबंध येणार होता.

तिथे सगळ्या सिस्टर्स जोडीजोडीने राहतात. बरोबर फिरतात, बरोबर जेवतात, बरोबर काम करतात, करमणुकीसाठी बरोबर जातात. अगदी अंघोळीला जाताना बाथरूमपर्यंत एकमेकींची सोबत करतात. जोडीदाराचा आधार असल्याशिवाय तिथे राहणं कठीणच आहे. तुम्ही जेव्हा आजारी पडता, उपाशी राहता तेव्हा फक्त जोडीदारच तुमची काळजी घेऊ शकते.

प्रत्येक कॉन्व्हेंटमध्ये एक देवालय (चॅपेल), जेवणघर (रिफेक्टरी) आणि राहण्यासाठी खोल्या असतात. हॉलमध्ये (पार्लर) आणि चॅपेलमध्ये बाहेरच्या लोकांना प्रवेश असतो, पण इतर जागा या खासगी समजल्या जातात. तरी [१]चॅप्लीन तिथे प्रवेश करू शकतात. सिस्टरच्या राहण्याच्या खोलीत मात्र सिस्टर्सशिवाय कुणीही प्रवेश करू शकत नाही. प्रत्येक सी.एम.सी. सिस्टरला, पडद्यांनी आडोसा केलेली का होईना, पण एक स्वतंत्र खोली असते. बाहेरच्या मोलकरणी फक्त

---

१. चॅप्लीन : चॅपेलमधील धर्मोपदेशक

आवारात आणि भटारखान्यात येऊ शकतात. प्रत्येक कॉन्व्हेंटला एक बाग असते. कारण रोजच्या प्रार्थना आणि इतर सेवांसाठी फुले लागतात. आम्ही ॲस्पिरन्ट असताना किंवा नंतर पॉस्ट्युलंट आणि अगदी नोव्हाइस झाल्यानंतरसुद्धा आम्हाला कॉन्व्हेंट चालवण्याकरिता दैनंदिन अंगमेहनतीची कामं फारशी करावी लागत नाहीत. त्यासाठी वेगळ्या सिस्टर्स असतात. त्यांचा आमच्याशी फारसा संबंध येत नाही. या बायका अगदी लहान मुली असतानाच कॉन्व्हेंटमध्ये आलेल्या असतात. आयुष्यभर प्रभूची सेवा करण्यासाठी वचनबद्ध असतात. त्या समाजाच्या अगदी खालच्या निर्धन थरातून आलेल्या असतात. त्यांना शिक्षण मिळालेलं नसतं. चेडूथी (सेविका भक्त) किंवा मोलकरणी म्हणूनच त्यांचा अवघा जन्म कॉन्व्हेंटमध्ये काबाडकष्ट करण्यात जातो.

त्यांच्यापैकी बऱ्याच जणी असंतुष्ट असतात. 'धड कॉन्व्हेंटच्याही नाहीत आणि घरच्याही नाहीत' अशा स्वत:च्या बिकट अवस्थेबद्दल कायम कुरकुर करत राहतात. त्यातल्या ज्या कुमारिका राहतात, त्यांनाच फक्त कॉन्व्हेंटमध्ये राहू दिलं जातं. मेल्यानंतर मात्र त्यांना विधिपूर्वक अंत्यसंस्कार करून कॉन्व्हेंटमधील सिस्टर्सशेजारीच दफन करण्याचा मान दिला जातो. नन्सप्रमाणे यांनाही विशेष प्रार्थनेद्वारा सलामी दिली जाते. या स्त्रिया खरोखर रत्नांसारख्या अस्सल असतात. खूप प्रेमळ आणि काळजी घेणाऱ्या. मला नेहमी असं वाटतं की, या चेडूथी नन्सच्या अगोदर स्वर्गात पोहोचत असतील आणि 'यांना प्रवेशद्वार उघडून आत घ्या' म्हणून तिथे नन्सची शिफारस करत असतील!

या कॉन्व्हेंटमधील बऱ्याच ज्युनिअर सिस्टर्स कॉलेजला जात होत्या. दाया कॉलेजप्रमाणे इथे आम्हाला मार्गदर्शन करण्यासाठी सिस्टर मिस्ट्रेस नव्हती. या कॉलेजच्या पोरी कसल्या खोडसाळ होत्या. मस्त गँग होती त्यांची. एकदा त्यातल्या एकीने मिठाई आणली आणि आम्हाला सक्तीने ती खाऊ घातली. मग कुणाची इच्छा असो वा नसो. अर्थात मला गोड आवडतं, त्यामुळे मला त्याचं काही वाटलं नाही.

कॉलेजमध्ये काम करणाऱ्या सिस्टर्सची आम्हाला वाट पहावी लागे. त्यानंतर बाहेरचा मुख्य दरवाजा बंद होई आणि मग खोडकर ज्युनिअर सिस्टर्सचे कारनामे सुरू होत. कुलूपबंद असलेली कपाटं नखाने उघडायची आणि त्यातून बिस्किटं, वेफर्स आणखी काय काय खाण्याच्या वस्तू काढून खायच्या. कधीकधी फ्रीजमधील उकडलेली अंडीसुद्धा चोरून आणीत.

तिथे केव्हा केव्हा सिस्टर्समध्ये आपापसात लैंगिक चाळेही चालायचे. तसं पाहिलं तर कॉन्व्हेंटमध्ये स्पर्शाचा नियम (Rule of touch), शांततेचा नियम (Rule of silence) आणि नजरेचा नियम (Rule of sight) हे फार काटेकोर पाळले जातात. कुठल्याही सिस्टरने दुसरीला स्पर्श करायचा नसतो. पण अशा काही

सिस्टर्स होत्या, ज्या एकमेकींशेजारी बसून पावलांचे खेळ खेळत. म्हणजे एकमेकींच्या पावलात पावलं गुंतवून घासत राहायचं किंवा मग एखादीचा हात दुसरीच्या शरीरावर ड्रेस नीट करण्याच्या मिषाने फिरत, कुरवाळत रहायचा. पण असे प्रकार फार थोडे आणि क्वचित घडत असत.

परंतु काही सिस्टर्स जेव्हा अगदीच अपेक्षेविरुद्ध वागत, तेव्हा मला फार आश्चर्य आणि खेद वाटत असे. माझी एक शिक्षिका सिस्टर वयस्कर होती. ती आमच्या मासिक सलोखा दिनाच्या तासन्‌तास चालणाऱ्या प्रार्थना नेहमी चुकवीत असे. प्रत्येक महिन्याच्या दुसऱ्या शनिवारी 'सलोखा दिन' पाळण्यात येई. या दिवशी प्रार्थनेनंतर समाजाचं उत्थापन करण्याच्या दृष्टीने चर्चा असत. भाषणे, चर्चा याद्वारे समाजात सलोखा वाढवण्याचे प्रयत्न केले जात.

सर्वप्रथम त्या दिवसासाठी ठरलेला विषय सांगून सुपिरिअर त्यावर व्याख्यान देत. मग सिस्टर्सपैकी प्रत्येकजण उठून बोलत असे. आजच्या विषयाला अनुसरून वागताना स्वत:च्या काय चुका झाल्या, कुठे कुठे अपयश आलं हे सांगून येशूची आणि समाजाची क्षमा मागत असे. थोडक्यात, आत्मिक आणि आध्यात्मिक विकासासाठी स्वत:ला शुद्ध करणे, ही कल्पना त्यामागे होती. यातलं मूळ तत्त्व खरोखर फार चांगलं होतं, पण बऱ्याच वेळा त्याची अंमलबजावणी नीट व्हायची नाही.

माझी ती वयस्कर सिस्टर शिक्षिका या प्रार्थनेच्या वेळी नेमकी रूमची साफसफाई, पसारा आवरणं, कपडे धुणं, झोप काढणं यात वेळ घालवायची. याचं मला फार आश्चर्य वाटत असे. वास्तविक ही कामं फावल्या वेळातच करावीत असा नियम होता.

आमच्या ऑफिसमध्ये काम करणारी एक सिस्टर खासगीरीत्या बी.ए.च्या परीक्षेला बसत होती. मी तिला शिकवत असे. पण तिचं म्हणणं असं की, हे शिकवणंसुद्धा कुणाला न कळता गुपचूप व्हायला पाहिजे. म्हणून आम्ही एका छोट्या गच्चीत मुकाट्याने जायचो आणि तिथे मी तिला शिकवायची.

तसंच इथे गटबाजी पण खूप होती. असला गैरप्रकार इथे चालत असेल असं मला वाटलं नव्हतं. तुम्हाला कॉन्व्हेंटमध्ये सुखानं राहायचं असेल, तर कुठल्यातरी ग्रुपला धरूनच तुम्हाला राहावं लागतं. म्हणजे इतर कुणी तुमच्या विरुद्ध कारवाया करू लागलं, तर निदान तो ग्रुप तुम्हाला वाचवू शकतो. पण मी मात्र कुणाचीच बाजू न घेता दोन्ही गटांना संतुष्ट राखण्याचा प्रयत्न करत होते; मला शांततेने जगता यावं म्हणून. त्याचा एक फायदा झाला. जेव्हा वरिष्ठ सिस्टर्सना माझ्या वर्तणुकीबद्दल रिपोर्ट पाठवायचा असे तेव्हा ती कुठल्याही ग्रुपची असली, तरी माझ्याबद्दल चांगलंच लिहीत असे.

आणखी एक सिस्टर होती. ती स्टेजवर सादर करण्यासाठी माझ्याकडून छोटी छोटी नाटकं लिहून घेत असे. अशा रीतीने मी या ना त्या प्रकारे कॉन्व्हेंटच्या सर्व उपक्रमांत भाग घेऊ लागले.

माझा एम.ए.चा निकाल लागायचा होता, तेव्हाच मी 'पॉस्ट्युलन्सी' म्हणजे नन होण्याच्या पुढच्या टप्प्यावर पोहोचले. आता या ठिकाणी माझ्या घरातल्या सगळ्या नातलगांचा, झाडांचा, पाळीव प्राण्यांचा, इतर सर्व नातेवाइकांचा अखेरचा निरोप घ्यावा लागणार होता. कारण यानंतर कधीच मी घरी राहू शकणार नव्हते. आम्हाला कॉन्व्हेंटमधून लांबलचक यादी देण्यात आली होती. त्यातल्या सगळ्या वस्तू घेऊन आम्ही कायमच्या कॉन्व्हेंटमध्ये राहायला जाणार होतो. या वेळेला आम्हाला चर्चला एक ठरावीक रक्कम पॅट्रीमनी (हुंडा) म्हणून देणगी द्यावी लागते. अर्थात ती रक्कम हुंड्याहून खूपच कमी असते.

पॉस्ट्युलन्सीच्या सहा महिन्यांत आम्हाला थोडंसं बायबल, थिऑलॉजी, सी.एम.सी.ची घटना, प्रार्थना कशी म्हणायची याचं शिक्षण देण्यात आलं. मग आम्ही चर्चच्या कायद्यानुसार होणाऱ्या प्रार्थनेत भाग घ्यायला सुरुवात केली. सकाळची प्रार्थना (सप्रा), संध्याकाळची प्रार्थना (रमसा) आणि रात्रीची प्रार्थना (लेलिया). या वेळी आम्हाला आळीपाळीने प्रार्थनेचं नेतृत्व करणं, कॉयर लीडर म्हणून गाण्याची सुरुवात करून देणं (आमच्या मागे इतर सर्वांनी म्हणायचं) असं करावं लागे. पूजा, उपासना व प्रार्थना कशा करायच्या तेही आम्हाला शिकवलं गेलं.

याव्यतिरिक्त बागेत, स्वयंपाकघरात, लायब्ररीमध्ये आम्हाला इतरांबरोबर कामं नेमून दिलेली होती. कधीकधी मोठ्या सणांच्या प्रसंगी आम्हाला सांस्कृतिक कार्यक्रमात भाग घेऊन वेगवेगळे पोशाख करून नृत्य, अभिनय आणि गाणं सादर करायला मिळे. विविध खेळांच्या स्पर्धासुद्धा घेतल्या जात.

आता मला धार्मिक कार्यक्रमात सहभागी होता येत होतं. त्यामुळे मी खुशीत होते. शांत झाले होते. माझ्या एका मैत्रिणीचा चुलतभाऊ पोस्टग्रॅज्युएट एक्झामिनेशन बोर्डात कामाला होता. त्याच्याकडून कळलं की, मी एम.ए.च्या परीक्षेत बोर्डात दुसरी आले होते. त्यामुळे माझा आनंद द्विगुणित झाला. घरच्यांनीसुद्धा माझं त्याबद्दल अभिनंदन केलं. पण कॉन्व्हेंटच्या 'आज्ञापालनातून होणाऱ्या दडपशाही'ला मला पुन्हा एकदा तोंड द्यावं लागलं. सिस्टर क्लॉडियांनी सांगितलं, की माझा तिसरा नंबर आला आहे. कसा काय? मला आश्चर्य वाटलं. म्हणजे युनिव्हर्सिटी मेंबर्सची अंतिम बैठक झाल्यानंतरही कुणी माझ्या मार्कांची अफरातफर केली की काय?

पण नंतर सिस्टर क्लॉडियांनीच मला बोलावून सांगितलं, ''हे बघ मेमी, तू आता कॉन्व्हेंटमध्ये आली आहेस ना, त्यामुळे तुला लगेच नोकरी मिळेल. कोणती अडचण येणार नाही. पण त्या मुलीला तिसऱ्याऐवजी दुसरा नंबर मिळाला, तर

तिचा बिचारीचा फायदा होईल.'' हे काही बरोबर नव्हतं. मलाही कळत होतं ते. पण एवढ्या मोठ्या वयस्कर बाईला मी कसा काय दोष देणार? तुम्ही माझ्यावर जळता, माझा द्वेष करता असं थोडंच म्हणू शकत होते? आणि त्यावेळी माझं सगळं लक्ष आपण 'सिस्टर' कधी होतो, याकडे लागलेलं होतं. त्यामुळे मदर प्रॉव्हिन्शिअलने जेव्हा मला स्टाफ इंटरव्ह्यूसाठी जायला सांगितलं, तेव्हा मी पुन्हा एकदा विचारलं, ''मदर, मला त्या अगोदर 'सिस्टर' का करून घेत नाही तुम्ही? किती वर्षांपासून मी वाट बघतेय त्या गोष्टीची? आणखी किती वाट पाहावी लागणार आहे मला?''

शेवटी मोठ्या मिनतवारीने ती तयार झाली. माझं प्रशिक्षण सुरू झालं. हा जणू माझ्या खटल्यांचा आणि शिक्षेचा काळ होता. माझी खूप कसून तपासणी केली जात होती. कारण मी एम.ए.च्या परीक्षेत इतकं यश मिळवल्यानंतर शेफारून जाईन, उद्धटपणाने वागेन असं त्यांना वाटत होतं. मी प्रॉव्हिन्शिअल चर्चमध्ये जाऊन मुकाट्याने आसवं ढाळीत बसे. माझ्या बॅच मैत्रिणी विचारीत, ''ही मिस्ट्रेस तुझ्याच वागण्यातील दोष सारखी का काढत असते?''

''अगं, येशूचं माझ्यावर खूप प्रेम आहे ना, त्यामुळे तो तिच्याकरवी माझ्यातील दोष काढून मला शुद्ध करतो आहे, असंच मी समजते. दुसरं काय?''

मोठ्या शिक्षांमध्ये, कामावरून तात्पुरतं किंवा कायमचं काढून टाकणं, ठरावीक मुदतीसाठी कुठल्याही पदासाठी निवड होण्याचा, निवडणुकीत मत देण्याचा, हे अधिकार काढून घेणं, एखाद्या स्थानिक समितीतून काही काळासाठी बडतर्फ करणं, अशा शिक्षांचा समावेश असे.

परंतु वस्तू जागच्या जागी ठेवायला विसरणं, वस्तू हातातून पडून फुटणं किंवा एखाद्या वस्तूला डाग पडून खराब होणं अशा छोट्या चुकांसाठी इतर लहान लहान शिक्षाही भोगाव्या लागत. कधीकधी अशा शिक्षेच्या वेळी फार विनोदी परिस्थिती निर्माण व्हायची.

एकदा काय झालं, बागकाम करून एक सिस्टर कुदळ जागेवर ठेवायची विसरली, तर दुसरीकडून पाण्याची बादली भलतीकडेच ठेवली गेली आणि ती बादली हरवली. त्या दोघींना भोजनकक्षात, जेवणापूर्वीच्या प्रार्थनेवेळी गुडघ्यावर चालत फेऱ्या मारायला लावलं. एकीच्या हातात होती कुदळ आणि दुसरीच्या हातात बादली. कडेने आम्ही सगळ्या शांतपणे प्रार्थना म्हणत होतो. काय गंमत वाटली असेल आम्हाला ते विचित्र दृश्य पाहून गुपचूप हसताना! कल्पना करा.

पण इतर काही सिस्टर्सना फार गंभीर शिक्षा भोगाव्या लागल्या. सिस्टर सुधीनाला तर दोनदा पॉस्ट्युलन्सी करावी लागली. अर्थात नोव्हिसिएटच्या पुढच्या पायरीवर जाण्यासाठी आपली तयारी पूर्ण झाली आहे की नाही, याबद्दल तिची स्वत:चीसुद्धा खात्री नव्हती, हा भाग वेगळा! ती येशूची अनुयायी बनण्याकरता ज्या

कॉन्व्हेंटमध्ये भरती झाली, तिथे तिचा छळ झाला आणि याचाच एक भाग म्हणून तिची सहा महिन्यांची पॉस्ट्युलन्सी आणखी सहा महिन्यांनी वाढवण्याची शिक्षा तिला भोगावी लागली. तर सिस्टर केसी ही फार तापट असल्यामुळे तिची पॉस्ट्युलन्सी अधिकाऱ्यांनी वाढवली. नंतर एक पदाधिकारी सिस्टर मला सांगत होती की, खरं तर त्यांना तिच्या त्रासदायक स्वभावामुळे काढून टाकायचीच इच्छा होती, पण ती श्रमाची कामं फार चांगली करायची (मोलकरणी करतात तसली हलक्या दर्जाची कामं), म्हणून त्यांनी तिला ठेवून घेतली.

पॉस्ट्युलन्सी झाल्यावर सहा महिन्यांनी 'कॅनॉनिकल नोव्हिसिएट' सुरू होई. पॉस्ट्युलन्स मिस्ट्रेसची शिफारस आणि मुलाखतीवरून यासाठी निवड करण्यात येत असे. हा नोव्हिसिएटचा काळ एक वर्षाचा असून, यात फार कडक प्रशिक्षण घ्यावं लागतं. संपूर्ण वर्षात फक्त दोन वेळा आम्हाला घरच्या माणसांना भेटू दिलं जातं, तेही हॉलमध्ये, मर्यादित वेळासाठी! त्या काळात आम्ही इतर कुणाशी बोलायचंदेखील नसतं. फक्त बरोबर शिकणाऱ्या वर्गमैत्रिणी नोव्हाईस मिस्ट्रेस, मदर प्रॉव्हिन्शिअल आणि कौन्सिलर यांच्याशीच बोलायचं.

या काळात आज्ञापालनाची शपथ, साधेपणाची शपथ आणि दारिद्र्याची शपथ यांच्याबद्दलची प्रवचने अत्यंत गंभीरपणे, लक्षपूर्वक ऐकावी लागतात. तसंच समाज जीवनाविषयीचे अनेक सिद्धांत शिकवले जातात.

वेगवेगळ्या विषयांच्या लेखी परीक्षा द्याव्या लागतात. सिस्टर (नोव्हिसिएट मिस्ट्रेस) आमच्या अनेक वर्तणूक चाचण्या घेत असते. आमची प्रत्येक हालचाल, शब्द, कृती याची विचक्षणा अधिकारी करत असतात. त्यांचे झालेले अनेक गैरसमज आम्हाला दूर करावे लागतात. वातावरणात एक प्रकारचा ताण भरलेला असतो, कारण आपल्याला यापुढे कॉन्व्हेंटमध्ये राहू देणार की बाहेर काढलं जाणार याची भीती प्रत्येकीच्या मनात असते.

पुन्हा एकदा माझ्यापुढे स्टाफ इंटरव्ह्यूचा प्रस्ताव आला. या वेळी 'तू हजर राहायलाच पाहिजे' म्हणत, मदर प्रॉव्हिन्शिअलने माझ्यावर सक्तीच केली आणि शिक्षिका म्हणून माझी निवड झाली. त्यामुळे 'कॅनॉनिकल नोव्हिसिएट'साठी करत असलेल्या तयारीत खंड पाडून मला अमला कॉलेजमध्ये रुजू व्हावं लागलं. पुन्हा एकदा कठीण काळ आला. शनिवारी-रविवारी नोव्हिसिएटमध्ये जायचं आणि इतर दिवस अमला कॉलेजमधील 'वैरिणी' सिस्टरसोबत काढायचे. त्यांनी माझ्या बाबतीत एक आगळीक अशी केली, ती मी कधीच विसरू शकणार नाही. त्या चुकीमुळे मला नोव्हिसिएटमध्ये पुन्हा एकदा नव्याने प्रवेश घ्यावा लागला. त्याचं असं झालं की, मला शिक्षिका होण्याची ऑर्डर आली त्याप्रमाणे २१ ऑक्टोबरपासून मी नोकरीवर रुजू झाले. मॅनेजरच्या ऑर्डरमध्ये तीच तारीख लिहिलेली होती. पण

कॉलेजच्या रजिस्टरमध्ये मात्र मी १४ ऑक्टोबरपासून रुजू झाल्याचा चुकीचा उल्लेख होता. यात माझी काहीच चूक नव्हती. कदाचित ऑफिस स्टाफच्या नजरचुकीने तसं झालं असेल. पण दु:खाची गोष्ट अशी की, त्यामुळे मला १४ ते २१ ऑक्टोबर कॉलेजमध्ये आल्याच्या खोट्या सह्या कराव्या लागल्या. वास्तविक त्या काळात मी नोव्हिसिएटमध्ये होते. मी सह्या केल्या, पण निषेध नोंदवूनच!

उदात्त अशा शिक्षकी पेशाची सुरुवात झाली ती खोट्या सह्या करून, याचं मनाला फार वाईट वाटलं. अशा वेळेला त्या आज्ञापालनाच्या शपथेचाही धिक्कार करावासा वाटतो.

चार महिने कॉलेजमध्ये शिकवल्यानंतर मी नोव्हिसिएटमध्ये परतले आणि पुढच्या बॅचसाठी पुन्हा प्रवेश घेतला.

~

"चाय.... चाऽऽय.... कॉफी.... कॉफी."

ओ हो! मी अजून प्रवासातच होते तर! दुसरा दिवस उजाडला होता. मोबाईल फोनवर माझ्या भाच्याचा 'श्रीजिल'चा SMS होता 'तुमच्याकडून प्रतिसाद येत नसल्याने फादर जोसेफ बेचैन आहेत. कृपा करून त्यांना फोन करा, सिस्टर मेमी.' एका तासातच फादर जोसेफचा पुन्हा फोन आला. मी त्यांना संदेश पाठवला. 'मी केरळमध्ये आहे. आठ सप्टेंबरनंतर तुम्हाला सगळं सविस्तर कळवेन.'

त्यानंतर पुन:पुन्हा त्यांचे फोन येत राहिले. मी लक्ष दिलं नाही. अजून एक संपूर्ण दिवसाचा प्रवास बाकी होता.

पांढरे कमळ

मी अजूनही ट्रेनमध्येच होते. डब्यातले लोक दुपारच्या जेवणानंतर वामकुक्षी करण्याच्या बेतात होते. थबकलेले माझे विचार पुन्हा उडून माझ्या शिकाऊपणाच्या दिवसांत पोहोचले. कॅनॉनिकल नोव्हिसिएट पूर्ण करण्याकरिता मला पाच महिने माझ्या ज्युनिअर बॅचसोबत काढावे लागणार होते. सिस्टर इनचार्जप्रमाणे अख्ख्या कॉन्व्हेंटलाच ही बॅच आवडत नव्हती. या शिकाऊ मुलींमध्ये काही खोटं बोलत असत, तर काहींचे एकमेकींबरोबर नको तसले संबंध होते, वगैरे...वगैरे. त्यांच्याबरोबर राहताना माझ्या त्रासात भरच पडली होती.

त्या काळातल्या माझ्या सगळ्या अपयशी कृतींचा 'सैतानाच्या सल्ल्यानुसार केलेल्या कृती' असा चुकीचा अर्थ लावण्यात आला होता. मला आठवतंय, त्या काळात मी कमालीची दु:खी झाले होते. अगदी माझ्या 'Good Samaritan' होण्याच्या प्रयत्नाबद्दलसुद्धा गैरसमज करून घेतला गेला होता. काही दुर्दैवी घटनाही त्या काळात घडल्या होत्या. एकदा कॉन्व्हेंटमध्ये माझ्या हातून कॅसेटचा बॉक्स खाली पडला. सगळ्या कॅसेट्सची प्लॅस्टिक कव्हर्स तुटून निघाली. दुसऱ्या एका प्रसंगी, मी बिशपच्या दोन क्रिस्टल काचेच्या दारूच्या बाटल्या चकचकीत करत होते. त्या अत्यंत पवित्र आणि मौल्यवान होत्या. कारण त्यात [१]Eucharist ची वाईन ठेवलेली होती. त्यातली एक बाटली माझ्या हातून निसटली आणि जमिनीवर पडून फुटली होती. तिचे तुकडे तुकडे झाले होते. यापेक्षा अधिक वाईट कुणाच्या हातून काय होऊ शकणार होतं? खरोखर त्यावेळी मला एखाद्या भयानक दुष्टात्म्याने पछाडलं होतं की काय?

त्या दिवसांत मी अगदी गांधीजींप्रमाणे विनम्र झालेली होते, पण जो कोणी

---

१. Eucharist - येशू ख्रिस्ताने मरणाच्या आदल्या रात्री आपल्या भक्तांसमवेत घेतलेल्या अखेरच्या जेवणाची आठवण म्हणून दरवर्षी ठरावीक दिवशी धर्मगुरू आपल्या अनुयायांना वाईन व ब्रेडचा प्रसाद देतात.

मला पाहायचा, तो वाईट ताशेरे मारायचा. एकदा माझी अम्मा मला भेटायला आली होती. तिला मी डोळ्यांत पाणी आणून सांगितलं की, "अम्मा, आताच सामान घेऊन तुझ्याबरोबर घरी आले असते, पण येशूमुळे येता येत नाही. इथलं जीवन मला असह्य झालं आहे. तरीसुद्धा मी राहतेय, कारण येशूला ते हवं आहे."

माझा शिकाऊपणाचा कालावधी संपत आला, तेव्हा ज्येष्ठ आणि कनिष्ठ शिकाऊ सिस्टर्ससाठी एक शिबिर घेण्यात आले. पुन्हा एकदा मी माझ्या जुन्या बॅचसोबत राहिले. साहजिकच माझ्या शिकाऊ सिस्टर म्हणून पहिल्याच शिबिराच्या वेळी आलेला देवाचा अनोखा अनुभव मला आठवत राहिला.

मी तेव्हा अमला कॉलेजमध्येच होते. माझ्यासाठी प्रार्थना करणाऱ्या सिस्टरने माझ्या आध्यात्मिक प्रगतीसंबंधात दोन दृश्ये पाहिली होती. एका दृश्यात एक मोठा प्रकाशाचा झोत होता आणि त्यातून आम्ही सर्वजणी येशूकडे जात होतो. पण मी मात्र सारखी मागे वळून बघत होते. दुसऱ्या दृश्यात आम्ही सगळ्याजणी एका तळ्याकाठी उभ्या होतो. तेवढ्यात प्रखर प्रकाशझोत दिसला. बाकी सगळ्या त्या दिव्य तेजाने दीपून खिळल्यासारख्या उभ्याच राहिल्या. मी मात्र शांतपणे तळ्याकडे गेले आणि तळ्यातल्या पाण्याने चेहरा धुतला. याचा आधार घेत, मला आध्यात्मिक जीवनात मार्गदर्शन करणाऱ्या एका सिस्टरने एकदा शेरा मारला की, "मेमी, तू तुझा फक्त ९९ टक्के भाग येशूला देतेस. मी जेव्हा जेव्हा तुझ्यासाठी प्रार्थना करते, तेव्हा तेव्हा मला जाणवतं की, तुझं येशूवरचं प्रेम एक टक्का कमी पडतंय. तू त्याच्यावर १०० टक्के प्रेम का करत नाहीस?"

यावर मी खूप खूप मनापासून येशूची प्रार्थना केली आणि त्याच्याकडून उत्तरे येण्याची वाट पाहत राहिले. एके दिवशी प्रार्थनेच्या वेळी मला स्फूर्ती आली. मी सिस्टरला म्हटलं, "सिस्टर, आज मी मलाच नोव्हिसिएट चॅपेलच्या ऑल्टरसमोर बसलेलं पाहिलं. त्यावेळी येशूने सरळ माझ्या हृदयात प्रवेश केला, कवी हॉपकिन्सप्रमाणे." त्याच सिस्टरने आम्हाला कवी जेरार्ड मॅनले हॉपकिन्स शिकवला होता. त्या कवीला येशूचे शारीरिक आणि आध्यात्मिक दोन्ही अनुभव आले होते. अचानक येशूने त्याच्या हृदयाचा कब्जा घेतला होता. कवी मग धर्म बदलून कॅथॉलिक झाला आणि पुढे तर मठातच राहू लागला.

याची जबरदस्त किंमत म्हणून त्याला त्याच्या कवित्वाचा त्याग करावा लागला होता. अंतर्मनाशी प्रचंड झुंज देऊन अखेर स्वत:चं धार्मिक जीवन चांगलं व्हावं म्हणून त्याने परमेश्वरानेच दिलेल्या उपजत काव्यबुद्धीला दूर केलं होतं. कारण रूढ संकेत तसेच होते. पण एकदा एक बोट फुटून समुद्रात बुडाली. त्यात इतर प्रवाशांबरोबर पाच सिस्टर्सनाही जलसमाधी मिळाली. त्या प्रसंगी मठाधिपतीने त्याला काव्यरचना करण्यास सांगितलं आणि 'The Wreck of the Deutschland'

ही सुप्रसिद्ध कविता जन्मास आली. प्रार्थना करणाऱ्या हातांनी पुन्हा एकदा लेखणी धरली. मृत्युमुखी पडलेल्या त्या पाच सिस्टर्स म्हणजे फुलाच्या पाच पाकळ्या नव्हे तर क्रुसावर लटकवलेल्या येशूच्या कोमल शरीरावरच्या पाच रक्तलांछित खुणाच जणूकाही... कवीची लेखणी काव्यपंक्तींतून विलाप करू लागली.

त्या कवितेत स्वत:च शोधलेल्या Sprung तालात कवी हॉपकिन्स, येशूच्या प्रत्यक्ष शारीरिक सहवासाचं वर्णन करतो. मला खरोखर आश्चर्य वाटतं, 'सर्वसंग परित्याग' करायचा म्हणून हॉपकिन्ससारख्या माणसाला देवदत्त सौंदर्याभिरुची, संवेदनशीलता, मर्मज्ञता सोडून देण्याची सक्ती का केली जावी? उलट त्यामुळेच तो ईश्वरी अनुभवातला आनंद अधिक रसिकतेने घेऊ शकला नसता का?

नोव्हिसिएटमध्ये परत आल्यानंतर मला येशूने असाच दैवी साक्षात्कार द्यावा अशी इच्छा असूनही आतापर्यंत मिळत गेला होता फक्त कडूपणा आणि नकार. पण धर्मगुरूंची प्रवचने येशूच्या प्रेमाने ओतप्रोत ओथंबलेली होती. त्यामुळे ईश्वरी प्रेम, धार्मिक शक्ती माझ्या मनात चेतवली गेली आणि आध्यात्मिकतेच्या वरच्या पायरीवर गेल्यामुळे नोव्हिसिएटमधील शेवटचे दिवस मला फार सुखाचे वाटले. जिकडे तिकडे त्याच्या अस्तित्वाचं दाट आवरण मला जणू बांधून ठेवीत होतं.

कन्फेशनचा दिवस आला. सगळीकडे गूढ अशी कुजबूज चालली होती. काय झालंय ते मला सर्वांत शेवटी कळलं. सगळ्या मला येऊन सांगू लागल्या, "मेमी, एक गंभीर गोष्ट घडली अ ाहे. त्यामुळे आम्ही सगळ्या फार अस्वस्थ झालो आहोत. विशेषत: कुसुमम् आणि मारिया."

"असं? का बरं? काय झालं?"

"तुला माहीत नाही? इंटरव्ह्यूला गेल्या, तेव्हा त्या दोघींनाही धर्मगुरूने किस केलं!"

मला आठवलं. मलाही त्यांनी 'तसं करू का?' म्हणून विचारलं होतं. मी त्यास सरळ नकार दिला होता. 'या मुलींनीही तसं उत्तर का दिलं नाही? भीतीमुळे, की आज्ञापालनाच्या शपथेत अडकल्यामुळे? आणि आता सगळं वातावरण त्यामुळे गढूळ होऊन गेलंय.

तेच धर्मगुरू जेव्हा कन्फेशनलमध्ये जाऊन बसले, तेव्हा कुणीच त्यांच्यापुढे जाण्यास धजेना. शेवटी कुणीतरी येऊन मला जबरदस्तीने कन्फेशनसाठी जायला लावलं. मी गेले. माझं कन्फेशन देऊन झाल्यानंतर मी त्यांना सांगितलं,

"फादर, मला तुम्हाला काहीतरी महत्त्वाचं सांगायचं आहे. तुमच्या एका कृत्यामुळे सगळ्या मुली बिथरल्या आहेत. त्यामुळे रिट्रिटचा सगळा चांगला परिणाम नष्ट होतोय. तुम्ही ताबडतोब घडल्या चुकीची दुरुस्ती करायला पाहिजे."

त्यावर त्याचा खुलासा आश्चर्यकारक होता!

"मोले, मी त्या प्रत्येकीची आधी परवानगी घेतली होती. ज्यांनी परवानगी दिली, त्यांनाच मी किस केलं आणि ते सगळं बायबलच्या आज्ञेप्रमाणेच होतं."

काही वेळानंतर त्याने मला बायबलमधील खालील वचने दाखवून स्वत:ची बाजू पटवण्याचा प्रयत्न केला.

सेंट पॉल लिहितात -

'Greet one another with a holy kiss.'

'Greet all the brethren with a holy kiss.'

सेंट पीटर म्हणतात -

'Greet one another with a kiss of love.'

आता त्यांच्या मनात फक्त Holy kisses असल्याचे सांगून ते स्वत:च्या कृतीचे समर्थन करू पाहत होते. पण माझ्या बोलण्यामुळे ते चांगलेच वैतागले आणि संतापलेसुद्धा!

'कन्फेशन'नंतर लगेच 'ॲडोरेशन कम इनर हीलिंग सेरेमनी' असतो. त्याचंही संचालन तेच धर्मगुरू करत असतात. ॲडोरेशनसाठी (पूजन) येशूला बाहेर आणलं जातं. इनर हीलिंगमध्ये आईच्या पोटातल्या गर्भावस्थेपासून आजपर्यंतच्या आपल्या आयुष्यातल्या अवस्थांचा संदर्भ येत असतो. त्या धर्मगुरूंनी 'नोव्हिसिएट मिस्ट्रेस'जवळ मला भेटण्याची इच्छा व्यक्त केली. तिने समारंभानंतरच माझी भेट मिळेल म्हणून सांगितलं.

समारंभासाठी आले तेव्हाही ते फारच अस्वस्थ दिसत होते. समारंभ संपल्यावर मला त्यांच्या खोलीत नेण्यात आलं. नंतर आमची सामुदायिक प्रार्थना असल्यामुळे बाकी सगळ्या बाहेर थांबलेल्या होत्या. आता मला त्यांच्या समर्थनाबद्दल बोलण्याची संधी मिळाली. मी म्हणाले, "फादर, तुम्ही काय सिद्ध करू पाहताहात, हे माझ्या लक्षात आलंय. पण माझ्या सीमित बुद्धिमत्तेनुसार मला असं वाटतं की, संस्कृतीतला फरक हा महत्त्वाचा असतो. पाश्चिमात्य देशात अशा प्रकारे प्रेमाची शारीरिक अभिव्यक्ती करणं हा त्यांच्या संस्कृतीचा भाग आहे. पण आपल्या इथे, आपण उष्ण रक्ताची माणसं आहोत. अशा प्रकारच्या कृती अनेक प्रकारे कामोत्तेजक ठरू शकतात."

हे ऐकून फादर अचानक मृदू होऊन म्हणाले, "जर तू धर्मगुरू असतीस तर मी ताबडतोब सॅक्रमेंट (विधी) करून तुझ्यापुढे कबुली दिली असती. पण तसं नसल्यामुळे आता मी फक्त तुला एवढीच विनंती करू शकतो की, माझ्यासाठी प्रार्थना कर."

इथे आमची भेट संपली.

रिट्रिट संपल्यानंतर त्यांनी चॅपेलच्या मध्यभागी गुडघ्यावर बसून मला आणि नोव्हिसिएट मिस्ट्रेसला स्वत:च्या डोक्यावर हात ठेवण्याची विनंती केली होती आणि स्वत:साठी प्रार्थना करण्यास सांगितलं होतं. त्यांनी असंही सुचवलं होतं की,

अजूनही एखाद्या शिकाऊ सिस्टरला अस्वस्थ वाटत असेल तर तिने हिचा (म्हणजे माझा) हात डोक्यावर ठेवून प्रार्थना करून घ्यावी.

इतके दिवस सतत प्रार्थना केल्यामुळे शेवटच्या दिवशी आम्हाला लवकर झोपण्यास परवानगी मिळाली होती. पण कुठल्यातरी अंत:प्रेरणेमुळे माझी पावलं ऑल्टरच्या पायऱ्यांकडे वळली. एका शिकाऊ सिस्टरसोबत मी [१]टॅबरनॅकल समोर गुडघ्यावर बसले आणि क्षणार्धात माझं भान हरपलं. कोणतीही हालचाल नाही, आवाज नाही, प्रकाश नाही, वेळेची जाणीव नाही. मला वाटत होतं, मी हवेत उडते आहे. अचानक ते घडलं! येशूने माझ्या हृदयात प्रवेश केला. गाण्यात मधेच वेगळा ताल यावा तशी जाणीव झाली. ईश्वराने देहाचा ताबा घेतल्याची अनुभूती! वाटलं, माझं हृदय आता फाटतंय..!! माझं जणू एका नव्या व्यक्तीत रूपांतर झालं. येशू आता माझ्या शरीरात होता, अगदी माझ्या हृदयापाशी, कायमचा आणि मनात मात्र एकच इच्छा! मला सतत, असंच त्याचं सान्निध्य मिळत राहावं.

[२]रिफेक्टरीमध्ये प्रत्येक जेवणापूर्वी आम्ही प्रार्थना म्हणत असू, "अवर फादर..." पण आता माझं इतरांसारखं नव्हतं. आता तो तिथेच असल्याची स्पष्ट जाणीव मला होत होती. माझ्या बॅचमधील एका मैत्रिणीने विचारलं, "जेस्मी, मी पाहिलंय, कुठल्याही प्रार्थनेच्या वेळी तू अतिशय आनंदात असतेस. तुला हा अत्यानंदाचा अनुभव येतो, त्याबद्दल आम्हाला काही सांग ना."

मी एवढंच सांगू शकले, "ही येशूची भेट आहे आणि तो त्याच्या प्रत्येक नववधूला ही देत असतो. (साऱ्या सिस्टर्स त्याच्या पत्नी अशी कल्पना असते. कारण त्यांची आयुष्ये त्याच्या चरणी अर्पण केलेली असतात.) जेव्हा आपल्यापैकी प्रत्येकीला हा अनुभव येऊ लागेल, तेव्हा या पृथ्वीवर स्वर्ग अवतरेल."

मी पूर्वी 'सेंट तेरेसा ऑफ अविला' याचं आत्मचरित्र वाचलेलं होतं. पण त्यावेळी मला त्यातलं काही विशेष समजलेलं नव्हतं. आता पुन्हा ते वाचताना, त्यात लिहिलेल्या शब्दांपलीकडचाही अर्थ मला उमजू लागला. बायबलमधील अनेक प्रकरणांकडे मी आता वेगळ्या दृष्टिकोनातून बघू लागले. आता मला भक्तश्रेष्ठ पीटरप्रमाणेच वाटायला लागलं. त्याला चमत्कार होऊन माशाची प्राप्ती झाल्यानंतर त्याने येशूच्या पायांवर लोळण घेतले. "हे प्रभो ऽ, मी एक यक:श्चित पामर, पृथ्वीवरचा पापी माणूस... कशाला आपण माझ्याजवळ येता? कृपा करून आपण मजपासून दूर व्हावं..."

अगदी तसंच प्रत्येक पवित्र सामूहिक प्रार्थनेच्या वेळेला (Holy Mass) मला

---

१. टॅबरनॅकल : चर्चमधले प्रार्थना मंदिर.

२. रिफेक्टरी : कॉन्व्हेंटमध्ये नन्स जेवतात ती जागा.

भीती वाटायची. 'त्याच्या' शक्तिशाली अस्तित्वामुळे माझं हृदय शतश: विदीर्ण होईल आणि मग त्याला विनवायची की, 'येशू, माझ्या जिवलगा, जरा दूर हो रे! नाही सहन होत तुझ्या तेजाचा भार माझ्या देहाला!'

माझं मन असं शुद्ध आनंदाने भरलेलं असताना मी कुणाचंही वाईट चिंतू शकत नसे. माझी नोव्हिसिएट मिस्ट्रेस प्रत्येक शिकाऊ सिस्टरबद्दल माझं मत विचारायची. कारण मी चार महिने त्या सगळ्यांबरोबर राहिले होते. पण माझ्या तोंडून कोणाबद्दलही थोडेसुद्धा कटू उद्‌गार निघत नसत. त्या दिवसांत मत्सर, गर्व, कशाची आसक्ती याचं जणू अस्तित्वच मी विसरलेली होते. पण नंतर मला कळलं की, वाईट वर्तणुकीमुळे त्यातल्या तिघींची हकालपट्टी झाली म्हणून.

यानंतर आम्हाला जनरलेटमध्ये म्हणजे काँग्रिगेशनच्या सर्वांत वरिष्ठ पदाधिकाऱ्यांकडे जायचे होते. त्यासाठी सर्वांना एकत्र ट्रेनिंग घेण्यासाठी अलुवा या ठिकाणी जावं लागणार होतं.

त्यासाठी आम्ही एका व्हॅनमधून चौदा जणी प्रवास करत होतो. संपूर्ण प्रवासभर गाणी गाताना मैत्रिणी मलाच पुढाकार घ्यायला लावत. त्यामुळे माझ्या 'जिवाच्या सख्या'शी (येशूशी) बोलायला, त्याच्या सान्निध्यात जायला मला मधे फारच थोडा वेळ मिळे. मी मनोमन प्रार्थना करत होते की, मला एकटीला त्याच्या सहवासात थोडा शांत वेळ मिळावा. पण त्याच रात्री जनरलेटच्या आमच्या मिस्ट्रेसनी जाहीर केलं की, "उद्या सगळे बिशप्स व्यासपीठावर येतील, तेव्हा त्यांच्या स्वागताचं भाषण जेस्मीने करायचं आहे."

मला आश्चर्यच वाटलं. इथल्या सिस्टर्सना मी कशी काय माहीत झाले? त्यावर मिस्ट्रेसने आठवण दिली, "अगं जेस्मी, तुला आठवतं का? कॅनॉनिकल नोव्हिसिएटमध्ये होतीस तेव्हा तुझ्या ज्येष्ठ सिस्टर्सपुढे भाषण करायला नव्हती आलीस का तू इथे? इथल्या सिस्टर्स तर तुझी वाटच पाहत होत्या."

'त्याच्या' मार्गदर्शनाने माझं स्वागताचं भाषण चांगलं झालं.

पदाधिकाऱ्यांनी एक पूर्ण लांबीचं नाटक करण्याचा निर्णय घेतला. जुन्या करारातल्या 'ईस्थर' या व्यक्तीवर ते नाटक लिहिलेलं होतं. नाटकासाठी आमच्यापैकी काही जणींची निवड झाली. नंतरचा महिनाभर अभिनेत्यांची तयारी, गाण्याची तालीम, नाटकाची वेशभूषा तयार करणं यातच आमचा वेळ गेला. माझा आवाज खालच्या पट्टीतला, जरासा घोगरा असल्यामुळे पुरुष पात्रांसाठी मला गायचं होतं आणि पुरुषांच्या भूमिका करणाऱ्या माझ्या आवाजाबरहुकूम फक्त ओठांच्या हालचाली करणार होत्या. प्रत्येकीची, तिला मिळालेल्या भूमिकेसाठी तयारी करून घेणं हे कठीण काम होतं. शिवाय प्रमुख भूमिकांसहित सर्व कलाकार रंगभूमीवर पहिल्यांदाच पाऊल टाकत होत्या.

मला आणि माझ्या मैत्रिणीला सगळ्यांचा अभिनय सफाईदारपणे करून घेण्याची जबाबदारी दिली गेली होती. प्रयोगाचा दिवस उजाडला आणि आमच्या लक्षात आलं की, दोन अंकांच्या मधे काहीतरी विनोदी सादर करायला पाहिजे. कारण नाटक खूपच गंभीर आणि विषण्णता निर्माण करणारं होत आहे. झालं! मलाच एक विनोदी नाट्यछटा करायला सांगण्यात आलं. खरं तर नाटकाचं दिग्दर्शनही करायचं आणि मध्यंतरात नाट्यछटाही सादर करायची म्हणजे माझ्यावर जरा जास्तच ताण येणार होता, पण येशूच्या कृपेमुळे आमचे प्रयत्न व्यर्थ गेले नाहीत.

प्रेक्षकांत वेगवेगळ्या प्रॉव्हिन्समधील सिस्टर्स बसलेल्या होत्या. अमला कॉलेजच्या प्रिन्सिपॉलही होत्या. सगळ्यांना माझी विनोदी नाट्यछटा आणि नाटक दोन्ही आवडलं. सर्वांनी तसं सांगितलं.

अनेक व्यासंगी धर्मगुरू आम्हाला धर्मशास्त्रातील वेगवेगळे विषय शिकवीत असत. एक तरुण धर्मोपदेशक आमचा ख्रिस्टॉलॉजीचा वर्ग घेत. फार छान शिकवत असत. लवकरच ते पुढील शिक्षणासाठी रोमला जाणार होते. आम्हाला जेव्हा तिथल्या वाचनालयात जाण्याची परवानगी मिळाली, तेव्हा त्यांच्या प्रवचनाने प्रभावित झालेली मी, सरळ वाचनालयात गेले आणि निकोस कझांटझाकीस यांचं 'The Last Temptation of Christ' काढून वाचायला घेतलं. पुस्तक १९८१ सालचं होतं, पण अजून कुणीच त्याचा उल्लेख केलेला नव्हता. मी येशूला सांगितलं, 'मी हे पुस्तक वाचू नये असं तुला वाटत असेल, तर तू मला तसा संकेत दे.'

वाचता वाचता मी सहाव्या प्रकरणापर्यंत पोहोचले. इथे येशू मेरी मॅग्डालीनच्या वेश्यागृहाशी पोहोचलेला असतो. मला त्याची मध्यवर्ती कल्पना आणि काव्यात्म भाषा परिणामकारक वाटली. तसं पाहिलं तर फक्त महात्म्यांनाच 'हा मोह आहे' असं कळतं आणि ते त्याचा सामना करू शकतात. येशूसारखे महात्मे! बाकी आपल्यातील बहुतेक जण मोहाशी जुळवून घेतात, कारण आपल्याला कळलेलंच नसतं, मोह कुठे सुरू होतो ते. पण येशू घोटाळतो, त्याच्या मनाची चलबिचल होते ही संकल्पना नाही मला आवडली. कारण माझ्या दृष्टीने येशू हा समर्थ पुरुष होता. निष्ठावान आणि दृढ विश्वास असलेला. नेहमीच तसा होता तो. त्या पुस्तकात त्याच्या चलबिचल होण्याचं, द्विधा झाल्याचं वर्णन वाचल्यानंतरही माझ्या त्याच्यावरच्या प्रेमाला, विश्वासाला कुठेही धक्का पोहोचला नाही. असं माझ्या आयुष्याच्या अंतापर्यंत राहणार होतं.

मी ते पुस्तक दररोज वर्गात नेत असे. एक दिवस ख्रिस्टॉलॉजी शिकवणाऱ्या त्या तरुण प्राध्यापक धर्मगुरूंनी आपल्या प्रवचनाची सुरुवातच एका प्रश्नाने केली, "तुमच्यापैकी कुणी अंदाज करू शकेल, येशू ख्रिस्ताचा शेवटचा मोह कोणता असेल? याच नावाचं एक पुस्तक आहे त्या संदर्भात मी विचारतो आहे."

मला याचं उत्तर माहीत होतं. ते सांगायची आतुरता होती, म्हणूनच मी भराभर

त्या पुस्तकाची शेवटची पानं काढून वाचू लागले. माझ्या उतावळ्या हालचाली धर्मगुरूंनी अचूक टिपल्या. वर्गातल्या शंभर शिकाऊ सिस्टर्स आणि पंचवीस ज्युनिअर सिस्टर्स त्यांच्याकडे पाहतच होत्या. ते सरळ पायऱ्या उतरून माझ्या दिशेने आले. "बघू दे मला ते पुस्तक. तुम्हाला कुठे मिळालं ते?"

"इथल्याच वाचनालयात मिळालं."

"या पुस्तकासाठी मी कितीतरी वाचनालयं पालथी घातली. इथला लायब्ररीयनसुद्धा नाही देऊ शकला मला ते! मला देता का हे थोड्या दिवसांसाठी? मी परदेशी जाण्यापूर्वी तुम्हाला परत करीन."

माझ्या लक्षात आलं, हा येशूचाच संकेत. मी हे पुस्तक पुढे वाचू नये यासाठी दिलेला. फादर मला पुस्तक परत करतील, तोपर्यंत माझ्या धार्मिक परीक्षा सुरू झालेल्या असतील. तेव्हा कदाचित मला ते पुस्तक वाचायला वेळसुद्धा मिळणार नाही.

सर्वांचं एकत्र ट्रेनिंग संपल्यानंतर आम्ही आपापल्या प्रांतात परत येऊन [१]वेस्टिशन (समर्पण) समारंभाची तयारी करू लागलो. आता आम्ही पहिली शपथ घेऊन पांढरी कमळं (White Lotuses) बनणार होतो.

ओशो (आचार्य रजनीश) या शब्दाचं स्पष्टीकरण असं करतात -

'पांढऱ्या रंगात सर्व रंग एकरूप झालेले असतात आणि लोटस म्हणजे कमळ हे संन्यासवृत्तीचं प्रतीक होय. कारण तळ्यात राहूनही ते पाण्याच्या वर असतं, अलिप्त असतं. ज्याप्रमाणे संन्यासी हे जगात असूनही जगापासून अलिप्त असतात.'

तर अशी ही देवाला वाहिलेली आमची पांढरी कमळं. वेस्टिशनचा औपचारिक समारंभ झाल्यानंतर आम्ही [२]हॅबिट घालायला सुरुवात करणार होतो. माझी वेस्टिशनची वेळ येईपर्यंत सी.एम.सी.च्या सिस्टर्सच्या पेहरावात फरक झाला होता.

१९७४ मध्ये मी कॉन्व्हेंटमध्ये प्रवेश केला. त्या वेळी सिस्टर्स त्यांचे कान आणि गळा झाकणारे एक पांढरे वस्त्र वापरीत. त्याला म्हणायचं 'कापूस', मला ते फार आवडत असे. पण ते युरोपियन सिस्टर्सचं अंधानुकरण होतं, हे मला तेव्हा ठाऊक नव्हतं. त्यांना तिथल्या कडाक्याच्या थंडीपासून संरक्षण करण्यासाठी ते आवश्यक होतं. पण इथे उष्ण हवामानात त्याची गरज नव्हती. म्हणजे बघा, संन्यस्त वृत्तीतही युरोपियन पद्धतींचा आमच्यावर प्रभाव! त्यामुळे त्याच्याऐवजी आता आपल्या इथल्या गरम हवेसाठी सोयीस्कर असे कान आणि गळा उघडा

---

१. Vestition : Vesta नावाच्या रोमन देवतेला मुली अर्पण करण्याचा समारंभ. या वेळी सगळ्या जोगिणींचे येशू ख्रिस्ताशी लग्न लावले जाते. जेजुरीला मुरळ्यांचे लग्न खंडोबाशी लावतात तसाच समारंभ. यांनी आयुष्यभर फक्त देवाची सेवा करावी अशी कल्पना आहे.
२. हॅबिट : नन्स नेहमी घालतात तो सर्वांग आणि डोके झाकणारा परिवेश.

ठेवणारे हॅबिटस् आम्ही वापरतो.

आमच्या 'लग्नसमारंभाच्या' तयारीसाठी, लग्नपत्रिका कशा छापायच्या, चहा पार्टी कशी करायची या सूचना घेण्यासाठी आमचे आई-वडील कॉन्व्हेंटमध्ये येत असत. पण आम्हाला त्यांना भेटू दिलं जात नसे, ही आम्हाला सहन करण्यासाठी सर्वांत कठीण गोष्ट होती. आमच्या जीवनातल्या सगळ्यात महत्त्वाच्या क्षणी, ज्यांनी आम्हाला जन्म दिला, त्यांनाही भेटण्यापासून आम्हाला वंचित ठेवलं गेलं. दुसऱ्या दिवशी चर्चमध्ये आम्ही त्यांना फक्त दुरून पाहू शकलो. तरीपण या सर्व यातना आम्ही चांगल्या पद्धतीने स्वीकारल्या. फक्त 'त्याच्या'करिता! त्याच आमच्या देवाच्या, आम्ही आता जीवनसाथी होणार होतो. लग्नाच्या आदल्या रात्री, आम्ही सर्वजणी मदर मेरीच्या पुतळ्याखाली जमलो होतो. सर्वांत वयस्कर सिस्टरने 'संपूर्ण शरणागती', 'पूर्ण समर्पण' म्हणजे काय, याबद्दल आमच्या मनाची चांगली मशागत केली. अशा तऱ्हेने भावभक्तीने, प्रीतीने ओथंबलेल्या मनांनी आम्ही निद्रादेवीच्या कुशीत शिरलो आणि त्या शुभदिवसाची पहाट उगवली. आम्ही सर्व जणी शरीराने आणि मनाने तयार झालो. जिथे माझ्या भावाचं लग्न झालं, त्याच चर्चमध्ये लग्नसमारंभ होता. माझ्या घरचे सगळे लग्नसमारंभाला आले होते. फक्त बंगळूरची चेची आली नव्हती.

आम्ही चौदाजणींनी पांढऱ्या साड्या परिधान केल्या होत्या. डोक्यावर पांढऱ्या फुलांचा मुगुट आणि त्याला लावलेला पांढरा पडदा चेहऱ्यावर, अगदी नववधूसारखाच. आणि गळ्यात एकेक साधी मण्यांची पांढरी माळ. आम्हा सर्वांना समारंभाच्या ठिकाणी नेण्यात आलं. चर्चपासून थोड्या अंतरावर असलेल्या एका खोलीत खुर्च्यांवर आम्ही बसलो. आमच्या प्रत्येकीच्या मागे आमचे आई-वडील उभे राहिले.

प्रत्येक शिकाऊ जोगीण (Novice Sister) संपूर्ण समर्पणाचं गाणं म्हणत पुढे निघाली की, मागून तिचे आई-वडील चालत जात. अशी मिरवणूक ऑल्टरच्या पायऱ्यापर्यंत आली की, तिने मागे वळायचं. आई-वडिलांकडे तोंड करून उभं राहायचं. गळ्यातली माळ आणि डोळ्यांवरचा पडदा काढून तो त्यांच्या हातात ठेवून त्यांचा निरोप घ्यायचा. अक्षरशः हृदयद्रावक प्रसंग! आई-वडील हमखास रडायचे, पण येशूच्या जीवनसाथी होणाऱ्यांनी मात्र स्वतःला सावरून आपल्या भावना दडपून टाकायच्या. हे झालं की, आई-वडील डोक्यावर हात ठेवून आशीर्वाद देत. मग मात्र त्यांना सोडून आम्ही सरळ यज्ञवेदीच्या पायऱ्या चढून वर जायचं. हे सगळं झालं.

त्यानंतर सुरुवातीची प्रार्थना आणि सार्वजनिक प्रार्थना झाली. मग प्रत्येकीने आज्ञाधारकपणा, पावित्र्य आणि गरिबीत जीवन जगण्याची जाहीर शपथ घेतली आणि त्यानंतर आम्ही जसं जीवन जगण्यासाठी वचनबद्ध झालो, ते सर्व लिहिलेला कागद, प्रत्येकीने सही करून मदर प्रॉव्हिन्शिअलकडे सुपूर्द केला.

हे झाल्यावर प्रत्येकीला सिस्टरचा अधिकृत पोशाख (हॅबिट) देण्यात आला. आम्ही शेजारच्या खोलीत जाऊन साड्या बदलून हॅबिट घालून आलो. परत आल्यावर प्रत्येकीला बिशपच्या हस्ते सी.एम.सी.चं चिन्हं असलेली गळ्यातली साखळी, रोझेरी (जपमाळ), प्रार्थनेची पुस्तकं, एक जळती मेणबत्ती, डोक्यावर फुलांचा मुगुट देण्यात आला. मग प्रत्येकीने बिशपच्या हातातल्या अंगठीचे, तसेच यज्ञभूमीचे चुंबन घेतले.

मदर प्रॉव्हिन्शिअल, ज्युनिअर मिस्ट्रेस आणि वयोवृद्ध सिस्टर्सनी वर चढून आम्हाला आलिंगन दिलं.

समारंभ संपल्यावर आम्ही मिरवणुकीने चर्च सोडले. खूप दिवसांपासून वाट पाहत असलेलं माझं आध्यात्मिक लग्न कॉंग्रिगेशनच्या आणि समाजाच्या रूढ रीतीरिवाजानुसार पार पडलं. आता माझं नाव होतं 'जेस्मी' Jesus and me "without me you can do nothing."

इव्हॅन्जेलिस्ट जॉन मध्ये येशू म्हणतो, 'माझ्याशिवाय तू काहीच करू शकत नाहीस.'

सेंट पॉल आग्रहपूर्वक सांगतो, 'तो जेव्हा मला सामर्थ्य देतो, तेव्हाच मी सर्व काही करू शकतो.'

जीझस माझ्यासमोर पाहिजे तरच माझ्या अस्तित्वाला अर्थ आहे.

प्रत्येक कुटुंबाला एकेक खोली दिलेली होती. तिथे लग्नाला बोलावलेल्या पाहुण्यांना चहा-फराळ द्यायचा होता. दुसऱ्या दिवशी आनंद साजरा करण्यासाठी आम्हाला घरी जायला परवानगी दिलेली होती. पण संध्याकाळी परत कॉन्व्हेंटमध्ये यायचं होतं. माझ्या कुटुंबाने मनापासून माझं अभीष्टचिंतन केलं. "ए, जेव्हा कधी गरज भासेल, तेव्हा आमच्या जिजाजींकडे आमची शिफारस करायची आहेस बरं का तू! लक्षात आहे ना?" भाऊ थट्टेने म्हणाले होते.

पती म्हणून येशूबरोबरची आमची पहिली रात्र! आम्हाला सर्वांनाच अत्यंत सात्त्विक समाधानाचा अनुभव आला. कसं तृप्त वाटत होतं; जसं नववधूला वाटतं, तसंच!

थोड्याच दिवसांत आमचं गरजेचं सामान वगैरे बांधून, येशूच्या अनुयायांसोबत काम करायला, बाहेरगावी जाण्यासाठी आम्ही तयार झालो.

वेस्टिशननंतरची पाच वर्षे आम्ही ज्युनिअर सिस्टर्स म्हणून चेहऱ्यावर पांढरा पडदा लावून काम करणार होतो. एका ज्युनिअर मिस्ट्रेसच्या कडक देखरेखीखाली आम्हाला काम करावं लागणार होतं. ज्युनिअर मिस्ट्रेस आणि सिनिअर सिस्टर्स आमची वर्तणूक, इतरांबरोबरचे संबंध, वागण्याची पद्धत यांचं निरीक्षण आणि मूल्यमापन करणार होत्या. त्यावर आणि आमच्या वैयक्तिक मुलाखतीवर आमची फायनल प्रोफेशनसाठी निवड होणार होती.

आमचा दैनंदिन कार्यक्रम ठरलेला होता. पहाटे साडेपाच वाजण्यापूर्वी चॅपेलला हजर झालं पाहिजे. मग ५:३० ते ७:३० पर्यंत सकाळची प्रार्थना, पवित्र सार्वजनिक प्रार्थना (होली मास) आणि लागोपाठ नऊ दिवसांचे प्रार्थना सत्र (नोव्हिना). त्यानंतर पंधरा मिनिटे घराची आणि अंगणाची साफसफाई, आवराआवर. त्यानंतर नऊ वाजेपर्यंतचा वेळ आमचा. त्यात आमची व्यक्तिगत कामं आणि ब्रेकफास्ट करून घ्यायचा. नऊला कामासाठी बाहेर पडायचं, ते थेट संध्याकाळी साडेपाच-सहाला परत यायचं. मग थोडा वेळ बागेत काम किंवा चॅपेलमधील कामं.

मग अंघोळ करून चॅपेलमध्ये प्रार्थनेला जायचं. पावणेआठला प्रार्थना संपली की, जेवण आणि नंतर करमणूक (ही सक्तीची असे). या वेळी आम्ही सगळ्या एकत्र बसून गप्पाटप्पा करायचो, विनोद करून हसायचो, एकमेकींच्या तक्रारी करायचो किंवा वरिष्ठांकडून आलेली परिपत्रके वाचत बसायचो. मग Great Silence ची प्रदीर्घ घंटा वाजायची. आम्ही सर्वजणी रात्रीच्या प्रार्थनेसाठी चॅपेलमध्ये जायचो. ही प्रार्थना ९:२० पर्यंत चाले. त्यानंतर एक तास म्हणजे १०:२० पर्यंत ध्यान करावं लागे आणि त्यानंतर अर्धा तास आध्यात्मिक वाचन करत असू. इथे दिवसाचा कार्यक्रम संपत असे. सर्वसाधारण दिवशी असा आमचा दिनक्रम होता.

आमच्यापैकी ज्या कॉलेजमध्ये शिकवत होत्या, त्यांना दुसऱ्या दिवसाच्या तासांची तयारी रात्री अकरानंतरच करावी लागे. आमच्या अशा या भरगच्च दिनक्रमाची कॉलेजमधील इतर प्राध्यापिकांना कल्पनाच नसायची. त्यांना वाटे, 'यांना काय, पुष्कळ फावला वेळ मिळत असेल.' म्हणून कुठलीही जास्तीची कामं आमच्याकडे ढकलायला त्या सदैव तयार असत. पण त्यांना जसं घरी आणि नोकरीतली कामं सांभाळण्यासाठी कसरत करावी लागे, तशीच कॉन्व्हेंटची आणि कॉलेजची कामं करताना आमचीसुद्धा तारांबळ उडत असे. सणाच्या दिवशी किंवा [१]लेंटच्या काळात आम्हाला चॅपेलची सजावट करण्यासाठी, दीर्घ काळ प्रार्थनांसाठी बराच वेळ द्यावा लागे.

नेहमी Penance म्हणजे प्रायश्चित्तही घ्यावे लागत असे. 'लेंट'मध्ये प्रत्येक शुक्रवारी आणि प्रत्येक मेजवानीच्या आदल्या दिवशी उपवास करायचा. संपूर्ण लेंटच्या काळात आणि वर्षातल्या विशिष्ट दिवशी मांस भक्षण बंद. कुणा गरजू व्यक्तीला मदत करण्यासाठी अर्धा तास जास्त काम आणि एक वेळच्या जेवणाचा त्याग असेही पश्चात्तापाचे मार्ग होते. प्रायश्चित्त घेताना गुडघ्यांवर बसून बाहू पसरून प्रार्थना करावी लागे. प्रशिक्षणाच्या काळात, भोजनकक्षात जेवणाच्या वेळी, रोज आमच्यापैकी एकीला डोक्यावर काट्यांचा मुगुट घालून, हातात क्रूस घेऊन,

---

१. लेंट : ईस्टर सणापूर्वीचा ४० दिवसांचा काळ. या काळात बरेच जण 'जीवन पावित्र्य' पाळतात. उपवास व प्रार्थना करतात.

गुडघ्यावर बसावं लागे. आम्ही दररोज दोन्ही बाहू उभारून, आमच्या पापांचा पश्चात्ताप करण्यासाठी 'साल्म ५१'चं पठण करत असू. पण महिन्याच्या पहिल्या शुक्रवारी आणि लेंट काळातल्या प्रत्येक शुक्रवारी एका चाबकासारख्या दोरीने स्वत:लाच फटके मारून घेत या 'साल्म ५१'चं पठण करावं लागे. ही दोरीपण आम्ही स्वत:च तयार करायचो. आमच्या मनात दरारा किंवा भीतियुक्त आदर निर्माण करण्यासाठी ही रूढी पडलेली होती. चॅपेलमध्ये संपूर्ण अंधार... फक्त ऑल्टरवर एक मेणबत्ती मिणमिणत असायची... सर्व सिस्टर्स मिळून धीम्या गतीने 'साल्म ५१' म्हणू लागत. त्याचा गंभीर प्रतिध्वनी त्या बंद जागेत उमटू लागे... आणि मग आम्ही पापांचं प्रायश्चित्त म्हणून स्वत:च्या हाताने चाबकाचे फटकारे मारून घेत असू.

पूर्वी एक काटेरी पैंजण मांडीभोवती (स्कर्टच्या आत) किंवा पोटरीभोवती बांधून ठेवून स्वत:ला यातना देण्याची पद्धत होती. आता तसं कुठे होत असल्याचं ऐकिवात नाही. पण इतर भरपूर शिक्षा आहेत. प्रायश्चित्ताच्या शिक्षांची कमतरता नाही.

मी १९७०च्या दशकात कॉन्व्हेंटमध्ये आले. त्यापूर्वीच्या काळात सिस्टर्समध्ये वर्गभेदही होता. ज्यांना शिक्षण नाही, गरीब घरातून आलेल्या आहेत, त्या खालच्या वर्गातल्या समजल्या जात. त्यांना वेगळ्या मिस्ट्रेसच्या हाताखाली वेगळ्या पद्धतीचं ट्रेनिंग दिलं जाई. सिस्टरप्रमाणेच त्या हॅबिट घालत. त्यांच्याप्रमाणेच गरिबी, पावित्र्य आणि आज्ञाधारकपणाच्या तीन शपथा घेत. तरीपण चेडुथींपेक्षा यांचा दर्जा वरचा असे. या सिस्टर्स इतर उच्च दर्जाच्या सिस्टर्सबरोबर खुर्च्यांवर बसू शकत नसत. त्यांना फक्त स्वत:च्या ट्रंकांवर बसण्याची परवानगी होती. त्यांना भटारखान्यात, हॉलमध्ये, शेतात, बागेत किंवा अंगणातली कामे दिली जात. मी कॉन्व्हेंटमध्ये आले त्या वेळेस सुदैवाने दोन सिस्टर्सच्या गटातील हा भेदभाव जवळजवळ संपुष्टात आलेला होता, पण सिस्टर्सच्या मनात अजूनही तो अस्तित्वात होताच. आमच्या प्रॉव्हिन्समध्ये Fair Ethelamma आणि Dark Ethelamma असा एक भेद असतो. Fair म्हणजे अर्थातच उच्च स्तर आणि Ethelamma म्हणजे नीच स्तर. फक्त त्वचेच्या रंगातलाच फरक नाही, तर शिक्षण आणि आर्थिक स्तर यातल्या विषमतेमुळे मुख्यत: असे दोन वर्ग पडले आहेत. या दोन्ही वर्गांना वेगवेगळी वागणूक दिली जाते.

मी नेहमी Dark Ethelamma ना कॉन्व्हेंटच्या कामात मदत करायला जात असे. त्यावेळी इतरजणी मला हा फरक सांगून त्यापासून परावृत्त करू पाहत. आम्ही देवासमोर न्यायाच्या आणि समतेच्या कितीही गप्पा मारत असलो, तरी आमच्या कॉन्व्हेंटमध्ये आणि सेमिनरीमध्ये अशा प्रकारचे वर्गभेद असतातच.

आमच्यापैकी दोघीजणींना सेंट मारियाज कॉलेज कॉन्व्हेंटमध्ये पाठविण्यात आलं. माझी अमला कॉलेजमधून सेंट मारियाज कॉलेजमध्ये प्रामुख्याने प्री-डिग्रीच्या

विद्यार्थ्यांना शिकवण्यासाठी बदली करण्यात आली. माझ्याबरोबर बदली होऊन आलेली सिस्टर सतत कॉन्व्हेंटमध्येच राहून लायब्ररी सायन्स अभ्यासक्रमाच्या प्रवेश परीक्षेची तयारी करत होती. हा अभ्यासक्रम सिकंदराबादमध्ये होता. ती सिस्टर तिथल्या स्थानिक सुपिरिअरची आणि कॉन्व्हेंटमधील इतर सर्व सिस्टर्सची आवडती होती. माझं तसं नव्हतं. सुपिरिअरला माझं नावही नीट माहीत नव्हतं आणि वयस्कर सिस्टर्सना नेहमी माझ्या वागण्यात दोष दिसायचे. पण मला त्याचं काही विशेष वाईट वाटायचं नाही. मी तिला सांगायची, 'कॉलेजमध्ये तर मी जणू स्वर्गातच असते. मला शिकवण्यातून जो आनंद मिळतो, तो तुला मिळत नाही. तू आपली इथे आनंदात रहा, मी तिथे आनंदात राहते. झाली की नाही बरोबरी?' आम्ही एकमेकींच्या अगदी जिवलग मैत्रिणी झालो. प्रत्येक आनंद आणि दुःख एकमेकींना सांगायचो. एकमेकींना धीर द्यायचो, प्रोत्साहन द्यायचो आणि सांत्वनही करायचो. एकमेकींसाठी प्रार्थना करायचो आणि आधार द्यायचो.

येशूच्या प्रेमात मात्र आम्ही दोघी जवळजवळ एकमेकींच्या सवती होतो. सकाळी लवकर उठून चॅपेलला पोहोचण्याबद्दल आमची स्पर्धा असे. जास्तीत जास्त वेळ ध्यानधारणा, प्रार्थना करणे, एका वेळेला तासभरापेक्षा जास्त वेळ त्याच्यासमोर गुडघे टेकून बसायचं वगैरे वगैरे. अशा पवित्र कृती केल्यामुळेच आमचं चांगलं नाव होणार होतं. एकदा आम्ही दोघीही बिशपच्या खोलीबाहेर वाट बघत उभ्या होतो. ती रोझरी (जपमाळ) घेऊन जप करत होती आणि मी धार्मिक पुस्तक वाचत होते. आम्हा दोघींना पाहून बिशप उद्‌गारले, "हातात रोझरी घेऊन नामस्मरण करणारीची पाहणाऱ्यांवर चांगली छाप पडेल. तिने पावित्र्याची चांगली कृती केलेली आहे." गुडघ्यावर बसून हात जोडणे ही पावित्र्याची आदर्श कृती समजली जाते.

कॉलेजमध्ये मी अनेक गोष्टींच्या गराड्यात असे. प्रिन्सिपॉल बाई मला त्यांचा उजवा हात समजत. कॉलेजमधील समारंभप्रसंगी मला देखरेख करावी लागे. प्रिन्सिपॉल मला सांगायच्या, "काही ज्युनिअर सिस्टर्स विनयशील असतात, तर काही बुद्धिमान असतात, पण तुझ्यात मला या दोन्हींचा संगम झालेला दिसतो. अशीच रहा." विद्यार्थी आणि प्राध्यापक दोघेही माझ्या शिकवण्याची तारीफ करीत. रोजची सामुदायिक प्रार्थना आणि दैनंदिन सूचना मीच सांगत असे.

आमच्या सर्वांमध्ये वयाने ज्येष्ठ होत्या सिस्टर मारिया. फार सात्त्विक होत्या त्या. कॉलेजमध्ये सगळ्या सिस्टर्स आणि प्राध्यापक माझ्याकडे बघत असत. या मात्र काही संबंध नसल्यासारख्या अलिप्तपणे वावरत असत. सगळ्यांपेक्षा त्याचं वागणं वेगळं असल्याने मी त्यांच्याकडे ओढली गेले आणि नेहमी त्यांचं लक्ष वेधून घेण्याचा प्रयत्न करू लागले. लवकरच त्यांची माझ्याशी मैत्री झाली. एक शुद्ध आणि पवित्र नातं तयार झालं. दोघींपैकी कोणीही त्यातून वेगळी काही अपेक्षा करत

नव्हतो. त्यांचा सहवास आणि मार्गदर्शन यामुळे येशूशी असलेले माझे प्रेमबंध अधिक सखोल, अधिक दृढ झाले.

दोघी सिस्टर्सचं जेव्हा एकमेकींशी घट्ट नातं तयार होतं, त्याला लगेच कॉन्व्हेंटमध्ये 'स्पेशल लव्ह' म्हटलं जाऊ लागतं. सिस्टर्सच्या दृष्टीने हे पापाचरण समजलं जातं. एकदा बिशप कुंडुकुलम यांनी आम्हाला सांगितलं, "दोन सिस्टर्समधील 'स्पेशल लव्ह'बद्दल तुम्ही नेहमी चर्चा करत राहता. जणू ते कॉन्व्हेंटमध्ये घडू शकणारं सर्वांत मोठं पातक आहे. पण मी विचारतो, तुमच्या मनात साचून राहिलेल्या तिरस्काराचं काय? ते तर याहून मोठं पाप आहे."

याचा अर्थ 'स्पेशल लव्ह' हे तिरस्काराइतकं वाईट नाही. असं असलं, तरी कॉन्व्हेंटमध्ये कुठल्याही दोन सिस्टर्समध्ये 'स्पेशल लव्ह' तर होत नाही ना, याची टेहळणी करण्यासाठी खास 'हेर' नेमले जातात. अशाच एका 'हेर' सिस्टरने सरळ मदर प्रॉव्हिन्शिअलला जाऊन सांगितलं, "सिस्टर मारिया आणि सिस्टर जेस्मीमध्ये 'स्पेशल लव्ह' असल्यासारखं वाटत नाही. पण तुम्ही कधीही सिस्टर मारियाकडे बघा. कुठेतरी तिच्या आसपास सिस्टर जेस्मी घोटाळताना दिसेलच."

अर्थात 'स्पेशल लव्ह' ही काही विशेष गोष्ट नाही. ते सर्रास चालतं. पण त्यातही पक्षपातीपणा दिसून येतो. वरिष्ठांच्या मर्जीतल्या सिस्टर्सचं प्रकरण असेल तर त्याची नुसती कुजबुज होते. पण कुणीही कधी त्याबद्दल उघड बोलत नाही की, त्यांना कसली शिक्षा केली जात नाही. याउलट ज्युनिअर सिस्टर्स किंवा कमी महत्त्वाच्या सिस्टर्सच्या बाबतीत कोणतीही साधी मैत्रीसुद्धा 'स्पेशल लव्ह'च्या भिंगातून पाहिली जाण्याची भीती असते. त्यामुळे मी सिस्टर मारियांच्या बरोबर वागता-बोलताना फार सावध राहत असे. कधीकधी तर काही तातडीच्या कामासंबंधी मी त्यांना पत्रच लिहीत असे. कारण सार्वजनिक ठिकाणी आम्ही एकमेकींशी उघडपणे बोलत नव्हतो. उगीच 'वॉचडॉग' बघायचे आणि भलतीच आफत ओढवायची. त्यामुळे मी 'स्पेशल लव्ह'च्या कलंकातून वाचले.

पण एकदा, कुणा एकीला माझ्याबद्दल वेगळंच आकर्षण वाटू लागलंय असं माझ्या लक्षात आलं. सिस्टर विमी या प्रौढ सिस्टर मल्याळम विभागात शिक्षिका होत्या. माझ्या सहकारी शिक्षिका. पण हळूहळू माझ्या लक्षात यायला लागलं की, तिच्यात काहीतरी विक्षिप्तपणा आहे. आम्ही कॉन्व्हेंटमध्ये आलो की, तिचं सुपिरिअरशी आणि इतर सिस्टर्सशी खटकायचं. त्यामुळे कॉन्व्हेंटमध्ये काही समारंभ असला की, तिच्याऐवजी मला भाषण करायला सांगितलं जायचं. वास्तविक ती अतिशय बुद्धिमान, पहिली वगैरे आलेली होती. या गोष्टी न आवडल्याचं दाखवण्यासाठी ती माझ्यासमोर मुद्दाम मला डावलून माझ्या बॅचमधील इतर मुलींचं कौतुक करत असे. त्यामुळे तिच्यावर छाप पाडण्यासाठी मी प्रामाणिकपणे प्रयत्न करू लागले. यामुळे

आपण अडचणीत येऊ याची मला तेव्हा अजिबात कल्पना नव्हती.

पूर्वी ती वॉर्डन असताना होस्टेलमधील एका विद्यार्थिनीबरोबर समलिंगी संभोग करताना पकडली गेली होती. होस्टेलमधील इतर मुलींनी ते प्रत्यक्ष पाहिल्यानंतर स्वत:च्या कुटुंबीयांना, भावांना वगैरे सांगितलं होतं. त्यामुळे रात्रीच्या वेळी रस्त्यावरून जाणारी पोरं-सोरं अशा अर्थाची गाणी म्हणायची म्हणे, 'सिस्टर सिस्टर पोरगी पुरतीय, का येऊ मदतीला?' इतर सिस्टर्सनी ती गाणीसुद्धा ऐकली होती. फक्त सिस्टर विमीने ऐकली नाहीत, कारण तिची खोली जरा दूर होती. पण तिच्यामुळे कॉन्व्हेंटमध्ये नेहमीच समस्या निर्माण होत असे.

मदर प्रॉव्हिन्शिअल तिला दम भरायला किंवा शिक्षा करायला घाबरत असत, कारण कुणाही समोर वरिष्ठांना ओरडून वाटेल ते बोलायला, तमाशा करायला ती मागेपुढे पाहत नसे. 'भीक नको, पण कुत्रं आवर' अशा विचाराने त्या गप्प बसत. एके दिवशी असंच खूप जोरजोरात भांडण केल्यानंतर ती जी बेपत्ता झाली, ती सापडेनाच. हिने जिवाचं काही बरंवाईट तर करून घेतलं नसेल ना? असं म्हणत काहींनी कॉन्व्हेंटच्या विहिरीसुद्धा धुंडाळल्या होत्या.

तिचं प्रेमपात्र असलेली एक मुलगी माझ्या इंग्लिशच्या वर्गात शिकते हे मला माहीत नव्हतं. मी जे काय वर्गात शिकवायची, जे बोलायची त्याचा प्रतिध्वनी लगेच कॉन्व्हेंटमध्ये उमटायचा. मला कळत नव्हतं, हे कसं काय घडतं? नंतर माझ्या लक्षात आलं की, 'ती' मुलगी वर्गातील सर्व घडामोडी सिस्टर विमीला सांगत होती. हळूहळू मला जाणवायला लागलं की, सिस्टर विमीची 'आसक्त' नजर माझ्यावर पडली आहे. त्यानंतर पानंच्या पानं प्रेमपत्रं लिहून ती माझ्या प्रार्थनेच्या पुस्तकात ठेवू लागली. ती प्रेमपत्रं पाहून माझा थरकाप व्हायचा. मी ती जशीच्या तशी कॉन्व्हेंटमधील माझ्या मिस्ट्रेसकडे सुपूर्द करीत असे. माझ्यासमोर ती त्याचे फाडून तुकडे तुकडे करून कचऱ्याच्या टोपलीत टाकत असे. मी प्रतिसाद देत नाही असं पाहून सिस्टर विमी माझ्या विरोधात गेली. होस्टेलमधील कुणी मुली मला शोधत आल्या की, त्यांच्या अंगावर ती ओरडत असे. एकदा काहीजणी टेपरेकॉर्डर देण्यासाठी माझ्याकडे आल्या तर त्यांच्यासमोर तिने तो भिरकावून दिला. अशा प्रकारे ती सूड घेतल्यासारखं वागू लागली. मी तिला झिडकारलं म्हणूनच हा राग आहे, हे सगळ्यांना कळून चुकलं. त्या मला आडून आडून सुचवू लागल्या की, तू तिला सहकार्य कर.

असं काही घडतं, यावर माझा विश्वासच बसत नव्हता. पण माझी सुटका करणारं कुणीच नव्हतं. त्यामुळे मला मनात नसतानाही बळजबरीने तिला प्रतिसाद द्यावाच लागला. रात्री सगळ्या मुली झोपल्या की, ती माझ्या अंथरुणात शिरे आणि माझ्या शरीराशी घाणेरडे चाळे करू लागे. मला किळस येई, तिरस्कार वाटे; पण मी विरोध करू शकत नसे. आमच्या खोल्या म्हणजे एकाच हॉलमध्ये पडदे सोडून

केलेले आडोसे होते. दरवाजे नव्हतेच. त्यामुळे ते लावून स्वत:ला वाचवण्याचा प्रश्नच नव्हता. ती मला सांगायची की, गरोदर होऊ नये म्हणून मी ही काळजी घेत असते. मी फक्त स्त्रियांशीच संभोग करते.

तिची एकेकाळची 'मैत्रीण' असलेल्या सिस्टरचं नाव घेत ती म्हणायची, "खरंच बाई, ती XXX स्वत:ला गरोदरपणापासून कशी वाचवते कुणास ठाऊक. कारण मधूनमधून ती शरीरसुखासाठी धर्मगुरूंकडे (Priest) जात असते." मला तर ही बातमी म्हणजे धक्काच असायचा. ती काय सांगतेय ते मला धड समजतही नसे आणि त्या बातमीच्या खरेपणाबद्दलही मला शंका येत असे. माझी तर तिने वाईट अवस्था करून टाकली होती. माझ्या आजूबाजूला वावरणाऱ्या सर्वजणी तिच्याकडे कानाडोळा करायला सांगत होत्या.

मात्र त्या दिवसांत सिस्टर विमी खूपच आनंदात आणि शांत झाल्यासारखी वाटत होती. सगळ्यांशी बोलायची. विनोद करून हसायची आणि सामुदायिक प्रार्थनेत मनापासून भाग घ्यायची. कॉन्व्हेंटमध्ये माझ्यामुळे पुन्हा शांतता नांदू लागली म्हणून सगळ्या सिस्टर्सना माझ्याबद्दल कृतज्ञता वाटत होती. सिस्टर विमी नेमकी कशामुळे शांत झालीय हे सगळ्यांनाच माहीत होतं. पण माझी समस्या सोडवण्यात कुणालाच स्वारस्य नव्हतं. मी जड अंत:करणाने वावरत होते. मनावरचं अपराधी जाणिवेचं ओझं वाढत चाललं होतं. अखेर बरेच प्रयत्न केल्यानंतर एक वयस्कर सिस्टर माझ्या मदतीला आली. आमच्या कॉलेजमध्ये एक मानसतज्ज्ञ धर्मगुरू (Psychologist Priest) प्रवचन द्यायला आलेले असताना तिने माझी त्यांच्याशी भेट घडवून आणली.

मला आलेले क्लेशदायक अनुभव संपूर्ण ऐकून घेतल्यानंतर ते म्हणाले, "समाजातल्या शंभर लोकांमध्ये पाचजण समलिंगी आकर्षण असणारे असतात. त्यांना लग्न करायला आवडत नाही म्हणून ते कॉन्व्हेंटमध्ये किंवा सेमिनरीत येऊन राहतात. त्यांच्यामधील समलिंगी आकर्षणच त्यांना इकडे यायला प्रवृत्त करतं." मी डोळ्यात पाणी आणून त्यांना सांगितलं, "तिच्यात बदल व्हावा म्हणून रोज प्रार्थना करते फादर. हे सारं सहन करणं कठीण आहे. मला कधीच तसल्या कृतीतून आनंद मिळत नाही."

"पण सिस्टर, तू एका अशक्य गोष्टीसाठी प्रार्थना करते आहेस. एका मुलीचं मुलात रूपांतर व्हावं म्हणून कधी प्रार्थना करशील का तू? तिच्या वृत्तीत बदल होणं ही तितकीच अशक्य गोष्ट आहे."

सिस्टर विमीच्या नकळत तिच्या तावडीतून सुटका करून घेण्यासाठी मी मदर प्रॉव्हिन्शिअलकडे गेले आणि सगळी हकिकत सांगून त्यांना विनंती केली की, "कृपा करून तिची किंवा माझी इथून बदली करा. आता हे किळसवाणं जगणं मला अशक्य झालेलं आहे."

त्यावर त्या विव्हळल्यासारखं सांगू लागल्या, ''काय करायचं? तुला बदलून पाठवायचं, तर आता अमला कॉलेजमध्ये जागा उपलब्ध नाही. तिची बदली होऊ शकेल. पण खरं सांगू तुला? तिच्याशी वाईटपणा घेण्याची हिंमत माझ्यात नाही. कारण एकतर ती कधीच माझं ऐकत नाही. त्यातून बदलीसारखं काही केलं, तर वाटेल ते बोलून सर्व सिस्टरदेखत मला अपमानित करील. ते नाही सहन होणार मला.''

यावर मी जे बोलले, ते शपथपूर्वक दिलेलं वचनच होतं. ''कसंही करा, पण प्लीज, तुम्ही तिचं नाव बदलीच्या यादीत घालाच. पुढचं मी पाहून घेईन. तुमची आज्ञा पाळायला मी तिला भाग पाडीन. मी वचन देते तसं.''

आणि मी मदर प्रॉव्हिन्शिअलला पटवून दिलं की, वाटेल ते झालं तरी मी तिला बदलीच्या ठिकाणी जायला तयार करीनच. त्यासाठी जिवापाड प्रयत्न करायला मी तयार आहे. कारण माझ्या मनाची खात्री होती की, माझ्यासाठी माझा येशू काहीतरी चमत्कार घडवून आणील.

त्यानंतर एका सेमिनारमध्ये भाग घेण्याकरिता मला बंगळूरला जावं लागलं. तिथे मला एक पत्र मिळालं. त्यात सिस्टर विमीची बदली अमला कॉलेज कॉन्व्हेंटला झाल्याची बातमी होती. चला! मला निम्मा दिलासा मिळाला. आता जेव्हा मी त्रिसूरला परत जाईन, तेव्हा तिच्या संतापाला मला तोंड द्यावं लागणार होतं.

तिथे गेल्यावर मी तिची समजूत घालू लागले. ''काय करायचं? आपण आज्ञापालनाची शपथ घेतली आहे ना? त्यामुळे झालेल्या आज्ञेप्रमाणे वागायचं याच्याशिवाय दुसरा पर्यायच नाही आपल्याला.''

त्याबरोबर ती ओरडली, ''काही सांगू नको मला. मी कधीच तुझ्यापासून दूर जाणार नाही. ते आज्ञापालन वगैरे जाऊ दे तिकडे. माझा अजिबात विश्वास नाही त्यावर, कळलं ना?''

हर्क्युलिसने पृथ्वी उचलली होती, तसं कठीण काम आपण अंगावर घेतलंय हे माझ्या तत्क्षणी लक्षात आलं. त्यामुळे मी मनोमन ठरवलं, आपण आपलं प्रार्थना आणि प्रायश्चित्त करत वाट पाहत राहायचं. येशू चमत्कार केल्याशिवाय राहणार नाही.

त्या दिवशी, काही कामासाठी मदर प्रॉव्हिन्शिअल आमच्या कॉलेजमध्ये आल्या होत्या. त्यावेळी सिस्टर विमीने एक पत्र लिहून त्यांच्याकडे पोहोचवलं. नंतर तिने मला सांगितलं, की तिने त्या पत्रात धमक्या दिल्या आहेत आणि खूप वाईट मजकूर लिहिला आहे. बाप रे! वाचून त्या मदर प्रॉव्हिन्शिअलची काय अवस्था झाली असेल? नेमकी दुसऱ्याच दिवशी मला प्रॉव्हिन्शिअल हाऊसमध्ये मदर प्रॉव्हिन्शिअलला भेटण्याची संधी मिळाली. त्यावेळी आम्ही बदलीसंबंधी बोललो आणि मग मी त्यांच्या कारमधूनच कॉलेजला परत आले. आम्ही दोघी कारमधून उतरतो आहोत तोच समोरून सिस्टर विमी आली आणि माझी दखलही न घेता मदर

प्रॉव्हिन्शिअलवर वीज कोसळल्यासारखी कडाडली! तो ड्रायव्हरदेखील चकित होऊन तिचा प्रत्येक शब्द ऐकतच राहिला.

"अगं चेटकिणी ऽऽ किती दुष्ट आहेस गं तू? तुझं काळीज आहे का दगड? कसं काय तुला अम्मा म्हणायचं? तुला काय अधिकार आहे माझी बदली करण्याचा? तुला माहीत नाही, डोकेदुखीमुळे मी जास्त वाचू शकत नाही. मग कशी काय मी त्या डिग्रीच्या विद्यार्थ्यांना शिकवू शकणार? सांग ना."

मी दिङ्मूढ होऊन ऐकत उभी होते. मदर प्रॉव्हिन्शिअल आणि आजूबाजूच्या सगळ्यांची तीच अवस्था होती. तरी त्यातूनही माझ्या मनाच्या गाभाऱ्यात आशेचं एक पातं लवलवत होतं की, सिस्टर विमी नक्कीच आमचं कॉन्व्हेंट सोडून अमला कॉलेज कॉन्व्हेंटमध्ये रुजू होण्यासाठी जाईल.

बदलीच्या पूर्वसंध्येला ज्यांना बदलीच्या ऑर्डर्स मिळाल्या होत्या त्या सर्वजणी सामानाची जमवाजमव, बांधाबांध करण्यात गुंतल्या होत्या. पण सिस्टर विमी तसं काहीच करताना दिसली नाही.

सकाळी दहा वाजता मी तिच्या बिल्डिंगमध्ये गेले. मला बघितल्यावर तिने नम्रपणे मला विनंती केली, "प्लीज केमिस्ट्री लॅबमध्ये जाऊन कुणा मदतनिसाला पाठवतेस का? सांग, मला थोडं विष हवं आहे." हे ऐकून मात्र माझी शीर तडकली. आयुष्यात पहिल्यांदाच मी कुणावर तरी इतकी भडकले होते. इतकी ओरडून बोलणारी मीच आहे यावर माझा विश्वास बसत नव्हता.

"काय गं? तू एक नन आहेस. असं बोलायला लाज नाही वाटत तुला? वरिष्ठांनी तुझी बदली केलीय ना? का नाही करत तू त्यांच्या आज्ञेचं पालन? देवावर तरी विश्वास आहे की नाही तुझा? मग तिथेही तो तुला मदत करेलच."

या अनपेक्षित प्रतिक्रियेमुळे, एकदम उडालेल्या भडक्यामुळे ती एकदम हादरलीच. संतापाने थरथरत मी पुढे बोलू लागले, "यापुढे कशाकरताही माझ्याकडे येऊ नकोस. तुझं तोंडही पाहायची इच्छा नाही माझी. I hate you!"

त्या बिल्डिंगमधून घाईघाईने बाहेर पडून मी सरळ कॉन्व्हेंटमध्ये जाऊन लपून बसले. दुपार कलली तरी ती खोलीच्या बाहेर आली नव्हती. मला वाटायला लागलं, कुणास ठाऊक हिचं काय झालंय? काहीच न कळल्यामुळे फार अस्वस्थ वाटायला लागलं. पण चार वाजून गेल्यावर, काहीच विशेष न घडल्यासारखी ती बाहेर आली. स्वतःच्या ग्लासमध्ये दूध ओतून घेत तिने सुपिरिअरला सांगितलं, "मी अजून सामान आवरलेलं नाही. जरा दोन ज्युनिअर सिस्टर्सना माझ्या मदतीला पाठवून दे."

"होऽऽ बोलवा ना कुणालाही." सुपिरिअर म्हणाली. तिने अर्थातच मला बोलावलं नाही. माझ्या दोन मैत्रिणी तिला मदत करत होत्या. ते पाहून मी विनोदाने म्हटलं, "आहे बुवा! नशीबवान आहात तुम्ही. मदतीसाठी तुमचं सिलेक्शन झालंय."

त्यावर सिस्टर विमी बायबलमधलं अवतरण देत म्हणते कशी, "तुमचे मोती कधीही डुकरापुढे टाकू नका. टाकलेत तर तो ते पायाखालीच तुडवून टाकणार हे लक्षात ठेवा."

जाता जाता तिची एवढी तरी विनोदबुद्धी शाबूत होती हे माझं नशीब! एखाद्या गरीब कोकरासारखी ती गाडीत जाऊन बसली आणि मोठ्या प्रेमाने माझ्याकडे पाहून हात हलवला. चला. अखेर येशूने मला, मदर प्रॉव्हिन्शिअलला दिलेला शब्द खरा करून दाखवायला मदत केली होती.

अशा तऱ्हेने मला नकोसं झालेलं एक प्रकरण मिटलं होतं. पण ज्यांना अशाच प्रकारचा त्रास आणि घुसमट मुकाट्याने सोसावी लागत असेल, अशा इतर ज्युनिअर सिस्टर्सचं काय होत असेल? मला अशी अनेक सिस्टर्सची उदाहरणं माहीत आहेत की, ज्या वर्षानुवर्षं भीतीपोटी चकार शब्दही न काढता असा त्रास सोसत राहिल्या. माझ्याशी धश्चोटपणा करण्याआधी सिस्टर विमीचे, सिस्टर बॅनीबरोबर संबंध होते. ती एका शाळेत काम करत होती. एकदा सिस्टर बॅनीने मला सांगितलं की, सिस्टर विमीनेच पुढाकार घेऊन तिला त्या सगळ्या कृतीत पारंगत केलं. थोडक्यात, विमीने तिला वाईट नादाला लावलं आणि नंतर उलटा बोभाटा केला. अमला कॉलेजच्या पहिल्या प्रिन्सिपॉलने पण एकदा मला सिस्टर विमीबद्दल असंच सांगितलं होतं, की तिचे कॉन्व्हेंटमधील एका सिस्टरसोबत समलिंगी संबंध (Lesbian Relation) होते. माझ्याशी काही काळ खेळल्यानंतर तिची बदली अमला कॉलेजला झाली. तिथे तिने दुसऱ्या एका विद्यार्थिनी सिस्टरला पकडून स्वतःचं खेळणं बनवलं.

दुसरी एक ट्रेसिला म्हणून होती. शिकाऊ उमेदवार म्हणून तिचं दुसरं वर्ष होतं. तिचे एका ज्येष्ठ सिस्टरबरोबर गुप्त आणि विचित्र संबंध होते. ती ज्युनिअर सिस्टर झाल्यानंतरही ते चालूच राहिले. जेव्हा सेंट मारियाज कॉन्व्हेंटमध्ये एक तरुण आणि रूपसुंदर सिस्टर सुपिरिअर म्हणून बदलून आली, तेव्हा अनेक तरुण सिस्टर्स तिच्या मागे लागल्या, पण तिच्या सगळ्यात जवळ होती सिस्टर ट्रेसिला. वयोवृद्ध सिस्टर्सने त्या सुपिरिअरच्या वर्तणुकीबद्दल वरिष्ठांकडे तक्रार केली की, तिचे सिस्टर्सबरोबर लैंगिक संबंध आहेत म्हणून. तिची तीन वर्षांची मुदत पूर्ण झाल्यावर, सुपिरिअरची बदली कॉलेजसमोरच्या कॉन्व्हेंटमध्ये झाली. तिच्या खोलीतून ती कॉलेजमध्ये वावरणाऱ्या सिस्टर ट्रेसिलाला पाहू शकत असे. त्यांच्या 'तसल्या' संबंधांची काही कल्पना नसलेल्या नव्या सुपिरिअरने त्यांना एकमेकींना भेटण्याचीही परवानगी दिली होती.

पुढे एका तरुण आणि स्मार्ट धर्मगुरूंना (Priest) कॉलेज कॉन्व्हेंटचा चॅप्लीन म्हणून नेमण्यात आलं. कॉलेजच्या ज्या भागात सिस्टर ट्रेसिला काम करत होती, तिकडेच ते सारखे घुटमळताना दिसू लागले. एकदा तर मी पाहिलं, दोघांत छान

थट्टामस्करी चालली होती आणि हसता हसता त्यांनी पटकन तिला चिमटासुद्धा काढला आणि मग ती जागा कुरवाळत राहिले. पुढे पुढे त्यांचे संबंध जास्तच गहिरे होत गेले. ती दररोज त्यांना फोन करायची आणि कॉन्व्हेंटमध्ये दिवसभरात काय काय घडलं, ते सगळं सांगायची. आणि दुसऱ्या दिवशी [१]'होमिली'मधे ते त्यावर शेरे मारायचे.

सगळ्यांना नवल वाटायचं. कॉन्व्हेंटमधील बारीकसारीक गोष्टी याच्यापर्यंत कशा काय पोहोचतात? शेवटी एकदा टेलिफोन रजिस्टर तपासलं, तेव्हा कुठे आम्हाला कळलं की, सिस्टर ट्रेसिला रोज एकदा तरी चॅप्लीनला फोन करतेच. वयोवृद्ध सिस्टर्सच्या पण हे लक्षात आलं. त्यांनी या गोष्टीची गंभीर दखल घेतली. या घनिष्ठ संबंधाबद्दल सुपिरिअरकडे तक्रार केली. त्यामुळे साऱ्या कॉन्व्हेंटमध्ये या विषयावर गरमागरम चर्चा होऊ लागली. सिस्टर ट्रेसिलाला या प्रकरणाचा जाब विचारण्यात आला आणि त्याबद्दल तिचं म्हणणं काय आहे हे सांगण्यास भाग पाडण्यात आलं. ती रडत, ओरडत सांगत होती, "हो हो! आहे माझं त्याच्यावर प्रेम. लवकरच आम्ही पळून जाणार आहोत आणि मी लग्न करणार आहे त्याच्याशी. झालं तुमचं समाधान?" नेमकी या वेळेला मी मध्ये पडले. तिला समजावलं. "हे बघ, असा आततायीपणा करू नकोस. काही दिवसांची रजा घे. कुठेतरी दूर जाऊन प्रार्थना कर. शांत झालीस, फ्रेश वाटायला लागलं की परत ये." आणि तिने तसंच केलं.

अमला कॉलेजमध्ये सिस्टर क्लॉडिया एक विभागप्रमुख होत्या. त्यांचे सिस्टर करिश्माबरोबर असेच 'स्पेशल संबंध' होते. आम्ही कॉलेजमधील अनेकजणी त्याबद्दल नेहमीच चर्चा करत असू. 'आम्हाला खूपच काम आहे, आता ते रात्रभर बसूनच पूर्ण करावं लागेल' असा बहाणा करून दोघीजणी बऱ्याच रात्री कॉलेजमध्ये एकत्र घालवीत. त्यांच्याबरोबर मी आणि दुसरी सिस्टर कधीकधी मदतीला असायचो. तेव्हा त्यांचं एकमेकींशी पाचकळ विनोद करून खिदळणं आणि इतर हावभाव त्यांच्यातल्या 'स्पेशल लव्ह'ची साक्ष पटवीत. अशातच नवीन आलेली एक सिस्टर, सिस्टर क्लॉडियाची स्तुती करून तिच्या मागेपुढे घुटमळू लागली. त्यामुळे सिस्टर करिश्माची तिच्याशी दुश्मनी सुरू झाली. त्या नव्या मुलीनेच मला एकदा हे सांगितलं, की सिस्टर क्लॉडियाची तिच्यावर विशेष मर्जी बसू लागल्यापासून सिस्टर करिश्मा तिच्यावर जळू लागली आहे. मी आपली दुरून शांतपणे त्या त्रिकुटाकडे पाहत होते.

याच काळात कॉन्व्हेंटमधील काही नियमांचं उल्लंघन होत असल्याचं माझ्या लक्षात आलं. पण तेव्हा मी होते ज्युनिअर सिस्टर. त्यामुळे गप्प राहून पाहण्यापलीकडे मी काही करू शकत नव्हते. अशा काही व्यावसायिक सिस्टर्स (Professional

---

१. होमिली : एक दिवसासाठी नेमलेल्या बायबलच्या भागावरचे छोटेसे प्रवचन.

Sisters) होत्या, ज्यांनी इतर सिस्टर्सप्रमाणेच 'गरिबीत राहीन' अशी शपथ घेतली होती. त्या गुपचूप स्वत:च्या घरच्या लोकांना आणि नातलगांना पैसे नेऊन देत. सामाजिक कार्यासाठी जमा केला जाणारा निधी त्यांच्या हातात असे. नियमानुसार स्वत:च्या गरीब नातलगांसाठी त्या पैशातून मदत करण्यास मनाई होती. कधीकधी जेव्हा त्या मला स्वत:बरोबर त्यांच्या घरी नेत तेव्हा मी माझ्या डोळ्यांनी मदत देताना पाहिलेलं आहे आणि स्वत:च्या कानांनी सगळं ऐकलेलं आहे.

तसाच नियमांचं उल्लंघन करण्याचा किस्सा; कॉलेजमधील प्रवेश-प्रक्रियेचा! सरकारी नियमाप्रमाणे, अनुसूचित जाती आणि जमातीतील विद्यार्थ्यांसाठी काही जागा राखीव असतात. या जागा व्यवस्थापनाकडे ठेवण्यासाठी चुकीचे क्रमांक देण्याच्या पद्धतीचा वापर केला जातो. प्रवेश-अर्जांवर बोगस (जास्तीचे) क्रमांक घालून दिशाभूल केली जाते आणि राखीव जागा हडपण्याचा प्रयत्न केला जातो. एकदा असाच राखीव जागांना धक्का लावण्याचा प्रयत्न केला म्हणून एस.एफ.आय.च्या कार्यकर्त्यांनी प्रिन्सिपॉल आणि त्यांच्या सहकाऱ्यांना 'घेराव'सुद्धा घातला होता. अशा काही घटना घडत असताना माझी सदसद्‌विवेकबुद्धी मला टोचत असे. पण भीतीमुळे मी काही बोलू शकत नसे.

कॉलेजमध्ये लहान-मोठं राजकारणही चालत असे. शुभा नावाची एक तडफदार मुलगी होती. कॉलेजमध्ये नवीनच प्रवेश घेतल्या घेतल्या ती नेहमी होस्टेलवर जाऊन राजकारणाबद्दल, राज्यकर्त्यांबद्दल आणि सामाजिक घडामोडींबद्दल आपले विचार मांडायची. त्यावरून काहींना वाटू लागलं, ही एकतर नक्षलवादी चळवळीतील असेल, नाहीतर मार्क्सवादी कम्युनिस्ट असली पाहिजे. मलाही प्रथम तसाच काहीतरी संशय होता. पण ती वर्गप्रतिनिधी म्हणून निवडून आल्यानंतर माझी तिच्याशी प्रत्यक्ष भेट झाली. मला ती प्रामाणिक आणि खुल्या विचारांची वाटली. लवकरच ती विद्यार्थ्यांमध्ये लोकप्रिय झाली. शेवटच्या वर्षी, कॉलेज युनियनच्या निवडणुकीत चेअरमनपदासाठी उभी राहिली.

तिथे शिक्षिका म्हणून काम करणाऱ्या सिस्टर्स, तसंच व्हाईस प्रिन्सिपॉल या सगळ्या शुभाच्या विरुद्ध होत्या. त्यामुळे त्या मला सांगत होत्या की, तुम्ही सगळ्या कॅथॉलिक विद्यार्थ्यांना शुभाच्या विरोधात मतदान करायला सांगा. पण मी काही त्यांचं ऐकलं नाही. कारण शिक्षकांनी निवडणुकीच्या बाबतीत लुडबुड करू नये असं मला वाटत होतं. शेवटी त्यांनी इतर मार्गांनी ते केलं. पण एवढी गुप्त कारस्थानं करूनही शुभा आणि तिचा गटच निवडून आला. निवडणुकीचे निकाल जाहीर झाले, तेव्हा पदवी परीक्षेला बसणाऱ्या काही विद्यार्थ्यांनी त्यांच्याविरुद्ध आरडाओरडा करून त्यांना पिटाळून लावण्याचा प्रयत्न केला. पण इतर विद्यार्थ्यांनी त्यांना सोडवलं. शुभाचं मला मोठं कौतुक वाटलं. पेढे वाटताना पहिला पेढा तिने

स्वत:च्या विरोधात उभ्या राहिलेल्या विद्यार्थिनीला नेऊन दिला आणि सहानुभूती व्यक्त केली. तिच्यामध्ये ही दिलदार वृत्ती होतीच, जी वयाने वाढलेल्या अनेक जणांमध्ये पाहायलासुद्धा मिळत नाही.

ते वर्ष मला फार कठीण गेलं. कॉलेज युनियनने काहीही केलं तरी त्याचं खापर माझ्यावर फुटत असे आणि त्याचा परिणाम म्हणून, व्हाईस प्रिन्सिपॉलला माझा सूड घेण्याची आणखी एक संधी मिळत असे. एकदा तर तिने प्रिन्सिपॉलकडे विद्यार्थ्यांची एक यादी दिली. ज्यांना 'वर्तणूक बरी' (म्हणजे चांगली नाही) असं प्रमाणपत्र द्यायचं, त्यांची नावं त्यात होती. त्यात शुभाचंही नाव होतं. ज्या दिवशी ती प्रमाणपत्रे वाटायची होती, त्याच दिवशी सकाळी आम्हाला हा प्रकार समजला. एक टीचर धावतच माझ्याकडे आली. तिच्या एका उत्तम विद्यार्थिनीला 'वर्तणूक बरी' असं प्रमाणपत्र दिलेलं बघून तिला धक्काच बसला होता. मी तर अत्यंत दु:खित अंत:करणाने माझ्या वर्गामध्ये ती प्रमाणपत्रे वाटली. कारण माझ्या अनेक विद्यार्थ्यांना वाईट शेरे दिले होते.

मी शुभाला 'वर्तणूक समाधानकारक नाही' असं लिहिलेलं प्रमाणपत्र दिलं, तेव्हा तिने माझ्याकडे पाहून स्मितहास्य केलं. त्या प्रमाणपत्राचे फाडून तुकडे केले आणि कचऱ्याच्या टोपलीत टाकून दिले. नंतर तिने एका स्पोर्टस् कॉलेजमधून पुन्हा एकदा प्री-डिग्रीची परीक्षा दिली आणि उत्तम यश मिळवलं. पुढे दोन वर्षांनी पदवी परीक्षेसाठी प्रवेश घ्यायला ती पुन्हा अमला कॉलेजला आली. मुलाखतीच्या वेळी तिला तिच्या क्रीडा नैपुण्याबद्दल विचारण्यात आले तेव्हा तिने उत्तर दिलं, "जेव्हा जेव्हा आई मला मारायला येते ना, तेव्हा तिच्यापेक्षा खूप वेगाने धावत मी निसटून जाते. त्यामुळे माझा पळण्याचा वेग एवढा वाढला आहे." अमला कॉलेजमधील कुणीही तिला ओळखलं नाही. 'खेळाडूंसाठी राखीव' जागेवर तिला पदवी परीक्षेसाठी प्रवेश मिळून गेला.

क्षेमाच्याही बाबतीत असाच प्रकार झाला, तेव्हा मात्र मी पुरती वैतागले. तिने वर्षभर कॉलेजच्या सर्व कार्यक्रमांत स्वत:ला अक्षरश: झोकून दिलेलं होतं. पण तिलासुद्धा 'वर्तणूक असमाधानकारक' असा शेरा दिलेला होता. का? तर केवळ ती व्हाईस प्रिन्सिपॉलच्या खास मर्जीतली नाही म्हणून! ते पाहिलं आणि मी सरळ प्रिन्सिपॉलकडेच गेले. "हे बघा मॅडम, ही मुलगी काय चुकीचं वागलीय? तिच्या वडिलांनी कुठल्याही टीचरला विचारलं तरी त्यांना तिची प्रशंसाच करावी लागेल इतकी गुणी मुलगी आहे ती. तिच्याविरुद्ध आपल्याकडे कधीतरी काही तक्रार आलीय?"

प्रिन्सिपॉल फक्त शांतपणे उत्तरल्या, "हे बघ जेस्मी, मला कुणालाही असले शेरे द्यायला आवडत नाही. पण माझ्यावर फार दडपण आणलं जातं इथे. तू असं कर. तिच्याकडून ते प्रमाणपत्र परत घे. मी तिला व्हाईस प्रिन्सिपॉलच्या नकळत दुसरं

चांगलं प्रमाणपत्र देते.''

दुसऱ्या दिवशी पेपर झाल्यावर मी क्षेमाला भेटले. मला पाहून तिला रडूच कोसळलं. ''सिस्टर, मी तुम्हा सर्वांचं काय घोडं मारलं, म्हणून मला असं प्रमाणपत्र मिळालं? मी एक पेपर नीट लिहू शकत नाहीये. माझे बाबा आणि भाऊ ताबडतोब प्रिन्सिपॉलना भेटायला निघाले होते. पण आईने त्यांना रोखलं. म्हणाली, तिची परीक्षा संपल्यावर मीच जाऊन भेटेन त्यांना.'' मी क्षेमाला धीर दिला. तिला दुसऱ्या दिवशी तिचं प्रमाणपत्र आणायला सांगितलं आणि त्या बदल्यात मी प्रिन्सिपॉलकडून दुसरं प्रमाणपत्र मिळवून देण्याचं आश्वासन दिलं.

तिने आणलेलं प्रमाणपत्र पाहून मला खूप वाईट वाटलं. त्यावर सगळी खाडाखोड केलेली होती. क्लार्कने सगळ्यांच्या प्रमाणपत्रावर 'वर्तणूक चांगली' असं लिहून ठेवलेलं होतं. ते खोडून त्यावर 'असमाधानकारक' म्हणून शेरा लिहिला होता.

अखेर क्षेमाला नवीन प्रमाणपत्र देण्यात आलं. पण मी फक्त एकाच मुलीचं भवितव्य वाचवू शकले याची मला रुखरुख लागून राहिली.

आता आमची 'ज्युनिओरेट' कोर्ससाठी 'जनरलेट'मध्ये जाण्याची वेळ आली होती. त्यापूर्वी कॉन्व्हेंटमधील लोकांनी बॅचमधील प्रत्येकीबद्दल आपली मते नोंदवायची होती. त्यावरून आम्हाला सिस्टर म्हणून 'फायनल प्रोफेशन'मध्ये जायला मिळणार की नाही हे ठरवलं जाणार होतं. आमच्या बॅचमध्ये आम्ही चौघी जणी होतो. त्यातल्या दोघींना सगळे 'सात्त्विक' समजत. उरलेल्या आम्ही दोघी 'खोडकर' म्हणून गणल्या जात असू. ज्यावेळी त्या तथाकथित 'सात्त्विक' सिस्टर्सना, त्यांच्याबद्दल वयस्कर सिस्टर्सनी मारलेले शेरे समजले त्यावेळी त्यांनी कॉन्व्हेंटमध्ये 'असहकारितेची चळवळ' सुरू केली. त्यांची मागणी होती की, आम्हाला जनरलेटमध्ये प्रवेश मिळालाच पाहिजे.

मी मदर प्रॉव्हिन्शिअलकडे गेल्यावर तिने माझ्याविरुद्ध असलेले सगळे शेरे मला वाचून दाखवले. मी शांतच राहिले. माझ्या अपेक्षेपेक्षा ते शेरे सौम्यच वाटले मला. तेव्हा तिरकसपणे मदर प्रॉव्हिन्शिअल म्हणाली, ''सगळ्यांनी असं विरुद्ध लिहिलंय, मात्र होस्टेलच्या भटारखान्यातली एक सिस्टर तुझ्या बाजूने आहे बरं का! ती लिहितेय, जेस्मी म्हणजे अविलाच्या सेंट तेरेसासारखी थोर आहे.'' ते ऐकून मला खूप बहुमान झाल्यासारखं वाटलं. चला. निदान ती सिस्टर तरी आपल्याला मानते आहे. त्याशिवाय माझ्या ज्युनिअर मिस्ट्रेसने पण माझ्याबद्दल चांगलं लिहिलं होतं. ती इतकं चांगलं लिहील असं मला वाटलं नव्हतं. पण त्यामुळे मला 'फायनल प्रोफेशन'च्या ट्रेनिंगला जाण्याचा मार्ग खुला झाला.

प्रत्यक्षात फायनल प्रोफेशनमध्ये शिरण्यापूर्वी आठ महिने जनरलेटमध्ये आम्हाला जनरल ट्रेनिंग देण्यात येतं. तिथे आम्हाला वर्गात बसून शिकवलं जातं. थिऑलॉजी, लिटर्जी, कारमेल स्पिरिच्युॲलिटी, ख्रिस्टॉलॉजी, मारिऑलॉजी, स्पिरिच्युअल

सायकॉलॉजी, बायबल वगैरे विषयांच्या एकूण अकरा परीक्षा द्याव्या लागतात आणि शारीरिक मेहनतही खूप करावी लागते. शौचालय साफ करणे, गटारं धुणे, चॅपेलची सजावट करणे, बागकाम करणे, जमीन नांगरणे, गोठ्यातून गोमूत्र आणणे, आठवड्यातून आपली पाळी असेल त्याप्रमाणे काम करावे लागत असे.

थिऑलॉजीमध्ये सर्वप्रथम येण्याचं माझं ध्येय होतं. त्यामुळे माझं येशूवरचं प्रेम सिद्ध करून दाखवण्याची संधी मला मिळाली असती. माझ्या आतापर्यंतच्या चांगल्या मार्कांवर पहिली येऊन मला कळस चढवायचा होता. मी अत्यंत मन लावून, गंभीरपणे अभ्यास करत होते. नियमित वर्गात हजर राहत होते. फादर वालुरान, फादर अँटोनी नारीकुलम, फादर बॉस्को पुथुर, फादर कानिचाई असे शिक्षक आम्हाला होते. अभ्यासाची भरपूर तयारी करत असताना वर्गात हास्यविनोदही होत असत.

आमचं एक दोन अंकी नाटक बसवलं होतं. त्यात मी भक्त एलियास कुरियाकोसे चावरा याचं काम केलेलं होतं. मी टकली दिसावी म्हणून माझ्या डोक्यावर प्लॅस्टिकचा पेपर ठेवून त्यावर भिजवलेलं पांढरं पीठ थापलं होतं. इतका वेळ डोक्यावर ते गार गार पीठ राहू दिलं, तर मला सर्दी होईल अशी काहींना भीती वाटत होती. नाटक चालू असताना मी पाहिलं तर मदर जनरल आणि मदर प्रॉव्हिन्शिअल रडत होत्या. भक्त चावराच्या हालअपेष्टा आठवून त्यांना रडू येत होतं. दुसऱ्या दिवशी मदर जनरल मला म्हणाल्या, "काल तू अगदी आपले संस्थापक भक्त चावरा यांच्यासारखी वाटलीस मला. प्रत्यक्षातसुद्धा तू त्यांच्याइतकंच मोठं काम करायला हवंस."

आमच्या थिऑलॉजी परीक्षेचा निकाल नोटीस बोर्डवर लावण्यात आला. तो पाहून मला खूपच आनंद झाला. मी पहिली आले होते. येशूला अंत:करणापासून साद घालत मी म्हटलं, 'प्राणनाथा ऽऽ तू खरोखर एक चमत्कार आहेस!!'

तो कोर्स झाल्यानंतर 'फायनल प्रोफेशन'साठी आमचं ट्रेनिंग सुरू झालं. ध्यान लावणं, अंतर्मुख होऊन प्रार्थना करणं आणि दर महिन्याला काय शिकलो ते आठवून त्याचा आढावा घेणं.

मे महिन्याच्या मध्यावर आम्ही आपापल्या प्रॉव्हिन्समध्ये परत येऊन समारंभाची तयारी करू लागलो.

त्या समारंभात आम्ही जाहीरपणे स्वत:ला ईश्वरचरणी वाहून घेत असतो. आम्हाला समारंभपूर्वक एक काळा पट्टा दिला जातो. हा पट्टा म्हणजे 'फायनल प्रोफेशन'चं प्रतीक असतं. यानंतर आम्ही स्वतंत्रपणे 'सिनिअर सिस्टर' म्हणून गणल्या जातो. आम्हाला मार्गदर्शन करायला आणि रागवायला ज्युनिअर मिस्ट्रेस नसते. समारंभ झाल्यावर पुन्हा एकदा मी मारिया कॉलेजमध्ये येऊन माझं प्राध्यापिकेचं काम हाती घेतलं.

स्वर्गातील काटेरी झुडूप

'सीनिअर सिस्टर' म्हणून माझ्या जीवनाची सुरुवात तर चांगली झाली. वाटलं, आता मी शिकवता शिकवता स्वत:चाही आध्यात्मिक विकास करून घेईन. पण पुढे माझ्या वाटेत किती काटे पसरलेले होते याची मला तेव्हा काहीच कल्पना आली नाही.

'सीनिअर सिस्टर' म्हणून धड स्थिरावलेही नव्हते, तेव्हा मला युनिव्हर्सिटी ऑफ कालिकतच्या एम.फिल. शिक्षणक्रमाची प्रवेश परीक्षा द्यावी असं सांगण्यात आलं. सहा विद्यार्थी एका बॅचमध्ये असणार होते. त्यातल्या पाच जणांची निवड ही प्रवेश-परीक्षा आणि नंतर मुलाखत घेऊन करण्यात येणार होती. पाच जागांसाठी शंभर उमेदवार आलेले होते. त्या सर्वांत मी पहिल्या क्रमांकाने उत्तीर्ण झाल्याने मला नवल वाटलं. आता यानंतर मुलाखती.

माझ्याबरोबर परीक्षेत पास झालेल्या पहिल्या पाचांमध्ये इतर चौघीही शिक्षिकाच होत्या. त्या पदवी आणि पदव्युत्तर वर्गांना इंग्लिश शिकवत होत्या. त्यातली एक तर बावीस वर्षांपासून एम.ए.च्या विद्यार्थ्यांना शिकवत होती. दुसरीला निवृत्त होण्यासाठी फक्त एक वर्ष बाकी होतं आणि मी तर फक्त काही वर्षे प्री-डिग्रीच्या वर्गाला जनरल इंग्लिश शिकवलं होतं. त्यांच्या बरोबरीला यायचं, तर मला चांगलीच तयारी करावी लागणार होती.

ओणमच्या सुटीत दहा दिवस मी होस्टेलवर राहून भरपूर वाचन केलं. लवकरच इतरांशी टक्कर घेण्याइतकी तयारी झाल्याचं माझ्या लक्षात आलं. आमचा छान हसता खेळता ग्रुप तयार झाला. एकदा माझ्या मैत्रिणीने प्राध्यापकांच्या मागे फळ्यावर एक पोस्टर लावलं होतं,

'हसणाऱ्या शिक्षकावर विश्वास ठेवू नका.'

Never Trust A smiling Teacher Never

आणखी एकदा माझ्या प्राध्यापिका मैत्रिणीने आम्हाला पोस्टाने एक फोटो

पाठवला. पाकीट उघडून पाहिलं तर सहा हाडांचे सांगाडे रांगेत उभे राहून चर्चा करताहेत. फोटोखाली लिहिलं होतं, 'आपला ग्रुप फोटो.' खूप मेहनत घेऊन, उपाशीतापाशी राहून संशोधन करणाऱ्या विद्यार्थ्यांवर केलेलं मार्मिक भाष्य!

पहिल्या सेमिस्टरमध्ये आम्हाला ठरावीक अभ्यास आणि त्यावरची परीक्षा द्यायची होती. पण दुसऱ्या सेमिस्टरच्या सुरुवातीलाच एखादा साहित्यिक निवडून संशोधन करायचं होतं. तसा माझा आवडता कवी होता रॉबर्ट फ्रॉस्ट. पण आमच्या विभागप्रमुखांना ते पटत नव्हतं. एकदा ते भर वर्गात तिरकसपणे म्हणाले, "मी ऐकतोय की कुणीतरी संशोधनासाठी कवी फ्रॉस्टची निवड केलीय म्हणून? आता त्याच्यावर काय संशोधन करायचं राहिलंय? मला मोठं नवल वाटतंय!"

त्याबरोबर सगळा वर्ग माझ्याकडे पाहू लागला. मी उठून विचारलं, "सर, मला फ्रॉस्टविषयी काही नवीन शोधून काढता येऊ शकत नाही का?"

"अर्थातच सिस्टर, तुम्ही नक्कीच शोधू शकता. पण प्रत्येक वेळी तुम्ही लिहायला सुरुवात केलीत की, तुम्हाला माझे शब्द आठवतील."

या शब्दांनी अस्वस्थ होऊन मी सरळ विचारलं," सर, तुम्ही मला शाप देताय का?"

"अरे बाप रे! मी कोण तुम्हाला शाप देणारा, सिस्टर? मी फक्त वस्तुस्थिती सांगतोय तुम्हांला."

इथे आमची चर्चा संपली.

ज्या वेळेला मी कवी फ्रॉस्टच्या काव्याची मीमांसा कोणत्या नव्या दृष्टिकोनातून करणार आहे हे माझ्या वर्गमैत्रिणींना सांगितलं, तेव्हा त्या सर्वांनाच ते भावलं. त्या वेळच्या साहित्यिक सिद्धांतामध्ये नवी टीका हे आधुनिक हत्यार होतं आणि त्याचा वापर करून मी माझ्या प्रबंधाचा विषय घेतला होता,

'The Parabolic Pattern in the Poetry of Robert Frost.'

माझ्या संशोधनात फक्त फ्रॉस्टच्या शैलीचाच शोध घेणं नव्हतं, तर त्याच्या अनेक कवितांची येशूच्या उपदेशात्मक लघुकथांशी तुलना असणार होती.

क्लीन्थ ब्रुक्स आणि नवीन टीकाकार म्हणतात की, कवितेतला विरोधाभास हा समजण्यास अत्यंत कठीण भाग असतो; अगदी प्रेमकवितेतसुद्धा! माझ्या प्रबंधात मी असं मांडलं की, विरोधाभास हा गद्यातही असतो. अगदी येशूने सांगितलेल्या उपदेशपर लघुकथा (बोधकथा) मध्येही तो आहेच. फ्रॉस्टच्या कवितांमध्ये बोधकथेसारखा उपदेश तर येतोच, पण ते विरोधाभासाचा आधार घेत मांडायची त्याला आवड आहे हे सोदाहरण दाखवून मी एक नवी व्याख्याच तयार करून मांडली. फ्रॉस्टच्या कविता या उपदेशपर असून, त्यात विरोधाभास आहे अशी प्रबंधाची सुरुवात करून, शेवटी बायबलमधील येशूने सांगितलेल्या दहा बोधकथांची आणि फ्रॉस्टच्या कवितांची

तुलना करून दाखवली होती. मात्र विभागप्रमुखांच्या परवानगीशिवाय मी कशी काय हा प्रबंध सादर करू शकणार? पण इथेही अनाकलनीय पद्धतीने येशू ख्रिस्त माझ्या मदतीला आला. माझ्या अप्पनना (वडिलांना) अचानक हॉस्पिटलमध्ये ठेवावं लागलं. त्यांना अन्ननलिकेचा कॅन्सर झालेला होता. खूप पुढची अवस्था होती. त्यामुळे इलाज करून फारसा काही उपयोग होणार नव्हता. त्याच वेळी आमच्या विभागप्रमुखांच्या पत्नीलाही कॅन्सर असल्याचं निदान झालं. त्यामुळे जेव्हा जेव्हा माझी त्या विभागप्रमुखांशी भेट व्हायची, तेव्हा आमच्यात दोन्ही रुग्ण नातेवाइकांच्या कॅन्सरविषयी चौकशी, चर्चा होत असे.

ज्या दिवशी आमच्या प्रबंधाची चर्चा आणि निवड होणार होती, त्या मीटिंगला ते आले, पण पत्नी अत्यवस्थ असल्यामुळे ताबडतोब त्यांना हॉस्पिटलमधून बोलावणं आलं. शेवटी प्रबंधाची छाननी करून निवड करण्याचं काम दुसऱ्या एका प्राध्यापकांवर सोपवून ते तिकडे गेले. या नवीन प्राध्यापकांना चर्चा करताना माझा विषय आणि प्रबंधाची संकल्पना खूपच आवडली आणि त्यांनी तिथल्या तिथे माझ्या प्रबंधाला हिरवा झेंडा दाखवला.

आमची दुसऱ्या सेमिस्टरची परीक्षा होती. त्या वेळेस आशीर्वाद घ्यायला गेले, तेव्हा मी अप्पनना पाहिलं होतं. परीक्षा संपल्यावर एकदा अप्पनना भेटून पेपरसंबंधी सविस्तर सांगायची माझी इच्छा होती. कारण त्यांना त्यात नेहमीच स्वारस्य असायचं. पण 'घरी जाऊ का?' म्हणून स्थानिक सुपिरिअरला विचारलं, तर 'तू सारखी सारखी घरी जात असतेस' म्हणून तिने माझी खरडपट्टी काढली. 'आता पुन्हा माझी परवानगी काढायला येऊ नकोस.' असा दमही दिला. त्यामुळे तो विषयच खुंटला.

दुसऱ्याच दिवशी अप्पन आम्हा सर्वांना सोडून गेले. आता माझ्या फुटक्या नशिबाला दोष देत, मी फक्त त्यांच्या मृतदेहाशी बसून रडू शकणार होते. पण त्या रात्रीसुद्धा मी त्यांच्यापाशी थांबू शकले नाही. कारण रात्री मुक्कामाला घरी जायचं नाही असा कडक नियम! (हल्ली तो नियम बदलला आहे.) शेवटी संध्याकाळी सहा वाजता दरवाजे बंद होण्यापूर्वी मी कॉन्व्हेंटमध्ये परत आले. त्या शेवटच्या रात्री, त्यांचं प्राणोत्क्रमण झाल्याप्रसंगीसुद्धा कॉन्व्हेंटने निर्दयीपणे मला माझ्या वडिलांपासून दूर केलं, ही व्यथा मनात सलत होती. त्या दिवशी मदर प्रॉव्हिन्शिअल क्लॉडिया, कॉन्व्हेंटमध्ये आलेल्या होत्या. रात्रीच्या प्रार्थनेनंतर काही वेळ चॅपेलमध्ये थांबण्याची माझी विनंती त्यांनी धुडकावून लावली. दुसऱ्या दिवशी सकाळची प्रार्थना झाल्यावरही मला घरी जाऊ न देता, कॉन्व्हेंटमध्येच थांबवण्यात आलं. कारण 'प्रौढ सिस्टर्सनी वडिलांच्या अंत्ययात्रेला उपस्थित राहू नये' असा त्यांचा तेव्हा नियम होता म्हणे!

वडिलांची अंत्ययात्रा सकाळी नऊला निघणार होती. मी पावणेनऊपर्यंत घरी

पोहोचावी, अशा बेताने मला परवानगी देण्यात आली. सगळं झाल्यानंतर मी अत्यंत दु:खित अंत:करणाने माझ्या एकटेपणाकडे परतले.

त्यानंतर अनेक महिन्यांपर्यंतही मी अप्पनच्या मृत्यूचं दु:ख पचवू शकले नव्हते. त्यांना ज्या हॉस्पिटलमध्ये ठेवलं होतं, त्या अमला हॉस्पिटलवरून जाताना दरवेळी माझ्या दु:खाचा बांध फुटत असे. घरी जाऊन समदु:खी कुटुंबीयांसोबत राहायची मला परवानगी नव्हती. काही सिस्टर्सना माझं दु:ख समजायचं, पण मी त्यांच्याशी मनातलं सगळं बोलू शकत नव्हते. माझ्या अप्पनमध्ये असलेल्या गुणांचा मला फार अभिमान वाटायचा. त्यांच्या अनेक गोष्टी मला प्रिय होत्या. पण हे त्या सिस्टर समजू शकल्या नसत्या, कारण त्यांच्या दृष्टीने अप्पन हे 'असमर्थ पिता' होते.

शेवटी मी स्वत:ला अभ्यासात बुडवून घेतलं. त्या युनिव्हर्सिटीत अशी पद्धत होती की, छोट्या प्रबंधासाठी (डिझर्टेशन) मार्गदर्शन करणारे प्राध्यापक, हे विद्यार्थ्यांची निवड करत असत. आम्हाला कुणालाच आर.व्ही. सर गाईड म्हणून नको होते. आम्ही असं ऐकलं होतं की, ते परिपूर्णतेचा ध्यास असणाऱ्यांपैकी आहेत. त्यामुळे त्यांना काम 'परिपूर्ण झालं आहे' असे वाटेपर्यंत ते विद्यार्थ्यांना पुन:पुन्हा लिहून काढायला लावतात. माझी प्रार्थना एवढीच होती की, मोठ्या प्रबंधासाठी मला अशा प्रकारचे गाईड नसावेत. कारण एकदा आम्ही हे वर्ष संपवून पुन्हा कॉलेजमध्ये शिकवू लागलो की, मला संशोधनासाठी इतका वेळ देता येणार नव्हता. त्यामुळे त्यांच्यासारख्यांबरोबर जुळवून घेणं शक्यच नव्हतं.

जेव्हा रीतसर पत्र आलं, तेव्हा माझ्या नावासमोर नेमकं प्रा. आर. व्हीं. चं नाव! त्यांनी माझी मुलाखत घेतली, विषय ठरला आणि मग प्रबंधासाठी सामग्री गोळा करण्यासाठी म्हणून आम्ही सर्वजण हैद्राबादच्या अमेरिकन स्टडीज रीसर्च लायब्ररीमध्ये गेलो.

प्रबंध सादर करताना माझ्या लक्षात आलं की, आर. व्ही. सरांसारखा उत्कृष्ट गाईड देऊन येशूने माझ्यावर कृपाच केली आहे.

एम. फिल. शिक्षणक्रमामध्ये मी सर्वप्रथम आल्याबद्दल मला युनिव्हर्सिटीकडून अभिनंदनाचं पत्र आलं. आमच्या प्रॉव्हिन्शिअलेटचा कसलासा समारंभ होता. त्यासाठी बिशप कुंडुकुलम यांच्याबरोबर सर्वांचं 'गेट टुगेदर' आयोजित केलं होतं. त्या ठिकाणी मदर प्रॉव्हिन्शिअल क्लॉडिया यांना भेटून ही शुभवार्ता सांगितली. पण त्यांना आनंद होण्याऐवजी राग आला. 'कसं काय?' त्यांनी विचारलं. त्यांनी कुणा प्राध्यापकाकडे चौकशी केली होती. तेव्हा त्यांनी गेली बावीस वर्षे पदव्युत्तर विद्यार्थ्यांना शिकवत आलेल्या प्राध्यापिकेचं नाव, 'सर्वोत्कृष्ट विद्यार्थिनी' म्हणून सांगितलेलं होतं. शेवटी मला सबब सांगितल्यासारखं सांगावं लागलं की, मला डिझर्टेशन आणि व्हायव्हा व्होस (तोंडी परीक्षा) दोन्हींतही जास्त गुण मिळाल्याने

मी सर्वप्रथम आले. माझ्या येशूने मला सांभाळलं म्हणून मी कृतज्ञ आहे त्याची! मदर प्रॉव्हिन्शिअल म्हणून सिस्टर क्लॉडियाने मला छळायला सुरुवात केली. त्यातील ही पहिली घटना होती. पण मला त्याची कल्पनाच नव्हती.

वर्गशिक्षिका या नात्याने, मी विद्यार्थ्यांच्या मनामध्ये काही सामाजिक जाणिवा निर्माण करण्याचा प्रयत्न करत असे. आपल्या वर्गात काही विद्यार्थी गरीब आहेत, त्यांना आवश्यक तेवढ्या सोयीसुविधा आणि साधनसामग्री मिळू शकत नाही, याची जाणीव मी त्यांना करून देत असे. ज्यांना साधनांची मुबलकता आहे, त्यांनी गरिबांच्या गरिबीची जाण ठेवून गरज असेल तेव्हा, त्यांचा स्वाभिमान दुखावला जाणार नाही अशा पद्धतीने त्यांना आर्थिक मदत करायला पाहिजे, हे मी आग्रहाने प्रतिपादन करीत असे. त्यामुळे कॉलेज शिक्षण पूर्ण होईपर्यंत, सामाजिक कृतज्ञतेची एक स्पष्ट भावना त्यांच्या मनात जागृत झालेली असे.

त्या वर्षी दोन सिस्टर्सना एम.फिल. करण्यासाठी पाठवण्याचा निर्णय झाला. त्यामुळे त्यांच्यावर असलेली 'अभ्यासक्रमाव्यतिरिक्त कार्यक्रमांची' जबाबदारी माझ्यावर येऊन पडली. आमच्या प्रिन्सिपॉल सिस्टर ग्लॅडिटा यांनी मला 'ओव्हर ऑल इनचार्ज' म्हणून नेमलं. कुठलंही काम आलं की, मला वर्गातून बोलावून घेतलं जाऊ लागलं. मी ठरवलं होतं की, प्रिन्सिपॉलला कधीही 'नाही' म्हणायचं नाही. आधीच दोन सिस्टर्स कमी आहेत आणि ती पडली भडक माथ्याची! वेळ आली की, इतकी भडकायची की, फायली अंगावर भिरकवायला कमी करायची नाही. याअगोदरचे प्रिन्सिपॉलदेखील असेच फार आरडाओरडा करत असत. त्यामुळे आपण जास्तीत जास्त जुळवून घेत राहणे, हाच या लोकांबरोबर काम करताना पाळायचा नियम!

लवकरच माझ्या लक्षात यायला लागलं. हे 'ओव्हर ऑल इनचार्ज'चं काम म्हणजे दुधारी तलवार आहे. एकदा असाच एन.एस.एस.चा (National Social Service) कँप होता. ती एन.एस.एस. ऑफिसर हट्टच धरून बसली की, तूच मदतनीस म्हणून माझ्याबरोबर आलं पाहिजेस. मला प्रिन्सिपॉलच्या ऑफिसमध्ये बोलावलं. तिथे व्हाईस प्रिन्सिपॉल आणि एन.एस.एस.ची टीचर दोघी आधीच येऊन बसलेल्या होत्या.

मला प्रिन्सिपॉलनी विचारल्यावर मी सांगितलं, "सिस्टर, मला कॉलेजमध्ये आणि कॉन्व्हेंटमध्ये कोणकोणत्या जबाबदाऱ्या निभवाव्या लागतात, हे तर तुम्हाला माहीतच आहे. तरीसुद्धा तुम्हाला वाटतं की, मीच तिला कँपच्या वेळेला मदत करावी म्हणून?" पण मग मी स्वतःच केलेला निश्चय मला आठवला की, कसल्याही कामाला 'नाही' म्हणायचं नाही. त्यामुळे मी तीही जबाबदारी स्वीकारली. पण त्यांचं दुटप्पी धोरण माझ्या नंतर लक्षात आलं. त्यांना मी नकार द्यावा असंच वाटत होतं. म्हणजे त्यांना मला दोष देता आला असता आणि सहकाऱ्यांची मतं

माझ्याविषयी कलुषित झाली असती.

त्या कँपची तयारी करण्यासाठी मी स्थानिक सुपिरिअर आणि प्रिन्सिपॉल यांच्यामध्ये टेनिस बॉलसारखी इकडून तिकडे टोलवली जात राहिले. हा कँप साधारणपणे ओणमच्या सुटीमध्ये घेतला जातो. मी प्रत्येक गोष्टीत प्रिन्सिपॉलला विचारत होते. प्रवासाच्या परवानगीपासून प्रत्येक निर्णय मी त्यांच्याशी चर्चा करूनच घेतले. पण मला खोटं पाडण्यासाठी नाना सबबी शोधल्या जात. तेही मी सहन केलं. एकदा मला नोटीस वगैरे छापून घ्यायला बाहेर जायचं होतं. तेव्हा स्थानिक सुपिरिअरने बजावलं, "क्लासेस साडेतीनला संपले की, तू लगेच कॉन्व्हेंटमध्ये परत यायला हवंस." मला आश्चर्यच वाटलं. "आणि मग मी 'ओव्हर ऑल' काम कधी करायचं? येऊ द्या प्रिन्सिपॉलना. विचारू आपण." सिस्टर ग्लॅडिटावर माझ्या आशा केंद्रित झाल्या. मला वाटलं, त्या सगळा खुलासा करतील. सुपिरिअरला समजावून सांगतील. म्हणून त्या आल्याबरोबर मी त्यांच्याकडे धावले. पण त्यांनीही अचानक मला अनपेक्षित उत्तर दिलं. "हे बघ, सर्वप्रथम तू कॉन्व्हेंटची नन आहेस. त्यामुळे पहिल्यांदा सुपिरिअरची आज्ञा पाळलीच पाहिजेस." चकित होऊन मी विचारलं, "सिस्टर, मग मी कॉलेजची कामं कधी करायची?" त्यावर त्यांनी आणखी एक चपराक दिल्यासारखं उत्तर दिलं. "तू असं कर. सकाळी साडेनऊपासून दुपारी साडेतीनपर्यंत कॉलेजची काय काय कामं करतेस ते एका कागदावर लिहून दे."

आता मात्र माझ्या लक्षात आलं की, व्यवस्थित ठरवून त्या माझ्याशी खेळ खेळताहेत. याची त्यांनी अगोदर प्रॅक्टिसही केलेली असावी. म्हणून मी घाईघाईने चॅपेलमध्ये जाऊन मदतीसाठी येशूची करुणा भाकली आणि मग कागदावर लिहिलं, 'मला समजून घेतलं आणि स्वातंत्र्य दिलं, तर माझ्यावर सोपवलेली सर्व कामे मी व्यवस्थित पार पाडू शकेन.'

हे वाचल्यानंतर प्रिन्सिपॉलने अखेरचा घाव घातला.

"तू असं कर. हव्या तेवढ्या दिवसांची रजा घे. तुला हवे तेवढे दिवस विश्रांती घे. झोप. आराम कर. त्यानंतर आपण ठरवू, काय काय करायचं ते. जा!"

त्यांचे हे शब्द सकारात्मक भावनेने घेऊन मी स्वत:ला समजावलं. दुसऱ्या दिवशी मला आठवलं, की माझ्या दमाम इथे राहणाऱ्या भावाच्या दोन व्हीसीडी माझ्याकडे होत्या. त्या मी टीव्हीच्या शेल्फमध्ये ठेवलेल्या होत्या. त्या त्याला परत करण्यासाठी म्हणून मी त्या शेल्फची किल्ली शोधायला गेले, तर ती तिथे नव्हतीच. नेहमीच्या जागी किल्ली सापडेना तेव्हा इलेक्ट्रिशियनला विचारलं. त्याने सांगितलं, त्या किल्लीची जागा बदलली आहे आणि तुम्हाला ती द्यायची नाही, असा आदेश आहे. त्या दिवशी 'मी यापुढे कधीही टीव्हीला हात लावणार नाही' अशी शपथ घेतली.

कॉंग्रिगेशनची घटना वाचत असताना मला त्यात वाचायला मिळालं की, सिस्टरला शिक्षा करण्याचा एक प्रकार म्हणजे तिला सर्व कामांपासून लांब ठेवायचं. आता चित्र स्पष्ट होऊ लागलं होतं. मला दिलेली दुसरी शिक्षा म्हणजे सर्व सिस्टर्सना, विशेषत: ज्या माझ्या विद्यार्थिनी होत्या, त्यांना असं सांगण्यात आलं की, माझ्याशी शक्यतोवर कुठलाही संबंध ठेवायचा नाही. एकदा एका सिस्टरला मी माझ्या टेबलावर ठेवलेली व्हिक्सची बाटली आणून द्यायला सांगितलं. तिने बिचारीने माझ्यावरच्या प्रेम आणि आदरापोटी आणून दिली, तर तिला ताबडतोब प्रिन्सिपॉलच्या ऑफिसमध्ये बोलावून तंबी देण्यात आली. तिला भीतीने थरथरत ऑफिसमधून बाहेर पडताना पाहिलं, तेव्हा मला संशय आला. म्हणून चौकशी केली. त्यावेळी मला वाळीत टाकण्याचा माझ्या वरिष्ठांचा प्रयत्न मला समजला.

इतर काही सिस्टर्सनाही माझ्यासारखाच त्रास देण्यात येत होता. सिस्टर साजीना ही जागरूक स्त्री होती. इतरांसारखी गप्प न बसता ती कधीकधी कुठल्याही गैरकारभाराबद्दल प्रश्न विचारीत असे. तिलासुद्धा अनेक प्रकारे मदर प्रॉव्हिन्शिअलनी छळलेलं होतं. ज्युनिअर सिस्टर म्हणून तीन वर्षे पूर्ण केली, की त्यांना एका छोट्या समारंभात चेहरा झाकण्याचे काळे पडदे (veils) प्रदान केले जातात. ही त्यांची सीनिअर सिस्टर बनण्याची तयारी असते. ज्युनिअर सिस्टर म्हणून साजीनाची तीन वर्षं पूर्ण झाली तेव्हा तीही इतरांबरोबर या समारंभासाठी चॅपेलमध्ये पोहोचली. तेव्हा ऑल्टरवर ठेवलेल्या गठ्ठ्यातून फक्त तिचा पडदा काढून घेऊन तिला परत पाठवण्यात आलं. सगळ्या मैत्रिणींपासून अशा प्रकारे अलग केलं, म्हणून बिचारी तिथेच चक्कर येऊन पडली.

सीनिअर सिस्टर झाल्यानंतरही तिला एकटं टाकायचं, अपमानित करायचं सत्र चालूच राहिलं. पुढे जेव्हा तिची एका कॉन्व्हेंट स्कूलची मुख्याध्यापिका म्हणून नेमणूक झाली तेव्हा मदर प्रॉव्हिन्शिअलने तिला ते पद मिळू दिलं नाही. त्यानंतर काही वर्षांनी मदर क्लॉडियाची जनरलेटमध्ये जनरल कौन्सिलर म्हणून निवड झाली आणि दिल्लीला जाऊन ती पुन्हा केरळला बदलून आली तेव्हा कुठे आम्ही सुटकेचा नि:श्वास टाकला की, आता पुन्हा कधीही 'मदर प्रॉव्हिन्शिअल' म्हणून ती आम्हाला त्रास द्यायला येऊ शकणार नाही; परंतु तोपर्यंत तब्बल सहा वर्षे आम्ही त्रासात काढली.

माझ्यासाठी नवेनवे शिक्षेचे प्रकार अमलात आणले जात. एक दिवस प्रॉव्हिन्शिअलने मला सांगितलं, "तुला एखादं दुखणं व्हायला पाहिजे. म्हणजे निदान हॉस्पिटलमध्ये तरी ठेवता येईल. मी वाटच पाहते आहे त्याची."

झालं? पण मी आपली नेहमी ठणठणीतच! तिने असं सांगितल्यावरही मी समाधानाने उत्तर दिलं, "येशू कधीही मला माझ्या कर्तव्यापासून दूर होऊ देणार नाही."

ते ऐकल्यावर ती एकदम फणकाऱ्याने म्हणाली, "हो ना? मग बघच तू. काही

शारीरिक दुखणं नसेल, तर मी तुला मनोविकारतज्ज्ञाकडे घेऊन जाईन. त्यात काय मोठं?''

हे मात्र माझ्या सहनशक्तीच्या पलीकडचं होतं. मी तशीच प्रिन्सिपॉलकडे जाऊन त्यांना सांगितलं, की प्रॉव्हिन्शिअल मला मनोविकारतज्ज्ञाकडे घेऊन जायचा बेत करताहेत. त्यावर त्यांनी डोळ्यांत पाणी आणून मला विनवलं की, ती म्हणाली तरी तू तिच्याबरोबर जाऊ नकोस.

''पण सिस्टर तसं केलं, तर 'आज्ञाभंग' नाही का होणार?''

''नाही जेस्मी. तुला तसा दोष कुणी द्यायला लागलं, तर सरळ सगळं माझ्यावर ढकलून दे.''

मला वाटलं, हिला आपल्याबद्दल सहानुभूती आहे असं दिसतंय. चला, येशूने निदान एका लांडग्याचं तरी कोकरात परिवर्तन केलं म्हणायचं!

पण वरिष्ठांना थेट मला मानसोपचार सुरू करावेसे वाटले. काय असावं याचं कारण? मी घडल्या घटनांचा रवंथ केल्यासारखा वेध घेऊ लागले. कदाचित माझ्या स्वातंत्र्याची इच्छा त्यांना कधीच पटली नसावी आणि ते मिळवण्यासाठी मी जे मार्ग, पद्धती आणि साधनं वापरली तेही रुचलं नसावं. शिवाय देवापर्यंत पोहोचण्यासाठी मी सौंदर्याभिरुची आणि अध्यात्म यांची जी सांगड घालत होते तीही त्यांना पचत नव्हती. त्यांना भीती वाटायची की, हिचा मनमोकळेपणा, सरळ स्पष्टवक्ता स्वभाव यांमुळे आपली बरीचशी गुपितं उघड केली जातील. मी त्यांना त्यांच्या निर्णयाबद्दल, व्यवहारांबद्दल परखड प्रश्न विचारी. त्यामुळेसुद्धा मी वरिष्ठांची खप्पा मर्जी ओढवून घेतली असेल आणि म्हणूनच त्यांना मला अंगठ्याखाली दाबून ठेवायचं होतं. मोडूनतोडून कुठल्याही प्रकारे माझं तोंड गप्प करायचं होतं.

दरम्यान, अम्मा मला भेटायला आली. आम्ही हॉलमध्ये बसलो होतो. मी तिला भरल्या डोळ्यांनी, माझ्या बाबतीत घडणाऱ्या घटना वर्णन करून सांगितल्या. तिने माझं परोपरीने सांत्वन करण्याचा प्रयत्न केला आणि येशूकडे पाहून सगळं काही सहन करायला सांगितलं.

पण त्यानंतर तर कळसच झाला. रात्री मला सुपिरिअरने सांगितलं, मदर प्रॉव्हिन्शिअलला तुझ्याशी बोलायचं आहे. कॉलेजच्या हॉलमध्ये त्या तुझी वाट पाहत आहेत. वॉचमन रात्री माझ्याबरोबर मला रस्ता ओलांडून कॉलेजपर्यंत पोहोचवण्यासाठी आला. तिथे गेल्यावर, बाहेर ड्यूटीवर असणारी मदतनीस मुलगी माझ्याकडे रोखून बघत होती. काहीशी घाबरलेली वाटली. तिने मला आत बसलेल्या मिशीवाल्या माणसापासून जपून राहायला सांगितलं. ''सिस्टर, आत जाण्यापूर्वी चांगली प्रार्थना करून घ्या.'' तिने सावध केलं. मलासुद्धा हा धक्काच होता. रात्री साडेआठ वाजता कॉलेजमध्ये मी एका पुरुषाला भेटायचं? हे जरा अतीच होत होतं.

आत गेल्यावर मला एकदम दोघे दृष्टीस पडले. मदर प्रॉव्हिन्शिअल आणि तो मिशीवाला माणूस. त्याने मला माझ्या मानसिक स्थितीबद्दल प्रश्न विचारायला सुरुवात केली. मला उत्तरं देण्याची इच्छा नव्हती. म्हणून मदर क्लॉडियाकडे वळून मला समजून घ्या म्हणून तिची विनवणी करू लागले. पण तिने मला 'त्या डॉक्टरला सहकार्य कर' म्हणून दटावायला सुरुवात केली. त्या गोष्टीला नकार देत मी पुन्हा एकदा 'मला शांतपणे राहू द्या ना,' म्हणून मदरची करुणा भाकली. "मदर, दया करा माझ्यावर. तुम्ही येशूला विचारा, मला शिक्षा करायची की नाही ते. मला नाही वाटत त्याला तुमची ही करणी आवडत असेल म्हणून."

पण मदर वारंवार मला हेच सांगत राहिली की, तुझ्या मानसोपचारासाठी (मेंटल ट्रीटमेंट) खर्च केला जातोय ही काँग्रिगेशनची तुझ्यावर मेहेरबानी आहे. त्यासाठी तू आमच्यासारख्या अधिकाऱ्यांचे आभार मानायला हवेस. तरीही मी माझं म्हणणं पुढे रेटतच राहिले.

"मदर, मी अगदी नॉर्मल आहे हो! काहीच झालेलं नाही मला. कृपा करून मला समजून घ्या. अंधार वाढत चाललाय. मला कॉन्व्हेंटमध्ये परत जायची परवानगी द्या."

आणि असं म्हणून तिच्या संमतीची वाट न पाहता हॉलच्या बाहेर धूम ठोकली. तिथे बसलेल्या वॉचमनला बहुतेक सांगूनच ठेवलेलं होतं की, मी बाहेर येताच मला नीट सोबत करून कॉन्व्हेंटपर्यंत पोहोचवायचं. त्याप्रमाणे त्याने केलं. मी धावतच स्वत:च्या खोलीकडे गेले आणि स्वत:ला कॉटवर झोकून देत रडू लागले. 'येशूऽऽ माझ्या प्रिय येशू, सांग ना मला, मी वेडी झाले आहे का? मला वेड लागलंय, पण लक्षात येत नाहीये असं खरंच काही झालंय का रे?'

माझा येशू आपल्या रक्ताळलेल्या चेहऱ्याने माझ्याकडे कमालीच्या दयार्द्र नजरेने पाहून म्हणत होता, 'अगं वेडे, माझ्या या असह्य यातना बघतेस ना तू! तूही यातना भोगून माझं दु:ख वाटून घेते आहेस. कष्टी का होतेस?'

त्याच्या शब्दांनी मला खरंच खूप शांत वाटू लागलं. पण मला पुढच्या शिक्षा देण्यासाठी प्रॉव्हिन्शिअल माझ्या मागोमाग येईल अशी सतत भीती वाटत होती आणि अशी भीतभीतच मी कधीतरी झोपेच्या अधीन झाले. दुसऱ्या दिवशी सकाळी भटारखान्यातील सिस्टर मला सांगत होती की, काल रात्री तिने बराच वेळ गुडघे टेकून हात पसरून माझ्यासाठी ईश्वराची प्रार्थना केली.

मी 'बरी व्हावी' म्हणून कॉन्व्हेंटमध्ये विशेष प्रार्थना आयोजित करण्यात आली. माझी बॅचमैत्रीण सिस्टर जीवन हिच्या करुण रुदनाने चॅपेलची शांतता आणि पवित्र वातावरणाला जणू तडे गेले. माझ्यावर मानसोपचार लादण्यात येणार हा धक्का तिला पचवताच येत नव्हता. सिस्टर मारियाने त्या वेळेला निश्चय जाहीर केला, की माझ्यासाठी ती विशेष प्रार्थना करणार आहे आणि त्यासाठी ती चाळीस दिवस

एकवेळचे जेवण सोडणार आहे. नंतर तिने मला सांगितलं, ''सिस्टर, तुला यांनी एखाद्या सर्वसामान्य ननसारखं वागवता कामा नये. तू फार मोठी होणार आहेस.'' तिने मला असाही उपदेश केला, की शांत रहा. या अधिकारी लोकांना कसलंही काही उत्तर देऊ नकोस. त्या वेळेपासून मी खिशात एक दगड ठेवायला लागले. तोंड बंद ठेवण्याच्या निश्चयाची आठवण म्हणून! कुणालाही माझ्याशी बोलायची परवानगी नव्हती. त्यामुळे आम्हाला एकमेकींशी लिहून बोलावं लागायचं.

एका संध्याकाळी माझ्या अम्माचा फोन आला. ''मेमी, मला एक महत्त्वाची गोष्ट तुला सांगायची आहे. तुला जर त्यांनी जबरदस्तीने मेंटल हॉस्पिटलमध्ये पाठवायचं ठरवलं, तर मुळीच जाऊ नकोस. सांग त्यांना. म्हणावं फक्त माझे अप्पन गेलेत. माझी आई जिवंत आहे अजून. मी त्यांच्याविरुद्ध कोर्टात खटला भरीन.'' हे ऐकताना मला रडू आवरणं अशक्य झालं. हुंदके देत देतच मी तिला कालचा प्रसंग आणि मी त्यातून कशी सुटका करून घेतली, ते सांगितलं. शेवटी ती म्हणाली, ''मोले, काल मी तिकडे आले होते. फक्त दुरून पाहत होते तुझ्याकडे की, खरंच तुझ्या मनाचा तोल जातोय की काय म्हणून! अगं, कुणा एका सिस्टरचा मला फोन आला होता की तुमच्या मुलीला मानसोपचारतज्ज्ञाला दाखवा म्हणून, त्यासाठी तुझ्या तोंडून मला ऐकायचं होतं की, तिकडे काय काय घडतंय ते. पण तू तर एकदम नॉर्मल आहेस हे दिसलं, म्हणून मग काहीच सांगितलं नाही तुला.''

''पण मग तू मला अगोदर याची कल्पना देऊन सावध का केलं नाहीस, अम्मा?''

''अगं, ते लोक खरंच असं काही करतील म्हणून नाही वाटलं बाई मला.''

दुसऱ्या दिवशी मदर क्लॉडियांनी मला फोन केला. त्यावेळी मी अमला कॉलेजमध्ये होते. 'कवी-कलाकार दिनाचा' कार्यक्रम चालला होता. मी स्पर्धेची परीक्षक होते (तीन परीक्षकांपैकी एक) ही स्पर्धा सिस्टर मेरी लिओ यांच्या स्मरणार्थ घेतली जाई आणि ज्याची कविता आणि सादरीकरण सर्वोत्कृष्ट होई त्याला बक्षीस दिले जाई. आता अशा ठिकाणी मला परीक्षक म्हणून नेमणं हा माझं डोकं ठिकाणावर असल्याचा, माझी संवेदनशीलता आणि तर्कबुद्धी शाबूत असल्याचा पुरावाच होता. त्यामुळे 'मला काही दिवस एकटीने शांतपणे जगू द्या' या माझ्या म्हणण्याला होकारार्थी प्रतिसाद मिळाला. त्यामुळे मानसोपचारतज्ज्ञ प्रकरण थांबलं. पण फार दिवसांसाठी नाही.

आमच्या कॉलेजच्या प्रिन्सिपॉल सिस्टर ग्लॅडिटा यांनी मला पीएच.डी.साठी नावनोंदणी करायला परवानगी दिलेली होती. म्हणून माझे एम.फिल.चे सुपरवायझर प्रोफेसर आर. व्ही. यांना भेटण्यासाठी मला जायचं होतं. मी सिस्टर ग्लॅडिटाला विचारलं की जाण्यापूर्वी मदर प्रॉव्हिन्शिअलची संमती घ्यावी लागेल का? त्यावर त्यांनी स्पष्ट केलं की नियमाप्रमाणे प्रिन्सिपॉल म्हणून त्यांनी अगोदरच सिस्टर्सना

रीसर्चसाठी पाठवायची परवानगी काढलेली आहे.

मी ठरवलं की, निदान प्रोफेसर आर. व्ही. ना 'हॅलो' तरी म्हणून यावं. आर. व्ही. यांनी असे सांगितले की, सध्या कवी सच्चिदानंदन त्यांचं मार्गदर्शन घेत आहेत. त्यांचा प्रबंध पूर्ण झाला की, लगेच ते मला मार्गदर्शन करायला सुरुवात करू शकतील.

"सिस्टर, आपण आपल्या विषयाची प्राथमिक चर्चा आजच इथे सुरू करू. तुम्ही असं करा, काही लेखक वाचायला घ्या. बघा, तुम्हाला स्वारस्य असेल तर तुम्ही एडवर्ड टेलर वर काम करू शकता."

त्यानंतर मग आमच्या अशा आणखी तीन भेटी झाल्या. दरम्यान मदर क्लॉडियाची भेट घेऊन मी संशोधनासाठी कोणता लेखक घेत आहे, त्यासंबंधी चर्चा केली. त्यांना एडवर्ड टेलरचं साहित्य चांगलंच परिचित असल्यामुळे माझी कल्पना आवडली आणि त्यावर आम्ही काही वेळ बोललो. पण लवकरच हे सगळं विसरून, त्यांच्या पुन्हा माझ्याविरुद्ध कारवाया सुरू झाल्या. मी पीएच.डी. करणार आहे, याची कल्पनासुद्धा न दिल्याचा त्यांनी माझ्यावर आरोप केला.

"मदर, मी प्रिन्सिपॉलना विचारलं होतं, की तुम्हाला आधी कळवणं आवश्यक आहे का? तेव्हा त्यांनी सांगितलं, की तुम्ही अगोदरच परवानगी दिलेली आहे. तरीसुद्धा मी तुम्हाला भेटून कोणत्या साहित्यिकाबद्दल संशोधन करणार आहे ते सांगितलं होतं. आपली चर्चाही झाली त्याबद्दल. आठवतंय? एडवर्ड टेलरचं नाव ऐकून तुम्ही म्हणाला होता, तो तर आपल्या चर्चचा मुख्य धर्मोपदेशक कवी आहे."

आता कुठे त्यांना आठवलं. थँक गॉड! तरीपण तक्रार कायमच होती. "पण तू कौन्सिलकडून परवानगी घेतलेली नाहीस."

यापूर्वी मी कधीच याबद्दल काही ऐकलेलं नव्हतं. आतापर्यंत पुष्कळ सिस्टर्स रीसर्चसाठी गेलेल्या होत्या. पण अशा कुठल्या परवानगीसाठी त्यांना थांबावं लागल्याचं माझ्या ऐकिवात नव्हतं. मात्र मदर प्रॉव्हिन्शिअल आपल्या म्हणण्यापासून तसूभरही हटायला तयार नव्हती. तिने मला सांगितलं, "ते काही नाही. प्रोफेसर आर.व्हीं.कडे जा आणि पीएच.डी.चा प्रस्ताव रद्द करून घे." याचा वापर करून, तू नेहमीच प्रार्थनेला गैरहजर राहतेस, असाही आरोप तिने माझ्यावर केला. मोठा बॉम्बगोळा तर याच्यानंतर पडायचा होता.

मी सांगितलं, "मदर, मी अनेक वेळा प्रार्थनेला जाण्यासाठी प्रिन्सिपॉलकडे कॉलेजमधून रजा मागते. पण मला रजाच मिळत नाही."

तेव्हा तत्काळ मला फटकारत ती म्हणाली, "असं ना! मग तू असं कर दीड वर्षाच्या विनावेतन रजेसाठी अर्ज लिहून दे. मी ताबडतोब रजा मंजूर करते."

"नाही मदर. प्रार्थनेसाठी एवढी रजा काय करायची आहे? फक्त एका महिन्याची रजा द्या मला मदर." मी विनवू लागले, पण ती आपल्या म्हणण्यावर ठाम होती.

"नाही नाही जेस्मी. माझी आज्ञा पाळ आणि दीड वर्षाचीच रजा घे. त्याशिवाय आम्हाला तुझ्या जागी कुणाला नेमता येणार नाही."

झालं. शेवटी जास्त घासाघीस न करता मी दीड वर्षाच्या रजेच्या अर्जावर सही केली. प्रिन्सिपॉल इतकी कठोर हृदयाची नव्हती. तिला तर रडूच कोसळलं. शेवटी मी तिला धीर देत म्हटलं, "जाऊ दे. मला वाटतं, मी जास्त काळ प्रार्थना करणं सगळ्यांच्याच हिताचं ठरणार असावं."

मदर क्लॉडिया जेव्हा इन्स्पेक्शनसाठी कॉन्व्हेंटमध्ये आल्या, तेव्हा त्यांनी मला सांगितलं, की तू स्वत:हून प्रिन्सिपॉलकडे किंवा सुपिरिअरकडे जाऊन, तुझ्यामुळे त्यांना जो त्रास झाला, त्याबद्दल त्यांची माफी मागितली पाहिजेस. मी तसं प्रामाणिकपणे केलं. मग मला आदेश दिला की, कम्युनिटी मीटिंगसाठी सर्व सिस्टर्स एकत्र जमतात. त्यावेळी तू उभी राहून सर्वांची माफी माग. तेही मी अत्यंत विनयशीलपणे मनापासून केलं. ज्यावेळी मी समोर उभी राहून सगळ्यांची माफी मागितली, तेव्हा अनेकजणींना रडताना पाहिलं माझ्यासाठी.

जाण्यापूर्वी मी माझ्या पीएच.डी.च्या सुपरवायझरना जाऊन भेटले. त्यांना सांगितलं, "मी दीड वर्षासाठी बाहेरगावी जात आहे. त्यामुळे मला दिलेली संधी, सध्या तुम्ही दुसऱ्या कोणत्याही भाग्यवान विद्यार्थ्याला द्यावी."

हे ऐकून ते चकित झाले. त्यांना वाईट वाटलं. तरीपण त्यांनी सांगितलं "तुम्ही जाऊन या. मी तुमची जागा राखून ठेवतो."

मग मीच म्हणाले, "सर, आम्ही संन्यासिनी होणार. आम्हाला काय करायचीय पीएच.डी. वगैरे?"

त्यावर त्यांनी सांगितलं, "कदाचित सिस्टर क्लॉडिया तुला मार्गदर्शन करणार असतील. कारण त्या एकदा मला तसं बोलल्या होत्या."

"नाही सर. पुढे कधी रीसर्च केला तरी मी त्यांच्या मार्गदर्शनाखाली नाही करणार."

"पण काय हो सिस्टर जेस्मी, त्या नेहमी तुमच्या विरोधात का असतात? केव्हाही तुमचा विषय निघाला आणि मी तुमचं कौतुक करायला लागलो, की त्या काहीतरी बोलून सगळ्यावर पाणी टाकत असतात."

"मी फक्त एवढंच म्हणू शकते की, मला त्याचं कारण माहीत नाही, सर!"

आणि मी त्यांचा निरोप घेऊन बाहेर पडले.

त्यानंतर स्वत:ला पूर्ण सावरून मी 'टॅबोर' नावाच्या एका प्रार्थनाकेंद्रात जाऊ लागले. दररोज तिथे जाऊन मी प्रार्थनेचा आनंद घेत असे. इकडे कॉन्व्हेंटमध्ये, सिस्टर-इनचार्जला माझ्या प्रत्येक हालचालीवर नजर ठेवायला सांगण्यात आलेलं होतं. एकदा मला सेंट मारिया कॉलेजमधील दोन सिस्टर्सची पत्रं आलेली होती.

तीही तिने लपवून ठेवली होती. नंतर एक ज्युनिअर सिस्टर तिची ट्रंक आवरायला मदत करत होती. तिने ती पाहिली आणि मला सांगितलं. या सगळ्याचं त्या कसं स्पष्टीकरण देणार आहेत, मला माहीत नाही.

त्यानंतर दाया कॉलेजमधील एका सिस्टरने प्रिन्सिपॉलच्या लक्षात आणून दिलं, की त्या माझी दीर्घ रजा मंजूर करू शकत नाहीत. मी FIP (Faculty Improvement Plan) खाली एम.फिल. केलेलं असल्यामुळे, त्यानंतर सलग एक वर्ष नोकरी करण्याचं बंधन होतं. तसा बाँडच सही करून दिलेला होता म्हणून काही महिने प्रार्थना केल्यानंतर मला नोकरीवर परत बोलावून घेण्यात आलं.

परत आल्यावर मी अगदी शांत होते. एखाद्या कर्तव्यदक्ष सिस्टरप्रमाणे मी प्रिन्सिपॉलच्या सर्व कृष्णकृत्यांकडे डोळेझाक करत असे. कॉलेजच्या निधीचा गैरवापर करणं असो किंवा हाताखालची मुलगी, नाहीतर लायब्ररीयन सिस्टर यांच्याबरोबर चाललेले चाळे असोत. त्या वेळेला माझा दृष्टिकोन समजून घेणारी सुपिरिअर आलेली होती. तिच्यामुळे मला काही सवलती मिळाल्या नाहीत, उलट बंधनं वाढली. पण तिच्या सात्त्विकपणाबद्दल मला आदर होता म्हणून मी ती बंधनं आनंदाने स्वीकारली.

याच सुमारास माझ्या अम्माचा साठावा वाढदिवस आला. तो साजरा करण्यासाठी तिच्या प्रत्येक अपत्याने तिला स्वत:च्या घरी बोलावलं. पण तिच्या डोक्यात वेगळीच कल्पना होती. ''मला माझा साठावा वाढदिवस, माझ्या संन्यास घेतलेल्या मुलीकडे साजरा करायचा आहे. आपण सर्व कुटुंबीय तिथे प्रार्थनेसाठी एकत्र जमू. आपल्यातर्फे सगळ्या सिस्टर्सना नाश्ता देऊ आणि मग तिथे त्यांच्या आशीर्वादाने मी केक कापीन.'' सगळ्यांनी हे मान्य केलं.

वाढदिवसाच्या आदल्या दिवशी कॉन्व्हेंटमध्ये येऊन अम्मा आमच्या सुपिरिअरला भेटली आणि तिने परवानगी मागितली. पण तिची विनंती धुडकावण्यात आली. सगळेच अस्वस्थ झाले. आता शेवटच्या क्षणी दुसरी कोणती व्यवस्था करणार? पण अम्माने ताबडतोब दुसरा बेत आखला. म्हणाली, ''आपण सर्वजण आपल्या डॉलोअर्स चर्चमध्ये प्रार्थनेला जमू. मग तिथल्या व्यवस्थापकालाच विचारू की, वाढदिवसाचा केक कापायचा आहे, तर तो कुठे कापता येईल? ते झालं की, मी प्रार्थनाकेंद्रात जाऊन, उरलेला सबंध दिवस प्रार्थना करण्यात घालवीन.''

खरं तर त्या वेळेला सिस्टर्सना पॅरीश चर्चमध्ये प्रार्थना करायला परवानगी नव्हती, पण सुदैवाने मला अम्मासोबत प्रार्थना करण्याची परवानगी मिळाली. तिथेही तिला केक कापण्याच्या जागेसाठी त्या व्यवस्थापकाशी हुज्जत घालावी लागली, याचं वाईट वाटलं.

पुढे एकदा एका सिस्टरच्या आईवडिलांच्या लग्नाचा वाढदिवस कॉन्व्हेंटमध्ये

साजरा करण्यास परवानगी देण्यात आली. समारंभानंतर रिफेक्टरीमध्ये सर्वांना जेवणही ठेवण्यात आलं होतं. त्या दिवशी, अम्माला तिच्या साठाव्या वाढदिवशी भोगाव्या लागलेल्या त्रासाची आठवण होऊन, मी फार कष्टी झाले.

ज्या वेळेला निकाल आणि शिक्षा याबाबतीत पदाधिकारी दुटप्पी धोरणाचं आणि भेदभावाचं दर्शन घडवतात, तेव्हा या इथे न्याय म्हणून काही आहे की नाही असा प्रश्न पडतो.

एकदा एका सिस्टरवर शस्त्रक्रिया करून तिचे गर्भाशय काढण्यात आले. म्हणून ती सिक रूममध्ये विश्रांतीसाठी राहत होती. तेव्हा सुपिरिअर सिस्टर म्हणते, "बरं झालं बाई, हिचं युटेरस काढलं ते. नाहीतर ही रात्री बाहेर राहायची तेव्हा भीतीच वाटत होती आम्हाला. मागे एकदा नाही का लोकांनीच तिला त्या प्रीस्टच्या रूममध्ये पकडलं होतं? पण हिचे इथे प्रॉव्हिन्समध्ये आणि तिकडे बिशप्स ऑफिसमध्ये दोन्हीकडे पदाधिकाऱ्यांशी संबंध, म्हणून सहीसलामत सुटली." याच घटनेला आणखी दोन-तीन जणींकडून आणि कॉन्व्हेंटच्या बाहेरूनही दुजोरा मिळाला. त्याची बातमी एका प्रसिद्ध गुन्हेगारी मासिक 'यलो जर्नल'मध्येही छापून आली होती. पण सर्व वरिष्ठांनी त्याकडे साफ दुर्लक्ष केलं. याउलट ज्या सिस्टर्सचे असे वशिले नाहीत, त्यांना आज्ञेचे पालन न करणे, वागणुकीबद्दल संशय असणे अशा किरकोळ चुकांसाठीही कडक शिक्षा केल्या जातात.

आमची 'दारिद्र्याची शपथ' हा एक विचित्रच प्रकार आहे. बाहेरच्या लोकांना तर तो अनाकलनीय वाटतो. आम्हाला कॉलेजमधून मिळणाऱ्या पगाराच्या मोठमोठ्या रकमा किंवा आम्ही केलेली इतर कोणतीही कमाई आमच्या मातृसंस्थेत म्हणजे प्रॉव्हिन्शियलेटमध्ये जमा केली जाते आणि त्यातून सर्वांचा खर्च केला जातो. 'प्रत्येकाकडून त्याच्या कुवतीप्रमाणे जमा आणि प्रत्येकासाठी त्याच्या गरजेप्रमाणे खर्च' या तत्त्वाला अनुसरून कॉंग्रिगेशनचा खर्च चालवला जातो. आमचे स्वर्गवासी बिशप मानकुझिकारी एकदा जनतेला उद्देशून म्हणाले होते, 'तुम्हाला खऱ्याखुऱ्या मार्क्सवादी लोकांना भेटायचंय? मग इकडे बघा.' असं म्हणून त्यांनी धर्मगुरू आणि सिस्टर्सकडे बोट दाखवलं.

प्रत्येक सिस्टरला दरमहा तीनशे रुपये किंवा तत्सम रक्कम मंजूर केलेली असते. ती रक्कम कॉन्व्हेंटच्या खजिनदाराकडेच जमा होते. त्यातला फक्त थोडा हिस्सा अन्नधान्यासाठी खर्च केला जातो. तरी दर महिन्याला खजिनदार आणि सुपिरिअर मिळून तक्रार करतात की, खर्च वाढतोय, खर्च वाढतोय. मग पाठोपाठ खर्चात काटकसर करण्यासाठी मीटिंग घेतात. चर्चा केली जाते. मग कधी आमच्या रात्रीच्या जेवणात कपात केली जाते, तर कधी कॉफी कोरीच (दुधाविना) द्यायचं ठरतं किंवा बऱ्याच दिवसांसाठी मांसमच्छी बंद केली जाते. दररोज जेवणाच्या हॉलमध्ये

(रिफेक्टरी) प्रवेश करताना त्या नियमाची आठवण होते आणि आम्ही खट्टू होतो. एकदा सुपिरिअरने विव्हळून सांगितलं की, सरपण आणण्यासाठी ठेवलेले पैसे दुसऱ्याच वस्तूंसाठी खर्च होऊन गेलेत, आता सरपण कसं आणायचं? मग मी युनिव्हर्सिटीमध्ये शब्द टाकून उत्तरपत्रिका तपासायचं काम मिळवलं आणि महिनाभर ते काम करून सुपिरिअरला बरेच पैसे कमावून दिले.

प्रत्येक गोड जेवणापूर्वी एक उपवास करावा लागतो. पण बाहेरच्या लोकांना फक्त मेजवानीबद्दलच माहिती असते. तरीसुद्धा मला वाटतं, की खऱ्या गोरगरिबांच्या हालअपेष्टा आम्ही कॉन्व्हेंटमध्ये अनुभवतो त्यापेक्षा कितीतरी अधिक असतात.

विधिवत संन्यास घेतलेल्या आम्ही जोगिणी... आमच्या सर्व गरजा कॉन्व्हेंटतर्फे भागवल्या जातात. जगातल्या कोणत्याही विवंचना, चिंता आम्हाला स्पर्श करू शकत नाहीत हे केवढे आमचे भाग्य! [१]नोहाच्या बोटीत असल्यासारख्या आम्ही सुरक्षित असतो. सर्वांत श्रीमंत अंबानी किंवा बिल गेटस्‌ही इतके सुरक्षित नसतील. अत्यंत महागडे वैद्यकीय उपचार घेणाऱ्यालासुद्धा जी पैशांची चिंता अस्वस्थ करून सोडते, ती कधी आमच्या आजूबाजूलाही फिरकत नाही.

एकदा एक विद्वान म्हणाले होते, ‘आजकाल संन्यासी आणि श्रीमंत हे समानार्थी शब्द झालेले आहेत.’

आमच्या काही प्रॉव्हिन्समध्ये ‘पॉकेटमनी’ची पद्धत आहे. पैसे कसे सांभाळावेत, त्यांचा वापर कसा करावा, कशाच्या किमती किती असतात हे कळण्यासाठी ही पद्धत सुरू करण्यात आली. दरमहा पंचवीस रुपयांपासून सुरू झालेला पॉकेटमनी वाढत वाढत पंच्याहत्तर रुपयांपर्यंत येऊन पोहोचलेला आहे. महिन्याच्या शेवटी उरलेली रक्कम सुपिरिअरकडे परत द्यावी लागते. आपला व्यक्तिगत प्रवासखर्च, पोस्टाचा, टेलिफोनचा खर्च, चपला, छत्री, साबण, पेस्ट, ब्रश हा सर्व खर्च पॉकेटमनीमधूनच करावा लागतो. केलेला खर्च एका वहीत लिहून ठेवून, दर महिन्याला सुपिरिअरला दाखवायचा. ती त्याची शहानिशा करून त्यावर सही करणार.

एकेकाळी, माझ्याकडे चपला घ्यायला पैसे नाहीत, म्हणून मी रडत राहायची. एकदा ऑफिसमध्ये काम करणारी सिस्टर माझ्या कानात कुजबुजली. "असं रडत नाही बसायचं. कॉन्व्हेंटचे इतर खर्च करतो ना आपण, त्यातूनच आलेले पैसे ॲडजस्ट करून काढून घ्यायचे. असं केलं तरच आपण जिवंत राहू, नाहीतर गच्छंती!"

---

१. नोहाची बोट : नोहा हा ॲडमचा नववा वंशज. अतिपवित्र पुरुष. देवाने माणसाचा वंश पुढे वाढवण्याची जबाबदारी याच्यावर सोपवली. प्रलयात सारी सृष्टी बुडत होती, तेव्हा एक स्त्री व एक पुरुष यांना एका लाकडी बोटीतून याने सुरक्षित ठेवले. बायबलमधील गोष्ट.

पण माझ्या हातात इतर कुठलाच असा पैसा येत नव्हता, त्यामुळे मी बहिणीला, भावाला, चुलत बहिणीला चपला किंवा छत्री विकत घेऊन द्यायला सांगायची आणि माझा प्रश्न सोडवायची.

या बाबतीत मला 'डायोसेझन प्रीस्ट' लोकांचा हेवा वाटतो.

त्यांचं आमच्या अगदी उलट असतं. या धर्मगुरूंना स्वत:ची खासगी मालमत्ता बाळगण्याचा हक्क असतो. आमच्या काँग्रिगेशनमधील धर्मगुरूंनी दारिद्र्यात जगण्याची शपथ घेतलेली असते, पण त्यांनाही आम्हा नन्सपेक्षा जास्त पैसा बाळगण्याचं स्वातंत्र्य असतं. आमच्या काँग्रिगेशनमध्ये वृद्ध सिस्टर्ससाठी वेगळी व्यवस्था क्वचित असते. उलट वयस्कर आणि आजारी सिस्टर्सनी कॉन्व्हेंटमध्येच राहावं, म्हणजे त्यांच्याकडे चांगलं लक्ष देता येईल, असा विचार असतो. शिवाय वृद्धांची काळजी कशी घ्यावी हेही तरुण सिस्टर्सना शिकायला मिळतं. इथे अमला कॉन्व्हेंटमधील वयोवृद्ध सिस्टर जैनाम्मा हिचा विशेष उल्लेख करावासा वाटतो. ती स्वत: उच्च कुळातून आलेली असल्याने तिच्याही नकळत उच्चकुलीन सिस्टर्सना, खालच्या जातीच्या सिस्टर्सपेक्षा वरचढ समजत असे. उत्तर आयुष्यात तिचं वस्तुस्थितीचं भान काही प्रमाणात हरपल्यासारखं झालं होतं. पण तिच्या काही चळ भरल्यासारख्या कृती सोडल्या, तर एरवी ती फार गोड म्हातारी होती. पण तिचं विचित्र वागणं मात्र पचवायला कठीणच होतं.

कधीकधी ती नारळ घ्यायची, खांद्यावर ठेवायची आणि तो एका हाताने सांभाळत सरळ चालत चालत कुंपण ओलांडून रस्त्यावर जायची. कुणीतरी ओळखून तिला कॉन्व्हेंटमध्ये आणून सोडीत. तर कधी स्वत:ची विष्ठा एका मगमध्ये भरून कॉटखाली लपवून ठेवायची. घाणेरड्या वासाचा माग काढत, मग आम्ही ती जागा शोधत असू. स्वयंपाकघरात काम करणाऱ्या एखाद्या सिस्टरला ती तो मग स्वच्छ करायला सांगत असे. पण मी तो मग हातात घेऊ लागले, तर ती मला त्याला हात लावू देत नसे. कारण माझं उच्च घराणं आणि मी मिळवलेल्या पदव्या तिच्या लक्षात होत्या. पण मी जबरदस्तीने ते काम करायचंच ठरवलं, तर मात्र ती मला त्यात मदत करत असे. ती केव्हाही बेपत्ता झाली, तर हमखास माझ्या खोलीत येऊन कॉटवर झोपलेली आढळायची. तशा विस्मृतीच्या असहाय अवस्थेत तिची देखभाल करण्याची आमची जणू चढाओढ लागलेली असे. शेवटी शेवटी तिला एका नर्सिंग होममध्ये ठेवलं होतं. तिथे एक दिवस ती कॉटवरून पडली आणि कोमात गेली. तेव्हा परत तिला कॉन्व्हेंटमध्ये आणण्यात आलं. आम्हा सर्वांकडून सेवा करून घेत घेत एके दिवशी तिने शांततेने डोळे मिटले.

दुसरी आमची व्हिन्सेंटाम्मा, अशीच लहान मुलासारखी निष्पाप. तिला पण म्हातारपणाची दुखणी त्रास देत होती. ती खूप खट्याळपणा करी. मात्र तिला

सगळ्यांबद्दल कळवळा होता.

जेव्हा तिला जास्तच म्हातारचळ लागला, तेव्हा ती खोलीतच शी करायची. सगळी घाण हाताने भिंतीला फासून ठेवायची. आम्ही कुणी भेटायला गेलो की, त्याच बरबटल्या हातांनी आम्हाला धरून ठेवायची. पण तरीसुद्धा आम्ही सगळ्या मनापासून तिची सेवा करायचो.

काही म्हाताऱ्या सिस्टर्स आयड्रॉपची बाटली घेऊन ऑल्टरपाशी जायच्या आणि येशूला सांगायच्या, 'दे बाबा चार थेंब आमच्या डोळ्यात टाकून.' एक म्हातारी सिस्टर शाळेची प्रिन्सिपॉल म्हणून निवृत्त झालेली होती. ती पुढे आंधळी झाली. तिला आमच्या चॅप्लीनबद्दल जबरदस्त ओढ निर्माण झाली होती. तरुणपणी ज्या खूप पवित्र, सात्त्विक असतात आणि संयमाने वागत राहतात, अशा बऱ्याच सिस्टर्सना म्हातारपणी चर्चमधल्या चॅप्लीनबद्दल अनावर शारीरिक आकर्षण निर्माण झाल्याचं पाहायला मिळतं. उतारवयात मनावरचा ताबा सुटला की, जन्मभर दाबून ठेवलेल्या भावना, इच्छा, वासना जणू उफाळून वर येतात. त्यांना एकदम तीव्र नैराश्याचा झटका येऊ नये, म्हणून ते धर्मोपदेशकही त्यांना थोडाफार प्रतिसाद देतात.

अशा प्रकारे कॉन्व्हेंटमध्ये म्हाताऱ्या सिस्टर्सची शारीरिक आणि मानसिक काळजी घेतली जाते ही एक समाधानाची बाब. स्वत:च्या घरातही कुणाची इतकी काळजी व दखल घेतली जात नसेल.

पण वयस्कर धर्मगुरूंच्या बाबतीत मात्र याच्या उलट प्रकार आहे. त्यांची काळजी तिथले पुरुष नोकर घेतात. हे नोकर फार बेफिकीरपणे वागत असतात. माझ्या आईच्या नात्यातले एक वयोवृद्ध प्रीस्ट-अंकल होते. एक दिवस अंघोळीकरता आणून ठेवलेल्या बादलीतल्या पाण्यामुळे ते भाजले आणि फार करुणाजनक परिस्थिती निर्माण झाली. कढत पाण्याची बादली ठेवून नोकर निघून गेलेला होता. जवळपास आणखी कुणीच नसल्यामुळे त्यांना फार उशिरा मदत मिळाली. अशा प्रकारे दुर्लक्ष आणि हेळसांड झाल्याचे अनेक प्रकार तिथे घडत असतात.

सर्व वयस्कर सिस्टर्सना झेपेल इतपत काम दिलं जातं. त्यामुळे त्यांना आपण आता निरुपयोगी झालो असं वाटत नाही. पण बऱ्याच जणी स्वत:चा पुष्कळ वेळ चॅपेलमध्ये, नाहीतर आपापल्या खोल्यांमध्ये व्यर्थ घालवतात. उगीच काहीतरी निरर्थक उद्योग करत बसतात.

मला नेहमी असं वाटायचं की, आपण त्यांचा वेळ बाहेरच्या लोकांसाठी कारणी का लावत नाही? फारच थोड्या जणी 'हाऊस व्हिजिट'साठी जात असतात. माझी त्यांना अशी सूचना आहे की, त्यांनी आपला काही वेळ कॉलेजच्या किंवा शाळेच्या विद्यार्थ्यांसोबत घालवला पाहिजे. त्यांचं म्हणणं ऐकलं पाहिजे आणि आपले अनुभव त्यांना सांगितले पाहिजेत. समाजकार्यात सहभागी झाल्या तर

त्यांनाही रिकामेपणा वाटणार नाही, समाजालाही उपयोग होईल.

कधीकधी अंधाराच्या आत प्रकाशतंतू गुरफटलेले असतात. आमच्या जनरल कौन्सिलर अपघात होऊन वारल्या, ही बातमी ऐकून मी खोल दु:खात बुडाले. त्यांना माझ्याविषयी खूप तळमळ वाटायची आणि त्या मला समजून घेत असत. त्यांच्या अंत्ययात्रेला मला जायचंच होतं. केव्हा निघावं याचा मी विचार करू लागले, तोच प्रॉव्हिन्शिअल मदर क्लॉडियांचा मला फोन आला. त्यांनी मला तातडीने भेटायला बोलावलं होतं.

"जेस्मी, मला कौन्सिलर जनरलच्या फ्युनरलसाठी जायचं आहे, त्यामुळे आज रात्री माझ्याऐवजी तू प्रॉव्हिन्शिॲलेटमध्ये थांब. तिथे सिस्टर पॅलेराईन येतील. त्या कवयित्री आहेत. त्यांच्यासोबत रेकॉर्डिंग करायच्या काही गाण्यांसंबंधी चर्चा करायची आहे."

कितीही हिरमोड झाला, तरी मी त्यांच्या आज्ञेचं उल्लंघन करू शकत नव्हते. त्यांनी माझ्यावर संपूर्ण विश्वास टाकलेला होता. त्यामुळे ती संपूर्ण रात्र मी सिस्टर पॅलेराईनबरोबर काम करण्यात व्यतीत केली. सिस्टर पॅलेराईन म्हणजे संतांच्या जातकुळीतल्या. येशूच्या प्रेमाने नुसत्या भरभरून वाहत असणाऱ्या. त्यांनी कायम जपण्यासाठी मला एक मंत्र शिकवला,

'येशू, तुझं अथांग प्रेम आणि अनंत शक्ती देऊन मला बलशाली कर.'

खरोखर, मला जर कुणी विचारलं की, काँग्रिगेशनमधील कुणाला संतपद बहाल करावं, तर मी क्षणाचाही विचार न करता सिस्टर पॅलेराईनचं नाव सुचवेन.

दुसऱ्या दिवशी आम्ही फादर पॉल यांच्याकडे गेलो. ते सिस्टरच्या काव्याचे निस्सीम चाहते आणि स्वत: चांगले संगीत नियोजक. त्यांच्या ताब्यात गाणी दिल्यानंतर आम्ही एक चांगला स्टुडिओ पाहून ठेवला. कारण मदर युफ्रेशिया यांच्यावरच्या गाण्यांची ऑडिओ कॅसेट काढायची होती.

मदर युफ्रेशिया यांचा जन्म १८७७ साली झाला. त्यांनी त्रिसूरच्या ओल्लूर कॉन्व्हेंटमध्ये आपलं जीवन व्यतीत केलं. अगदी सुरुवातीपासून पश्चात्ताप-प्रायश्चित्त (Penance), स्वत:ची मानखंडना करून घेणे (Mortification), स्वत्वाचा त्याग (Self Denial) करतच त्यांनी जीवनाची वाटचाल केली. पुढे पुढे त्यांना येशू, मदर मेरी आणि इतर अनेक संतांचे साक्षात्कार होऊ लागले. त्यांचं पावित्र्य आणि ईश्वरनिष्ठेने भरलेलं जगणं पाहून अनेक लोक त्यांच्याकडे आकर्षित झाले आणि त्यांच्यामार्फत स्वत:चं गाऱ्हाणं देवाकडे पोहोचवू लागले.

१९५२ मध्ये त्यांचं देहावसान झाल्यानंतरही अनेकांना त्यांच्या मध्यस्थीने परमेश्वराचे आशीर्वाद मिळाले. अनेकांच्या मनोकामना पूर्ण झाल्या, रोग बरे झाले. आता त्यांना पोपने 'ईश्वराचा वरदहस्त लाभलेली' (Blessed) म्हणून जाहीर केले आहे.

या काळात माझ्या जीवनात जणू अध्यात्माचा दुष्काळ पडला होता. माझी मैत्रीण सिस्टर मारिया (ही माझी आध्यात्मिक मार्गदर्शक होती) मला सक्तीने एक तास जास्तीची प्रार्थना करायला लावी.

"आतून मला इतकं कोरडं कोरडं वाटतंय सिस्टर की, मी नाही करू शकत जास्त प्रार्थना."

"काही नाही. इथे बस आणि फक्त येशूकडे पाहत रहा. तेवढ्यानेच तुझ्या आतला कोरडेपणा जाऊन ओलावा येईल बघ."

मी आंधळेपणाने तिचं म्हणणं ऐकलं आणि क्रुसावर लटकलेल्या येशूकडे नजर लावून बसले. 'तू कोण आहेस?', 'मी कोण आहे?' हे प्रश्न सतत मनात उमटत होते. असं एक तासभर चालल्यानंतर मनात स्पष्ट आशेचा किरण उमटला. 'एक ना एक दिवस तो त्याच्या स्पर्शाने मला पावन करील' आणि मग अगदी अनन्यसाधारण पद्धतीने सगळं घडून आलं.

बऱ्याच प्रयत्नांनंतर मला तीन दिवसांसाठी रेकॉर्डिंग स्टुडिओ मिळाला. श्री. मुरली यांचा वाद्यवृंद आणि श्री. संतोष यांना प्रमुख पुरुष गायक म्हणून घेण्याचं ठरलं. चारच दिवसांत फादर पॉल यांच्या संगीत नियोजनाखाली रेकॉर्डिंग करण्यासाठी सर्वजण तयार झाले. सर्व व्यवस्थेची प्रमुख मीच होते. माझे कुटुंबीय जवळच राहत होते. तेही बरंच झालं. सगळ्या कलाकारांची उतरण्याची सोय माझ्या बहिणीकडे केली. ती आणि तिचं कुटुंब तेवढे दिवस, त्यांच्या दुसऱ्या घरात राहण्यास गेले. हे सगळं, लवकरच 'संत' म्हणून घोषित केल्या जाणाऱ्या मदर युफ्रेशिया यांच्यावरील प्रेमापोटी आणि कृतज्ञतेपोटी केलं.

झालं! रेकॉर्डिंग सुरू झालं, कॅसेटला नाव दिलं 'सन्निधी.' एर्नाकुलमहून आलेल्या कलाकारांमध्ये गोविंद नावाचा एक प्रसिद्ध कलाकार होता. त्याच्या हलगर्जीपणामुळे बराच वेळ वाया जात होता. रेकॉर्डिंग रूमच्या बाहेर आल्यानंतर मी त्याला चांगलीच समज दिली आणि पुढच्या वेळेस असा प्रकार चालणार नाही म्हणून बजावलं. ते सगळं थट्टेत घेऊन मग त्याने माझं नाव विचारलं. त्याचीही तो थट्टा करू लागला. मग मी खुलासा केला, "जेस्मी म्हणजे जीझस आणि मी यांच्या संयोगातून हे नाव तयार झालं आहे."

थट्टेनेच तो पुढे म्हणतो कसा, "मग जीझसच्या जागी माझं नाव घालशील का?"

हे ऐकून मी संतापाने थरथरू लागले. त्याला कडक शब्दात ताकीद दिली. "जीझसशी किंवा माझ्याशी थट्टा करण्याचा प्रयत्न करू नकोस. तो आगीशी खेळ ठरेल."

यावर मोठ्याने हसून तो माझ्या शेजारी उभ्या असलेल्या सिस्टरशी गप्पा मारू लागला. त्यानंतर सारखा तो माझ्या मागे मागेच फिरायला लागला. जेवताना पापड

पाहिजे असेल तर माझ्याकडे मागायचा. डोकं दुखायला लागलं, तर माझ्याकडूनच औषध हवं असायचं. एकदा पाऊस यायला लागला तेव्हा मी छत्री घेऊन मैदानातून चालले होते, तर मागून धावत येऊन माझ्या छत्रीत शिरला. एकदा म्हणाला, "किती वर्षं शोध घेत होतो. आत्ता कुठे जिवाची सखी मिळालीय मला."

मी विचारलं, "तुझं हे आजारपण केव्हा सुरू झालं?"

तर म्हणतो कसा, "तुला पहिल्यांदा पाहिलं ना, तेव्हापासून!"

मी मोठ्याने हसत तो विषय हसण्यावारी नेला.

त्या दिवशी रात्रभर स्टुडिओत आमचं रेकॉर्डिंगचं काम चाललं होतं. मग आम्ही काहीजण, थोड्या वेळाची विश्रांती घेण्यासाठी मदर युफ्रेशियांच्या कॉन्व्हेंटमध्ये गेलो. सकाळच्या प्रार्थनेनंतर आम्हाला पुन्हा स्टुडिओत जमायचं होतं. मी थोड्या वेळासाठी कॉटवर पडलेली असताना त्या दिवसांत घडलेल्या घटना एकेक करून डोळ्यांसमोर येत होत्या. खासकरून त्या गोविंदचं लाडात येऊन बोलणं नि सलगीने वागणं. मी हसून त्या खोलीत लटकणाऱ्या छोट्या क्रुसाकडे पाहिलं.

'येशू, तुझ्या तुलनेत त्या गोविंदचा काय पाड? माझ्यासाठी जगातला सर्वांत देखणा, सर्वांत श्रीमंत, सर्वांत चतुर, शहाणा; तरीही प्रामाणिकपणे माझी काळजी वाहणारा, माझ्यावर प्रेम करणारा तूच आहेस येशू.' डोळ्याचं पातं लवतं न लवतं, तोच कुठूनतरी माझ्या काळजात प्रेमाचा झरा निर्माण झाला. आनंदाची कारंजी थुईथुई उडू लागली आणि मी पुन्हा एकदा 'त्याची' पत्नी म्हणून आनंदसागरात सुखाने विहार करू लागले. शरीराचा आणि मनाचा कण न् कण आनंदोल्हासाने रोमांचित करणारा तो विलक्षण अनुभव होता. यापूर्वीच्या माझ्या सगळ्या अनुभवांपेक्षा वेगळा! तेव्हा माझ्या लक्षात आलं की, मदर युफ्रेशियाच्या निमित्ताने, गोविंदच्या माध्यमातून, येशूने माझ्या मनाचा ग्रॅनाईट दगड फोडून त्याचं प्रेम, शांती आणि आनंद यांना वाट करून दिलेली आहे. त्याचा स्पर्श झाला आणि माझ्या मनाचा कोरडेपणा कुठल्याकुठे पळाला. त्याची जागा अत्यानंदाने भरून टाकली.

माझी खात्री पटली की, ही युफ्रेशिया अम्माचीच देणगी आहे. त्या खरोखर संत होत्या.

लवकरच मला त्या स्वर्गातून पृथ्वीवर यावं लागलं. आमच्या कॉलेजचा सुवर्णमहोत्सव होता. त्याचं उद्घाटन नवीन प्रिन्सिपॉल सिस्टर सूझी यांच्या हस्ते झालं. त्यानंतर वर्षभर काय काय कार्यक्रम करायचे त्याची चर्चा सुरू झाली. सर्वांत पहिली सूचना आली की, ॲडमिशन देताना विद्यार्थ्यांकडून डोनेशन्स घ्यावीत. खरं तर विद्यार्थ्यांना ॲडमिशन देतेवेळी किंवा शिक्षकांच्या नेमणुका करतेवेळी आमचं कॉलेज डोनेशन घेत नाही याचा आम्हा सर्वांनाच खूप अभिमान होता. त्यामुळे हा विषय जेव्हा चर्चेला आला, तेव्हा मी विरोध केला.

"एकोणपन्नास वर्षे आम्ही डोनेशन न घेता कॉलेज चालवलं, तर आता सुवर्णमहोत्सवाच्या वर्षी एक अनिष्ट प्रथा चालू करून आपण कॉलेजचा नावलौकिक आणि प्रतिष्ठा का खराब करून घ्यायची?"

पण देणग्या घेण्याच्या विरोधात मी एकटीच होते.

पुढच्या शिक्षकांच्या मीटिंगला मी एका कोपऱ्यात मान खाली घालून बसले होते. पण सगळ्यांच्या प्रतिक्रियांकडे माझं बारीक लक्ष होतं. बरेचसे मेंबर्स डोनेशन प्रस्तावाच्या बाजूचे होते. "जितकं जास्त डोनेशन घेता येईल तितकं घ्यायचं सिस्टर. या शहरातल्या आणि शहराबाहेरच्या भरलेल्या तिजोऱ्यांचा थोडा तरी फायदा होऊ दे आपल्याला!"

हे ऐकून मला हसू येत होतं. प्रिन्सिपॉलला खरं म्हणजे मी तिथे यायलासुद्धा नको होते. त्या माझी प्रत्येक हालचाल टिपत होत्या. शेवटी बहुमताने, डोनेशन घेण्याचा प्रस्ताव संमत करण्यात आला. दुसऱ्या दिवशी अचानक मला प्रिन्सिपॉलच्या ऑफिसमधून बोलावणं आलं. तिथे शहरातील अनेक धनाढ्य व्यक्ती बसलेल्या होत्या. त्यांच्यापुढे मला उभं करून प्रिन्सिपॉल म्हणाल्या, "हीच ती सिस्टर. ही एकटीच आमच्या डोनेशनच्या प्रस्तावाच्या विरोधात आहे."

मला वाटत होतं की, मी सिंहाच्या गुहेतच उभी आहे. त्यांच्या गर्जना सुरू होण्यापूर्वीच त्यातून सुटका करून घेण्यासाठी मी म्हटलं, "मला, आपणा सर्वांना एक फारच गंभीर प्रश्न विचारावासा वाटतो. आपल्या कॉलेजच्या कॅलेंडरमध्ये दर वर्षी एक पान राखून ठेवलं जातं. त्यावर अत्यंत ठळक अक्षरात छापलेलं असतं, 'आमच्या महाविद्यालयात प्रवेश देताना विद्यार्थ्यांवर कॅपिटेशन फी अथवा देणगी रक्कम लादली जात नाही.' कॅलेंडरची इन्चार्ज म्हणून मी आपल्याला विचारते, याही वर्षी आपण हेच विधान छापू शकतो काय?"

यावर त्यांच्यातील एक महाशय, सहानुभूतीपूर्ण स्वरात बोलते झाले, "विधान छापायला हरकत नाही. फक्त असं छापावं की, आम्ही प्रिन्सिपॉलनी इंटरव्ह्यू घेतल्यानंतर, प्रवेश प्रक्रियेपूर्वी रक्कम स्वीकारू."

यावर प्रतिवाद न करता, मी शांतपणे स्वतःची कामं उरकत राहिले.

ॲडमिशन्स सुरू झाल्या. माझ्या चुलत बहिणीने सर्वांत जास्त डोनेशन घेऊन ॲडमिशन घेतली. पण त्याबद्दल मला काही वाटलं नाही. कारण तेवढे पैसे देण्याइतकी ती श्रीमंत होती. लवकरच माझ्या वर्गमैत्रिणीच्या बहिणीला प्रवेश नाकारण्यात आला. कारण मागितलेली डोनेशनची रक्कम देणं त्यांना परवडण्यासारखं नव्हतं. ती बिचारी रडत रडत प्रिन्सिपॉलकडे गेली. पण काही उपयोग झाला नाही.

दुसरी घटना अशी घडली की, एका निवृत्त प्राध्यापकाची पुतणी इंटरव्ह्यूसाठी आली. तिच्याही घरच्यांची डोनेशन भरण्याची ताकद नव्हती आणि शिक्षक-पालक संघाच्या लोकांनीही त्यांना फार तुटकपणे वागवलं. त्या निवृत्त प्राध्यापकांनी

सध्याच्या प्राध्यापकांवर चांगलेच कोरडे ओढले. ते सर्वजण प्रिन्सिपॉलकडे जाऊन धडकले. शिक्षक-पालक संघटनेला कुणी हक्क दिला आमच्यावर ओरडण्याचा? का म्हणून कॉलेजने डोनेशन घ्यायला सुरुवात केली? असले हिणकस व्यवहार करून आजवरच्या कॉलेजच्या सत्कीर्तीला बट्टा लावायचे उद्योग सुरू झालेत. त्यावर मी शांतपणे उत्तर दिलं. "आता तुम्हाला ओरडण्याचा हक्क नाही. या पैसा जमवण्याच्या प्रस्तावाविरुद्ध त्या वेळेला मी एकटीने आवाज उठवला. या प्रस्तावावर चर्चा झाली त्या वेळेस तुम्ही सगळे हजर होता ना? का नाही त्याच वेळी एकानेही हरकत घेतली? आता प्रस्ताव मंजूर होऊन कार्यवाही सुरू झाल्यानंतर बोलण्याचा तुम्हाला अधिकार नाही."

हे डोनेशन प्रकरण प्रसिद्धीमाध्यमांनी चांगलंच उचलून धरलं. एका टीव्ही चॅनेलवर बातमी आली-

'शहरातल्या एका प्रसिद्ध महिला महाविद्यालयाने प्रवेश देतेवेळी कॅपिटेशन फी स्वीकारायला सुरुवात केल्याचं कळतं. हे जर खरं असल्याचं सिद्ध झालं, तर याबद्दल यथायोग्य कारवाई होण्याची शक्यता वर्तवली जात आहे.'

नंतर जेव्हा पदवी परीक्षेसाठीची प्रवेश-प्रक्रिया सुरू झाली तेव्हा प्रिन्सिपॉलनी आम्हाला सांगितलं, की या जागांसाठी डोनेशन मागितले जाणार नाही. कारण जनरलेटकडून याला हरकत घेण्यात आली आहे. एका सकाळी, त्रिसूरच्या डेप्युटी डायरेक्टरच्या ऑफिसमधून दोघे कर्मचारी कॉलेजमध्ये आले. ॲडमिशन देताना पैसे घेतले जातात का, ते पाहण्यासाठी! कारण कॉलेजविरुद्ध थेट डायरेक्टर ऑफ कॉलेज एज्युकेशन त्रिवेंद्रम यांच्याकडे तक्रारी गेल्या होत्या. विद्यार्थ्यांना विचारण्यात आलं की, प्रवेश घेताना तुम्ही कॅपिटेशन फी भरलीत का? पण त्या सर्वांनी नकारार्थी उत्तर दिलं. कारण 'कॅपिटेशन' या शब्दाचा अर्थच त्यांना माहीत नव्हता. अशा तऱ्हेने आम्हा सर्वांची त्या आरोपातून सुटका झाली.

आमच्या एका रिट्रिट टीमने कॉलेजकरिता विशेष प्रार्थना केली आणि असं ठरवलं की, कॉलेजला कुणाचा तरी शाप भोवला आहे. कारण दैवी संदेशाप्रमाणे आम्ही लाचलुचपत, लोभीपणा हे अपराध केलेले आहेत. मी त्या टीमची प्रमुख असल्याने मला रागारागाने हे सांगण्यात आलं. मी म्हणाले, "हे सगळं मला सांगू नका. आपल्या ज्या सिस्टर्स इथल्या पदाधिकारी आहेत, त्यांना जाऊन सांगा. कारण या सगळ्याला त्याच जबाबदार आहेत."

काही सिस्टर्स आपली हाव कुठल्या थराला जाऊन, अगदी दुसऱ्याला वीट येईपर्यंत तृप्त करून घेतात हे कॉलेजमधील एका निधी संकलनाच्या वेळी स्पष्ट झालं. त्या वर्षी निधी जमवण्यासाठी कॉलेजने एका वाद्यवृंद (ऑर्केस्ट्रा) कार्यक्रमाचे आयोजन केले होते. यामध्ये प्रसिद्ध पार्श्वगायक श्री. के. जी. श्रीकुमार गाणार होते.

या कार्यक्रमाच्या तिकिटांवर लकी ड्रॉ ठेवण्यात आला. भाग्यवान तिकीटधारकास एका देणगीदाराने सनी स्कूटरचे बक्षीस जाहीर केले. तिकिटाचा अर्धा भाग लोकांनी जपून ठेवावा म्हणून जाहीर करण्यात आलं. वास्तविक सिस्टर्सनी तिकीटविक्री करू नये म्हणून प्रॉव्हिन्शिअॅलेटचं परिपत्रक आलेलं होतं. तरीसुद्धा प्रिन्सिपॉलने आम्हाला सक्तीने जास्तीत जास्त तिकिटं विकायला भाग पाडलं. मला घरोघरी जाऊन लोकांना तिकिटासाठी गळ घालणं अजिबात पसंत नव्हतं. तरीही मला तिकिटं विकावीच लागली. मात्र याही वेळेला मला न आवडणारं काम करण्यापासून येशूने मला वाचवलं. पहिल्या दिवशी तिकिटं विकायला गेले आणि रस्त्यावर पडलेल्या एका फुटक्या बाटलीच्या तुकड्यावर माझा पाय पडला. मला हॉस्पिटलमध्ये नेलं. बरेच टाके पडले. टाके काढेपर्यंत डॉक्टरांनी मला झोपून राहण्याचा सल्ला दिला.

तशीच कशीतरी लंगडत चालत असतानासुद्धा कार्यक्रमापूर्वी प्रार्थना म्हणण्याचं काम माझ्यावर सोपवण्यात आलं. त्या दिवशी बॉम्बस्फोटाची धमकी आलेली होती. सर्व सिस्टर्सचं असं मत पडलं की, कार्यक्रम सुरू होण्यापूर्वी जर मी प्रार्थना म्हटली, तर काही अडथळा न येता कार्यक्रम सुरळीत पार पडेल.

झालं! मीही लंगडत स्टेजवर पोचले आणि मनापासून प्रार्थना म्हटली. सगळ्यांनी माझ्या प्रार्थनेबद्दल एवढा विश्वास दाखवला, तेव्हा मला तर खूपच आनंद झाला.

आमच्यात अतिशय धूर्त अशी एक सिस्टर होती. तिने हेतुत: सर्व पदाधिकाऱ्यांशी खूप चांगले संबंध ठेवलेले होते. या सिस्टरने प्रिन्सिपॉलशी बोलून तिचं मन वळवलं आणि 'सनी' कोणाला मिळणार, याबद्दलच्या अटी बदलून घेतल्या. आता ती दुचाकी 'लकी नंबर' असणाऱ्या तिकीटधारकाला मिळणार नसून, जिने सर्वांत जास्त तिकिटे खपवली, त्या व्यक्तीला मिळणार असं ठरलं. म्हणजे तिकिटाचा अर्धा भाग सांभाळून ठेवणारे मूर्ख ठरले. कॉलेजमधील एका विद्यार्थिनीने खूप मेहनत घेऊन, तिकिटे खपवली आणि मोठी रक्कम जमा करून आणली होती. सगळ्यांना वाटत होतं त्या मुलीलाच सनी मिळणार. पण ऐन वेळेला त्या नियम बदलून घेणाऱ्या सिस्टरने, इतर अनेक सिस्टर्सना तिकिटे विकली (त्यात मीही होते) आणि मग सनी तिलाच मिळाली.

कसा विरोधाभास आहे पहा! 'सिस्टर्सनी तिकिटे विकायची नाहीत' असा दंडक घातला असतानासुद्धा, त्यांच्यातील एकजण तुफानी तिकीटविक्री करते आणि प्रॉव्हिन्समधील सगळे आणि इतर प्रेक्षकांच्या उपस्थितीत तिला जाहीरपणे दुचाकीची चावी प्रदान केली जाते; तीही पारितोषिक म्हणून!

यानंतर मला सी.एम.सी.च्या पदाधिकाऱ्यांकडून आणखी एक विचित्र अनुभव आला. त्याचं असं झालं की, माझ्या प्रमोशनची वेळ आली. त्यावेळी मला ताबडतोब बोलावून घेतलं आणि घाईघाईने कर्नाटकमधील धारवाड युनिव्हर्सिटीत,

इंग्लिशचा एक कोर्स करण्यासाठी पाठवण्यात आलं. झालं, मी आमच्या डिरेक्टरीमधून तिथल्या जवळच्या कॉन्व्हेंटचा पत्ता शोधून काढला आणि माझी तीन आठवडे राहण्याची सोय करण्यासाठी पत्र लिहिलं. मी बंगलोरहून धारवाडला राणी चेन्नम्मा एक्सप्रेस ट्रेनने जायचं ठरवलं होतं. बंगलोरला पोहोचल्यावर गाडीची वेळ होईपर्यंतचा अर्धा दिवस हा स्टेशनवर स्त्रियांच्या वेटिंग रूममध्ये काढता येईल, अशी माझी कल्पना. कारण गाडी संध्याकाळी निघणार होती. पण कॉन्व्हेंटमधील सिस्टर्सचं म्हणणं पडलं की, मी तिथे राहणाऱ्या एका फादरच्या घरी जाऊन विश्रांती घ्यावी.

मी त्या फादरचा पत्ता लिहून घेतला. हे खूपच चारित्र्यसंपन्न आणि सदाचारी असल्याचा बोलबाला होता. मी त्यांना एक पत्र लिहून मी येत असल्याचं कळवलं. त्यावर त्यांचं उलट टपाली तत्परतेने उत्तर आलं. तुमचं 'शाही स्वागत' करण्यास आनंद वाटेल असा मजकूर होता. जसजसा निघण्याचा दिवस जवळ येत चालला, तसतसं मला मनातून अस्वस्थ वाटू लागलं. तेव्हा मी नेहमीप्रमाणे येशूला विचारलं, 'मी या कोर्सला जाऊ नये असं वाटत असेल तर तसा संकेत दे.' त्याचा संकेत आला. तापाच्या रूपात! माझं अंग ठणकत होतं. थंडी वाजून ताप भरला, जुलाब होऊ लागले. दिवसभर अंथरुणावर पडूनच होते. अर्थातच ठरलेली सगळी कामं रद्द करावी लागली. अशा परिस्थितीत दुसऱ्या दिवशी ट्रेनने धारवाडपर्यंतचा प्रवास करण्याचा विचारही करण्यासारखा नव्हता. म्हणून माझं तिकीट रद्द करा असं प्रिन्सिपॉलला सांगणार, तो त्याच सिक रूममध्ये आल्या. पहिल्यांदा माझी चांगली खरडपट्टी काढली की, तू कॉलेजचा पैसा वाया घालवतेस म्हणून! नंतर मला प्रमोशनचं महत्त्व विशद करून सांगितलं आणि मग मी धारवाडला गेलंच पाहिजे असं बजावलं. तिचा शब्द म्हणजे अर्थातच काळ्या दगडावरची रेघ! एकदा काढली की, पुसणं अशक्य!

सुपिरिअरनेसुद्धा माझ्याकडे फक्त सहानुभूतीने पाहिलं. इथे मला कुणी अम्मासारखं प्रेमाने जवळ थोडंच घेणार होतं? शेवटी अंगात ताप असताना मी जायला तयार झाले. पण मनात प्रश्न पिंगा घालीत होता, 'मग येशूने मला 'जाऊ नकोस' असा संकेत का बरं दिला?' पण त्या वेळी मला त्याचं उत्तर मिळालं नाही.

भल्या सकाळी गाडी बंगळूर स्टेशनात शिरली. मी गाडीतून उतरले, तर ते फादर माझी वाट पाहत प्लॅटफॉर्मवर उभे होते. मला पाहून ते खूपच उल्हसित झाले आणि येऊन त्यांनी मला चक्क आलिंगन दिलं. हे त्यांच्या धीरगंभीर स्वभावाशी विसंगत होतं. त्यांनी सांगितल्याप्रमाणे एखाद्या राणीसारखं स्वागत करून मला स्वत:च्या घरी नेलं. सकाळचा ब्रेकफास्ट वगैरे झाल्यावर मी नको म्हणत होते, तरी ते मला लालबागेत घेऊन गेले. लवकरच माझ्या लक्षात आलं की, यामागे त्यांचा सुप्त हेतू होता.

तिथे झाडांमागे प्रेमकूजन करणाऱ्या युगुलांकडे बोट दाखवून, माणसाला शारीरिक प्रेमाची किती गरज असते, हे मला पटवायचा त्यांचा प्रयत्न चालला होता. मग कुठल्या कुठल्या प्रीस्टने आणि बिशपने बंदी असूनही कसे स्त्रियांशी शरीरसंबंध ठेवले ते सविस्तर सांगून झालं. मग म्हणाले, ते अमुक तमुक बिशप तर रोज एका बाईबरोबर झोपतात. त्यांच्यापासून तिला एक मुलगा झाला. त्याच्या उदरनिर्वाहाचा खर्चही तेच देतात.

त्या धर्मगुरूंचं तसलं ते बोलणं आणि वागण्याची पद्धत पाहून मला कमालीचा संकोच वाटत होता. मग त्यांनी मला त्यांच्या खोलीवर नेलं. स्वत: कॉफी करून मला दिली. तिथे बसायला एकच जागा होती, त्यांचा पलंग. त्यावरच मी बसले आणि कॉफी घेत होते. तेवढ्यात त्यांनी मला करकचून मिठी मारली. इतकी की मी गुदमरून गेले. त्यांच्या मगरमिठीतून स्वत:ला सोडवून घेण्याचा प्रयत्न करू लागले. त्याच वेळी ते माझी छाती कुस्करत मला 'दाखव ना, दाखव ना' म्हणून बरळत होते. अतिशय संतापाने त्यांचा धिक्कार करत मी तिथून जाण्यासाठी उठले, पण त्यांनी जबरदस्तीने मला खाली बसवलं. 'थांब, थांब! ऐक ना. तू कधी पुरुष पाहिलायस? कपड्याविना?' मला त्यांचं ते रूप पाहून प्रचंड धक्का बसलेला होता. संताप, आश्चर्य यामुळे माझ्या तोंडून शब्दच फुटत नव्हता. मी मानेनेच नकार देत राहिले होते. त्याचा हवा तो अर्थ घेऊन त्यांनी लगेच स्वत:चे कपडे काढले. एव्हाना मीही कुतूहलाने 'त्या'कडे पाहू लागले होते. कथा-कादंबऱ्यांतून मी त्याविषयी वाचलेलं होतं, पण प्रत्यक्ष पाहण्याची वेळ कधीच आलेली नव्हती. त्यांचा 'तो' अवयव पाहताच मला सिल्व्हिया प्लेथची कादंबरी आठवली, 'दि बेल जार' त्यात तिने याचं वर्णन 'कासवाचं डोकं' असं केलेलं आहे. पाहता पाहता त्यांनी त्यातून दुधासारखा पांढरा द्रव काढून दाखवला आणि त्यात कशी हजारो जीव जन्माला घालण्याची ताकद आहे, ते सांगितलं. मग त्यांनी मला विवस्त्र होण्याचा आग्रह सुरू केला. मी बराच विरोध केला, पण त्यांनी फारच विनवण्या केल्यानंतर, त्यांच्यावर उपकार म्हणून 'स्त्री देह' दाखवायला तयार झाले. पण केवळ क्षणभरच बघायला मिळेल या अटीवर! त्याला ते तयार झाले आणि मग मी तो सोपस्कार उरकून टाकला.

कपडे घातल्यानंतर लगेच पुढील प्रवासासाठी मला त्यांनी स्टेशनवर नेऊन सोडलं. नंतर मात्र मला घडल्या प्रसंगाचा पश्चात्ताप होऊ लागला. कारण असलं काही घडावं अशी माझी मुळीच इच्छा नव्हती. आमच्या कॉन्व्हेंटमधील जीवनात असले लैंगिक छळाचे प्रकार फारच क्वचित घडतात. पण याचा अर्थ त्या चार भिंतींतल्या एकांतवासातही आम्ही सुरक्षित नसतो, असाच होतो ना?

कॉन्व्हेंटमध्ये परत आल्यावर माझी जवळची मैत्रीण सिस्टर मारिया हिला मी संकोचत, बिचकत घडलेली घटना सांगितली. तिलासुद्धा ते ऐकून धक्काच बसला,

कारण ती त्या फादरना चांगलंच ओळखत होती. केरळमधून बंगळूरला गेल्यानंतर ते एकदम एवढे कसे बदलले, तेच आम्हाला कळत नव्हतं. कदाचित मोठ्या शहरातील जीवनशैलीचा तो परिणाम असावा असं मला वाटलं. आम्हाला दोघींना त्या दिवशी पवित्र प्रवचन (Holy Communion) द्यायला चॅपेलमध्ये जायचं होतं. पण स्वत:ला इतकं अपवित्र झाल्यासारखं वाटत होतं की, चॅपेलमध्ये जावंसंच वाटेना. सिस्टर मारियाने स्वत:ला सावरून मला कसंबसं ठरलेला कार्यक्रम पार पाडायला लावला आणि मग यातून कसं बाहेर पडावं, यासाठी कुणाचा तरी सल्ला घ्यायला सांगितलं.

दरम्यान, 'त्या' फादरचे सारखे फोन येऊ लागले. त्यांना माझ्याशी फोनवरून संबंध ठेवायचे होते. शेवटी त्यांचा आवाज ऐकताच मी फोन आदळू लागले. त्यांनी मला फोनवर सांगितलं की, आपल्या दोघांत जे काय घडलं, त्याची कबुली (कन्फेशन) मी सोडून दुसऱ्या कुणाही धर्मगुरूजवळ देऊ नकोस. द्यायचीच असेल तर सरळ येशूपढे कबुली दे. आमच्या कॉन्व्हेंटमध्ये बाहेरचे अपरिचित धर्मगुरू कन्फेशन घेण्यासाठी येईपर्यंत मी ते अपराधी भावनेचं ओझं मनावर वागवत राहिले. मग त्यांनी सांगितलेल्या काही वेगळ्या प्रार्थना केल्या, प्रायश्चित्त घेतलं, तेव्हा कुठे मला पुन्हा शुद्ध झाल्यासारखं वाटू लागलं.

ज्या लोकांना गरजेपुरतंसुद्धा अन्न, वस्त्र इत्यादी मिळत नाहीत, त्यांच्याकडे ताबडतोब लक्ष देऊन त्यांची काळजी घेणं आवश्यक असतं. जे विद्यार्थी घरून जेवून येत नसत, त्यांना आम्ही मधल्या सुटीत होस्टेलच्या मेसमध्ये जेवायला न्यायचो. सुरुवातीला गरीब विद्यार्थ्यांना मोफत अन्नवाटपाची सोय केलेली होती. हळूहळू माणुसकीच्या भावनेतून सुरू केलेल्या अशा सगळ्या धर्मार्थ योजना थंडावत गेल्या. तरीपण मी उपाशी विद्यार्थ्यांना मेसमध्ये घेऊन जायची आणि तिथल्या सिस्टरला सांगून त्यांना जेवण द्यायची. पण नंतर भटारखान्याची मुख्य म्हणून एक अगदी कंजूष सिस्टर बदलून आली. मी गरीब मुलांना घेऊन गेले की, ती माझ्यावर ओरडू लागली. तिने ही गोष्ट असिस्टंट वॉर्डन सिस्टर मारिया यांच्या कानावर घातली. ती तर माझी चांगली मैत्रीण. तिने मला एक युक्ती सांगितली. वर्गातल्या श्रीमंत मुलांकडून पैसे गोळा करायचे, त्यातून जेवणाची कुपनं घ्यायची आणि ती घेऊन गरीब मुलांना कँटीनमध्ये पाठवायचं.

एकदा असं झालं, आमच्या सिस्टर एलनच्या मोठ्या बहिणीला तिच्या मुलीच्या लग्नासाठी पैसे पाहिजे होते. सिस्टर एलन आमच्या कॉलेजमध्येच शिक्षकेतर कर्मचारी म्हणून कामाला होती. ती तिच्या बहिणीला घेऊन सुपिरिअरकडे गेली. तिला दहा हजार रुपयांचं कर्ज हवं होतं. सुपिरिअरने कर्ज मंजूर केलं नाही. सिस्टर एलनच्या मनाला ती गोष्ट फार लागली. तिने माझ्यापाशी मन मोकळं केलं. मी लगेच सुपिरिअरकडे गेले आणि माझ्या ओळखीतून पैसे गोळा करून एलनच्या

बहिणीला देण्याची परवानगी काढली. अनेकांना फोन केले, पत्रं लिहिली. पण या कामासाठी फारच थोडे पैसे जमा झाले. शेवटी मी येशूकडे प्रार्थना केली. 'देवाधिदेवा, तुझ्याकडे संपत्तीच्या राशी आहेत. त्यांना तर फक्त दहा हजार रुपयेच पाहिजेत. तू तेवढी व्यवस्था नाही करू शकणार?'

त्यानंतर काही दिवसांची गोष्ट. मी ऑफिसमधील लोकांना मदत करत होते, तेव्हा एका शिक्षिकेने मला तातडीने वऱ्हांड्यात बोलावून घेतलं. 'काय उगीच मला कामामध्ये त्रास देतेय?' म्हणून वैतागतच मी बाहेर गेले.

"सिस्टर जेस्मी, तुम्हाला असं कुणी गरजू माणूस माहिती आहे का? ज्याला लग्नासाठी पैशांची गरज आहे?"

"का? तुम्ही असं का विचारताहात?"

"माझे पती एका जर्मन कंपनीत काम करतात. ही कंपनी दर वर्षी एखाद्या गरीब जोडप्याला लग्नासाठी दहा हजार रुपयांची मदत करते. गेल्या वर्षी योग्य जोडपं मिळालं नाही त्यामुळे ते दहा हजार रुपये कोणालाच देता आले नाहीत. या वर्षीही कुणाचं नाव सुचवलं नाही तर पुन्हा तसंच होईल. त्याची मुदतही संपत आलीय म्हणून तुम्हाला विचारत होते."

"वा वा! मिस, तुम्हाला येशूनेच माझ्याकडे पाठवलंय." असं म्हणून मी जोडप्याचं नाव सुचवलं. प्रिन्सिपॉलच्या संमतीने ते दहा हजार रुपये स्वत: घेऊन आले आणि सिस्टर एलनच्या हाती त्यांच्याकडे पोहोचते केले.

दुसरा एक असाच प्रसंग. माझ्या एका गरीब विद्यार्थिनीला परीक्षेची फी भरण्यासाठी पाचशे रुपयांची गरज होती आणि परीक्षा केंद्रावर जाण्या-येण्याचा खर्च शंभर रुपये येणार होता. तेव्हा अशीच मी येशूची करुणा भाकली आणि चमत्कार होण्याची वाट पाहत राहिले.

माझा एक मानलेला मुलगा होता. त्याने दरमहा दोनशे रुपये गरीब विद्यार्थ्यांच्या शिक्षणासाठी द्यायचं ठरवलं होतं. पण एक वर्षानंतर त्याने ते थांबवलं. एके दिवशी संध्याकाळी सहानंतर तो मला भेटायला कॉन्व्हेंटमध्ये आला. सहानंतर कुणाला भेटणं नियमाविरुद्ध होतं. पण त्याने निरोप पाठवला. आजच भेटणं आवश्यक आहे. कारण पैसे द्यायचेत. नंतर कदाचित ते खर्च होऊन जातील. किती पैसे असतील? बरोबर सहाशे रुपये!

"अरे बेटा, आजच पैसे द्यावेसे का वाटले तुला? तू तर किती दिवसांपासून थांबवलं होतंस पैसे देणं."

"सिस्टर, तुमच्या एका विद्यार्थ्याने पेपरमध्ये तुमच्याविषयी लिहिलेला लेख वाचला मी. तेव्हा एकदम आठवलं की, तुमच्या हातून गरीब विद्यार्थ्यांना मदत देण्याचं माझं राहूनच जातंय. म्हणून ताबडतोब सहाशे रुपये घेऊन आलोय. घ्या

आणि एखाद्या गरीब विद्यार्थ्याला यातून मदत करा.''

''बाळा, येशूनेच तुला पाठवलं बरं माझ्याकडे. मी त्याला सहाशे रुपयेच मागितले होते.''

गरीब विद्यार्थ्यांना कशा पद्धतीने दूर ढकललं जातं; अगदी कॉन्व्हेंटमध्येसुद्धा, याचा मला चांगलाच अनुभव मिळाला. एका वर्षी प्री-डिग्रीच्या इकॉनॉमिक्सच्या प्रश्नपत्रिकेत सगळे प्रश्न अभ्यासक्रमाबाहेरचे विचारण्यात आलेले होते. विद्यार्थ्यांना एकाही प्रश्नाचं उत्तर येत नव्हतं. जेव्हा सर्व परीक्षकांची बैठक झाली, तेव्हा त्यांनी उत्तरपत्रिका तपासायलाच नकार दिला. त्यामुळे विद्यापीठाला पुन्हा परीक्षा घेणं भाग पडलं. पण पुन्हा परीक्षा घेतली जाणार असल्याची प्रसिद्धी पुरेशा प्रमाणात न झाल्यामुळे, कित्येक विद्यार्थ्यांना ती परीक्षा देता आली नाही. यात काही गण्य-मान्य व्यक्तींच्या मुलींचा समावेश होता. त्यामुळे विद्यापीठाला आणखी एकदा ती परीक्षा घ्यावी लागली. या घटनेला सगळ्या माध्यमांनी जोरदार प्रसिद्धी दिली. अगदी रेडिओवरही बातमी आली. पुढे या तिसऱ्या वेळेला घेतलेल्या परीक्षेचा निकाल प्रसिद्ध होण्यापूर्वीच विद्यापीठाने बी.ए.च्या ॲडमिशन्स बंद करण्याची तारीख घोषित केली. तेव्हा रोझी नावाची एक गरीब विद्यार्थिनी ॲडमिशन ऑफिसमध्ये जाऊन तिथल्या सिस्टरला विचारू लागली, ''चेची, आमचे इकॉनॉमिक्सचे मार्क अजून कळलेले नाहीत. मग शेवटच्या तारखेपर्यंत मी प्रवेश-अर्ज कसा भरू शकणार?''

यावर तिला उत्तर मिळालं, ''तुमचे सगळे मार्क समजल्यानंतरच फॉर्म भरा तुम्ही.''

सिस्टरला तीनदा तीच परीक्षा घेतल्याचं ठाऊकच नव्हतं. ती मुलगी बिचारी इकॉनॉमिक्सचे मार्क येण्याची वाट पाहत घरी स्वस्थ बसली. नंतर मार्क आल्यावर प्रवेश-अर्ज आणि गुणपत्रक घेऊन आली. तेव्हा 'मुदत संपली' हे कारण दाखवून तिचा अर्ज नाकारण्यात आला.

झालं! मी तिची ट्यूटर होते. ती माझ्याकडे गुणपत्रक घेऊन आली. फार शांत मुलगी होती. कधी उगीचच शिक्षकांशी बोलणं नाही, काही नाही. माझ्याशीसुद्धा क्वचितच बोलायची. तिचे इकॉनॉमिक्सचे मार्क पाहून मला खूप आनंद झाला. तिच्यापेक्षा कमी मार्क असणाऱ्यांना अगोदरच प्रवेश मिळालेला होता. त्यामुळे मी तिला ॲडमिशन ऑफिसमध्ये जाऊन अर्ज देण्यास सांगितलं. पण त्यांनी तो अर्ज दाखल करून घेण्यास परत एकदा नकार दिला.

मग मी तिला घेऊन ॲडमिशन ऑफिसमध्ये गेले आणि त्यांना विचारलं, ''तुम्ही का नाही तिचा अर्ज घेतला? तिला इतके चांगले मार्क पडलेत आणि आपल्याकडे जागा शिल्लक आहेत ना? मग 'लेट मार्क' करून घ्या तिचा अर्ज. तुम्ही यापूर्वी असं केलेलं बघितलं आहे मी.''

त्यांनाही काहीतरी जाणवलं आणि त्यांनी तिचा अर्ज स्वीकारला. दोन दिवसांनंतर एका विद्यार्थिनीला रोझीच्या घरी पाठवून निरोप देण्यात आला की, ताबडतोब फी भरून ॲडमिशन घ्या. त्यांच्याकडे तेवढे पैसे नव्हते. तेव्हा त्यांनी शेजाऱ्यांकडून सोन्याची अंगठी उसनी घेतली आणि ती गहाण टाकून पैसे उभे केले. ज्या दिवशी ती कॉलेजमध्ये आली, तेव्हा काही महत्त्वाच्या कामानिमित्त मी नेमकी बाहेर गेलेली होते. परत आल्यावर मला समजलं की, रोझीला आणि तिच्या वडिलांना प्रिन्सिपॉलने ॲडमिशन न देताच परत पाठवलं.

आता मात्र मला संताप आवरेना. केवळ रोझीसारख्या गरिबांशी असले क्रूर खेळ खेळते काय ही? मी सरळ ऑफिसमध्ये जाऊन प्रिन्सिपॉलला विचारलं, "का दिली नाही रोझीला ॲडमिशन?"

त्यावर तिने अत्यंत उद्धटपणे उत्तर दिलं, "कुणाला ॲडमिशन द्यायची, कुणाला नाही, हा माझा प्रश्न आहे."

मी, रोझी आणि तिच्या कुटुंबाच्या आर्थिक हलाखीचं वर्णन करून तिचं मन वळवण्याचा खूप प्रयत्न केला, पण तिचं उत्तर तेच राहिलं. मग मी मदर प्रॉव्हिन्शिअलकडे जाऊन सगळी हकिकत सांगितली. रोझी तिच्या आई-वडिलांबरोबर रानातल्या डोंगरावर राहत होती. तिचे वडील धनगर होते. शेळ्यांचं दूध, मांस विकून पोट भरीत. त्यांची जमीनही ओसाड होती. त्यात धान्य, फळफळावळ पिकत नसे. तिथे डोंगरावर वीज नव्हती. पोस्टमनदेखील इतक्या उंच चढून जात नसे. पायथ्याशी असलेल्या एका दुकानातच तो त्यांना आलेली पत्रे देऊन जायचा. जेव्हा केव्हा ते डोंगर उतरून खाली येऊन चौकशी करतील, तेव्हा त्यांना ती पत्रे मिळायची. रोजचं वर्तमानपत्रसुद्धा त्यांच्यापर्यंत पोहोचत नसे. रोज पेपरवाला डोंगर चढून थोडाच जाणार? अशा परिस्थितीत ते जगाशी कसा संपर्क ठेवणार? इतक्या कठीण परिस्थितीवर मात करून त्या मुलीने इतकं यश मिळवलं, हेच या गोष्टीतलं सौंदर्य आहे. रोझीचे वडील दररोज, बॅटरीवर चालणाऱ्या छोट्या ट्रान्झिस्टरवर बातम्या ऐकत. विद्यापीठ तिसऱ्यांदा इकॉनॉमिक्सची परीक्षा घेणार हेही त्यांनी रेडिओवरच्या बातम्यांमध्येच ऐकलं होतं. त्यांच्या दुसऱ्या मुलीला नोकरी मिळू शकेल अशा एकाही शिक्षणक्रमाला प्रवेश घेता आला नाही, कारण मुलाखतीला आलेलं बोलावणं त्यांच्यापर्यंत वेळेवर पोहोचू शकलं नाही. आता कॉलेजने प्रवेश नाकारल्यामुळे थोरल्या रोझीलाही पुढे शिकता येणार नव्हतं. शेजाऱ्यांकडून उसनी आणून गहाण टाकलेली सोन्याची अंगठी आता ते कशी सोडवून परत करणार होते?

एखाद्या दगडालाही पाझर फुटला असता, पण आमचे पदाधिकारी विरघळले नाहीत. मदर प्रॉव्हिन्शिअल म्हणाल्या, "तुझं म्हणणं पटतंय मला; पण मी

प्रिन्सिपॉलला, त्या मुलीला ॲडमिशन द्यायला सांगणार नाही. प्रिन्सिपॉल घाबरट आहे. नियमाबाहेर जाऊन कुणाला प्रवेश देणं तिला झेपणार नाही.''

ते अजब तर्कशास्त्र मला कळलंच नाही. मी म्हटलं, ''मदर, तुम्ही हा प्रश्न सोडवू शकत नसाल, तर मला माझ्या पद्धतीने सोडवू द्या. आपले आशीर्वाद द्या.''

'त्या गरीब; परंतु लायक मुलीचं भविष्य वाचवण्यासाठी मी काही ना काही तरी करीनच' असा निश्चय करत मी प्रॉव्हिन्शिअॅलेटमधून बाहेर पडले. दुसऱ्याच दिवशी योगायोगाने मला एक वकील धर्मगुरू भेटले. एन.एस.एस.चं निवासी शिबिर घेण्याच्या संदर्भात ते मला भेटायला आले होते. त्यांना रोझीची हकिकत समजल्यावर त्यांचं मन द्रवलं. परिस्थितीचं गांभीर्य लक्षात घेऊन ते मदत करायला तयार झाले. त्यांना निश्चितपणे असं वाटत होतं की, जर आपण कोर्टात गेलो तर नक्कीच त्या मुलीला प्रवेश मिळेल. संस्था आणि व्यक्ती यांच्यात लढत असेल, तर कोर्ट बहुतेक वेळा व्यक्तीची बाजू घेत असतं. दुसऱ्या दिवशी वेळ ठरवून ते धर्मगुरू आमच्या प्रिन्सिपॉलला भेटले. पण त्यांच्याशीही वाद घालून तिने काहीतरी पळवाट शोधण्याचा प्रयत्न केला. शेवटी त्यांनी कोर्टात जाण्याची धमकीच दिली. तेव्हा कुठे शेवटच्या दिवशी जागा शिल्लक असेल, तर त्या मुलीला प्रवेश द्यायचं तिने कबूल केलं.

हे सगळं होईपर्यंत तिचा जवळजवळ एक महिन्याचा अभ्यास बुडणार होता. मी तिच्या प्रोफेसर्सना विचारलं की, या मुलीने व्हरांड्यात बसून तुमची लेक्चर्स ऐकली तर चालेल ना? यात तिला नक्की ॲडमिशन मिळावी हाही हेतू होताच. तिच्यासारख्या गुणी मुलीला एवढं सहकार्य करायला त्या आनंदाने तयार झाल्या. अशा प्रकारे सगळेच रोझीच्या पाठीशी उभे आहेत, हे कळल्यानंतर प्रिन्सिपॉलने एकीला तिच्या घरी पाठवून निरोप दिला की, उद्याच कॉलेजमध्ये ॲडमिशन घे. तीन वर्षांनंतर चांगले मार्क्स मिळवून रोझी पदवीधर झाली आणि त्यानंतर एक वर्षभर तिने एका दुर्गम खेड्यातल्या अनाथ मुलांसाठी विनामूल्य काम केलं.

सर्वसाधारणपणे सगळ्यात ज्येष्ठ असणाऱ्या सिस्टर्सना वॉर्डन म्हणून नेमण्यात येतं. त्या दृष्टीने सिस्टर लिथिया आणि मी वॉर्डन पदाच्या उमेदवार होतो. सिस्टर जिमसा आमच्यापेक्षा बरीच कनिष्ठ होती, पण प्रिन्सिपॉलला ती फार जवळची होती. त्यामुळे आम्ही दोघी नसताना एके रात्री गुपचूप तिला होस्टेलवर आणण्यात आलं आणि दुसऱ्या दिवशी सकाळी तिचं नाव 'वॉर्डन' म्हणून जाहीर करण्यात आलं. साहजिकच ती आमच्याशी तुच्छतेने वागू लागली.

तिने आग्रहाने एक नियम मान्य करून घेतला की, स्थानिक पालक म्हणून कुणी जबाबदारी घेत असेल, तरच मुलींना होस्टेलमध्ये प्रवेश मिळेल. एलिस नावाच्या एका मुलीचे पालक एकदा माझ्याकडे आले. त्यांच्या मुलीला कॉलेजमध्ये ॲडमिशन मिळाली होती, पण या नियमामुळे होस्टेलला प्रवेश मिळू शकत नव्हता.

माझ्याशी बोलता बोलता त्यांनी माझ्या कुटुंबीयांची चौकशी केली. माझ्या बहिणीचं नावही त्यांना समजलं. हे गमतीगमतीत मी प्रिन्सिपॉल आणि वॉर्डन यांनाही सांगितलं आणि संध्याकाळी मला कळलं की, माझ्या बहिणीचं नाव एलिसची स्थानिक पालक म्हणून लावण्यात आलं होतं. मला न विचारताच!

नंतर त्या मुलीचं माझ्याशी काही नातं आहे असं समजून वॉर्डनने तिला बराच त्रास दिला. एकदा एका सणासाठी माझ्या कुटुंबाने एलिसला घरी बोलवायचं ठरवलं. वॉर्डनची परवानगी घेऊन तिला न्यायला अम्मा होस्टेलवर आली, पण त्या वेळेस ती ट्यूशनला गेलेली होती. म्हणून अम्माने परस्पर तिकडूनच तिला घरी नेलं.

एके दिवशी सकाळीच मदर प्रॉव्हिन्शिअल, सिस्टर जिमसाबरोबर कॉन्व्हेंटमध्ये आली. आदल्या रात्री सिस्टर जिमसा प्रॉव्हिन्शिअॅलेटमध्ये राहिली होती. तिने माझ्याविषयी मदर प्रॉव्हिन्शिअलला काही तक्रारी सांगितल्या होत्या. आल्याबरोबर मदरने त्याविषयी माझी उलटतपासणी घ्यायला सुरुवात केली. त्यातली एक तक्रार अशी होती की, मी स्वयंपाकघरात काम करणाऱ्या सेविकांबरोबर रात्री जेवायला बसते. आम्ही सिस्टर्सनी आपला वरचा दर्जा सांभाळण्याकरिता त्यांच्यात जास्त मिसळता कामा नये, असा कॉन्व्हेंटमध्ये दंडक होता. दुसरी तक्रार अशी होती की, माझ्या कुटुंबीयांनी परवानगी न काढता एलिसला परस्पर ट्यूशनमधूनच घरी राहायला नेलं.

या आरोपांमधून स्वत:ची सुटका करण्यासाठी मला भरपूर वादविवाद करावा लागला. त्यानंतर मदर प्रॉव्हिन्शिअलच्या लक्षात आलं की, नक्की काय घडलं होतं आणि तिला हेही जाणवलं की, माझ्याविरुद्ध केल्या गेलेल्या तक्रारी हा निव्वळ बनाव होता.

एकदा होस्टेलमध्ये एक दुर्दैवी घटना घडली. एक मुलगी समुपदेशनासाठी आली. तिला तिच्या फसलेल्या मैत्रिणीला त्यातून बाहेर काढायचं होतं. तिच्याशी बोलले तेव्हा कळलं की, तिची मैत्रीण खूप हुशार होती. नुकतीच तिची आई वारली होती. आई गेल्यानंतर वयाने मोठ्या असणाऱ्या एका मैत्रिणीलाच ती आईच्या जागी मानू लागली. कॉलेज सुटलं की, सरळ तिच्या खोलीवर जाऊन सगळा वेळ तिच्या सहवासात घालवू लागली. त्या नादात तिचं अभ्यासाकडेही दुर्लक्ष होऊ लागलं. ती मोठी मुलगी तिची खरीखुरी आई असल्यासारखी वागत होती. आपल्या 'लेकीला' तासन्तास 'स्तनपान' देत होती.

ती मोठी मुलगी माझ्या भाचीच्या खोलीत पार्टनर असल्याने तिथेच हे सगळं चालायचं. माझी भाची त्यामुळे खूपच अस्वस्थ होऊ लागली. वर्ष संपत आलेलं होतं. त्यामुळे मी काही त्या 'मायलेकीच्या' नात्यात लुडबुडायला गेले नाही. शिवाय वॉर्डनला तरी मी काय सांगणार होते? त्यात थोड्या दिवसांनीच सगळ्या मुली परीक्षेपूर्वीच्या सुटीसाठी होस्टेल सोडून घरी जाणार होत्या. म्हणून मी भाचीला 'कसे

तरी दिवस काढ' म्हणून सांगितलं. दरम्यान, मी त्या मुलीच्या वडिलांशी संपर्क साधला आणि त्यांना सगळी कल्पना देऊन मुलीवर लक्ष ठेवायला सांगितलं. म्हणजे त्यांच्या मुलीला आईच्या निधनाने केवढा धक्का बसला होता आणि त्याचा परिणाम म्हणून ती इकडे कशा प्रकारे वागत होती, हे तरी त्यांना कळून आलं असतं. पुढे त्या मुलीचं लग्न झालं; पण वैवाहिक जीवनातही समस्या आल्या तेव्हा मात्र तिच्या वडिलांनी शहाणपणाचा निर्णय घेतला आणि तिला मानसोपचार दिले. मानसतज्ज्ञांनी त्यांना सांगितलं, की होस्टेलवर घडलेल्या घटनांचा तिच्या मनावर खोल परिणाम झालेला होता.

जीवनात मला सोसाव्या लागलेल्या काही यातना आणि हालअपेष्टा याबद्दलचा जो न्यायनिवाडा झाला, त्याच्यामुळेच माझ्या जीवनाला दिशा मिळत गेली. येशूच्या कोणत्याही गोष्टीला कधी 'नाही' म्हणायचं नाही, असं मी ठरवूनच टाकलेलं आहे. त्याने कितीही त्रास, वेदना, यातना भोगायला लावल्या तरी त्या सहन करायच्या. ज्या क्षणी असं वाटेल की, आता यापुढे नाही सहन होत, तेव्हा त्याला तसं सांगायचं की थांबव बाबा आता हे सगळं! पण फार क्वचित मला त्याला असं सांगावं लागलं. कुठलाही त्रास झाला की, पाठोपाठ त्याचा कृपावर्षाव व्हावा हे ठरलेलंच. कोरड्या पडलेल्या जमिनीत चर खणला जातो, तेव्हा जमिनीला काय कमी वेदना होत असतील? पण पुढे याच चरातून जीवनदायी पाणी तिच्यापर्यंत पोहोचतं. आपण आपल्याला होणाऱ्या वेदना, मौल्यवान रत्नांसारख्या जपून ठेवल्या पाहिजेत. माझ्या जीवनात मला जर सखोलता प्राप्त झाली असेल तर ती केवळ मला ज्या कसोटीच्या प्रसंगातून जावं लागलं त्यामुळेच. सत्त्वपरीक्षा पाहणारे कष्टांनी, वेदनांनी भरलेले प्रसंगच माणसाला त्या क्षेत्रातील 'डॉक्टरेट' मिळवून देतात यात शंका नाही आणि असा माणूस तशाच प्रकारे यातना भोगणाऱ्या माणसांना मार्ग दाखवू शकतो.

उपदेशपत्रात म्हटल्याप्रमाणे,

'God Comforts us to make us Comforters.'

आपण इतरांचं सांत्वन करावं, यासाठी देव आपल्या दुःख-यातना संपवून दिलासा देत असतो.

हद्दपारीची शिक्षा झालेल्यांचं सांत्वन आम्ही करू शकतो, कारण आम्ही स्वत: त्यातून गेलेलो आहोत. एखाद्याचा खून झाला किंवा आत्महत्या केली तर त्याच्या विरही कुटुंबीयांची समजूत आम्ही घालू शकतो, कारण अशा प्रकारचं दुःख घेऊनच आम्ही जगतो आहोत. श्रीमंत, गरीब, मध्यम वर्गातले लोक या सगळ्यांची सुखं आणि दुःख आम्ही समजू शकतो, कारण आम्ही स्वत: तो अनुभव घेतलेला आहे.

एके दिवशी एक मुलगी रडतरडत माझ्या खोलीत आली आणि माझ्यापुढे

ढसढसा रडू लागली. तिचे वडील तिला 'वेश्या' म्हणाले म्हणून! त्यावेळी मला माझ्या अप्पनचीच आठवण आली. एक काळ असा होता की, ते माझा तिरस्कार करू लागले, कारण मी अम्माची बाजू घेत असे. एकदा असेच ते रात्री उशिरा पिऊन घरी आले. मला झोपलेली पाहून म्हणाले, "झोपलीय रांड!" अर्धवट झोपेत कानावर पडलेले ते शब्द कायमचे मनावर कोरले गेले. कदाचित नन होण्यासाठी आलेल्या त्या मुलीचं सांत्वन करता यावं म्हणून हा अनुभव आला असेल मला.

येशूशी माझं जे नातं आहे, त्याला कसल्याही सीमा नाहीत. मी सगळं काही त्याला सांगते. माझ्या मनाच्या आतल्या कप्प्यातील गुपितं, माझे दोष, चुका, अपयश, मनात आलेले वाईट विचार आणि हातून घडलेल्या कृती. कधी मी त्याच्यावर रागावते, रुसते, हट्ट धरून बसते. एकदा तर त्याच्याशी भांडणही केलं. पण पुढच्याच क्षणी एक फोन आला आणि मी आपोआप येशूकडे पाहत म्हटलं, 'आता या फोनमधून काही समस्या माझ्यापर्यंत येऊ देऊ नकोस.' असं प्रत्येक वेळीच होऊ लागल्यावर मात्र शेवटी मी त्याला सांगितलंच, 'येशू, हे काही खरं नाही रे! आपण भांडण सोडून तह करू या. मी नाही राहू शकत तुझ्याशी बोलल्याशिवाय.'

यावरून मला सगळ्यांना हेच सांगावंसं वाटतं की, इमर्सन म्हणाला होता ते सत्य आहे.

'येशूचं ईश्वरी बहुमत माझ्या बाजूने असल्यावर हजारो माणसं माझ्याविरुद्ध गेली, तरी मला त्यांचं भय वाटत नाही.'

वेड्या लहरींशी सामना

अखेर माझी बदली अमला कॉलेजला करण्यात आली. तिथे माझा दिनक्रम मौजमजेचा होता. त्यातून मला भरपूर आनंद मिळाला, पण त्याचबरोबर अपरिमित दु:ख आणि निराशाही भोगावी लागली. इतकी की मी फक्त मोडून पडायचीच बाकी राहिले.

सुरुवातीला मी रुजू झाल्याबरोबर माझ्यावर 'जीझस यूथ कन्व्हेंशन'ची जबाबदारी सोपवण्यात आली. हे कन्व्हेंशन काही महिन्यांनी कॉलेजमध्ये भरणार होते. विसाव्या शतकामध्ये चर्चचं जे आध्यात्मिक पुनरुज्जीवन करण्यात आलं, त्याचं फलित म्हणजे ही जीझस युवक चळवळ (जीझस यूथ मूव्हमेंट). या चळवळीने अमला कॉलेजमध्ये चांगलंच मूळ धरलं होतं.

प्रत्येक आठवड्याच्या शेवटी मी विद्यार्थिनींना 'मॅडोना सेहिओना' नावाच्या रिट्रीट सेंटरला घेऊन जात असे. तिथे 'रात्रभर भजन-पूजना'चा कार्यक्रम होत असे. 'जीझस यूथ कन्व्हेंशन'च्या कार्यक्रमासाठी माझ्यावर बरीच कामं सोपवलेली होती. खर्चासाठी देणग्या जमा करणं, सामुदायिक आणि विशिष्ट गटांसाठी प्रार्थनेचं आयोजन करणं, सभागृहाचं सुशोभिकरण करून घेणं, तीन दिवसांच्या प्रार्थना शिबिरासाठी चॅपेल तयार करणं आणि होणाऱ्या कार्यक्रमाला प्रसिद्धी देऊन जास्तीत जास्त युवकांना त्यामध्ये सहभागी करून घेणं.

कार्यक्रमाच्या आधी काही दिवस आमच्या सभागृहामध्ये रात्रंदिवस वाद्यवृंदाच्या तालमी चालल्या होत्या. तीन दिवसांच्या शिबिरात भाग घेणाऱ्या शेकडो सभासदांच्या भोजनाची व्यवस्था युवक स्वत:च करणार होते. रात्री ते पदार्थ तयार करत असताना त्यांना वीज आणि पाण्याचा पुरवठा करावा लागणार होता. त्यासाठी कॉलेजमध्येच इलेक्ट्रिशियनची राहण्याची व्यवस्था केली, म्हणजे जनरेटर आणि मोटर चालू करण्याची अडचण राहिली नाही. मात्र प्रत्यक्षात वीज गेली, तेव्हा तिथे कुणीच नव्हतं. मलाच धावपळ करून इलेक्ट्रिशियनला धुंडाळून आणावं लागलं. कसलीही

अडचण आली, तरी युवक मलाच येऊन सांगत. मला मदत करायला ज्या सिस्टर्सना प्रिन्सिपॉलनी सांगितलं होतं, त्यांना रात्री व्यवस्थित झोप मिळत होती. मला मात्र रात्रभर जागून कष्ट करावे लागत होते, तेही अशा कामासाठी ज्याचं कोणत्याही प्रकारचं श्रेय मला मिळणार नव्हतं.

कॉलेजमधील कोणत्याही विशेष कार्यक्रमात, उपक्रमात मी मनापासून भाग घेत असे. 'भारताचा राजकीय आणि सामाजिक इतिहास' या विषयावरची एक व्याख्यानमाला घ्यायचं आमच्या प्रिन्सिपॉलनी ठरवलं. त्यासाठी इतर कॉलेजचे विद्यार्थीसुद्धा येणार होते. यासाठी खूप चांगल्या चांगल्या वक्त्यांना बोलवायचं ठरलं होतं. या कार्यक्रमासाठी सभागृहाची सजावट करण्याचं काम अमला कॉलेजमध्ये अनेक वर्षं नोकरी करणाऱ्या एका सिस्टरवर सोपवण्यात आलं. मी आणि इतर प्राध्यापिका तिला मदत करणार होतो. पण समारंभ जवळ येऊन ठेपला, तेव्हा लक्षात आलं की, मीच एकटी सजावटीच्या कामात गुंतलेली आहे. शेवटच्या क्षणापर्यंत माझी धावपळ चाललेली होती. त्यामुळे मला एकही व्याख्यान किंवा कार्यक्रम शांतपणे बसून पाहता, ऐकता आला नाही.

अशा सर्व प्रसंगांच्या वेळी सगळ्या जणी मला गृहीतच धरायच्या आणि वर शेरे मारायच्या. 'ती काय, एकदम खमकी आहे. सगळं एकटी निभावून नेईल.' इतरही असे अनेक समारंभ होते. जिथे-तिथे सगळ्यांना मीच हवी असे.

असंच एकदा डॉलोअर्स चर्चमध्ये युवकांसाठी 'बॅसिलिका यूथ मुव्हमेंट'ची सभा घ्यायचं ठरलं. यासाठी युवकांना आवडणारे एक धर्मगुरू आणि एक सिस्टर यांना प्रबोधनपर व्याख्याने देण्यासाठी बोलवावं असं आयोजक कमिटीने ठरवलं. आता मी अमला कॉलेजमध्ये असले, तरी विद्यार्थी-विद्यार्थिनींनी माझं नाव सुचवलं. प्रथम व्हिकारने (पॅरिशवरचा धर्मगुरू) आणि नंतर आर्चबिशपने मला त्या तीनदिवसीय चर्चासत्राची सूत्रं हातात घ्यायला सांगितली, तेव्हा मी त्याचा स्वीकार करण्याशिवाय दुसरं काहीच करू शकले नाही. त्यासाठी तीन दिवस मला सेंट मारियाज कॉन्व्हेंटमध्ये जाऊन राहावं लागणार होतं. अर्थात यामुळेही आजूबाजूला द्वेष, मत्सर पसरणार होता. कारण पॅरिशमध्ये इतकी कॉन्व्हेंटस् होती, त्यातल्या एकाही सिस्टरची निवड झालेली नव्हती.

कॉन्व्हेंटमधील तरुण सिस्टर्सचा दर्जा 'प्रॉव्हिन्शिअल सिनॅक्सिस'च्या वेळी ठरतो. निवड झालेल्या सिस्टर्सचं हे अधिकृत संमेलन असतं. या सिस्टर्सना नियम बदलण्याचा, नवे नियम लागू करण्याचा आणि प्रॉव्हिन्शिअल सिस्टर, तसंच कौन्सिल निवडण्याचा अधिकार असतो. हे संमेलन तीन वर्षांतून एकदा भरतं. त्यासाठी पूर्ण वेळ व्यावसायिक सिस्टर्समधून सभासद निवडले जातात आणि ज्युनिअर सिस्टर्समधून एक प्रतिनिधी निवडली जाते. त्या वर्षी अशी प्रतिनिधी

म्हणून माझी निवड झाली.

सिनॅक्सिसमधील चर्चेच्या वेळी तरुण सिस्टर्स काही बोलत नाहीत. स्वत: विनम्र, विनयशील आहोत असं इतरांना वाटावं आणि पुढच्याही वेळेला आपलीच निवड व्हावी हा यामागील हेतू असतो. इतरांनी मलाही तशा सूचना देऊन ठेवल्या होत्या. तरी मी ठरवलं की, जिथे जिथे मला मला बोलावंसं वाटेल, पवित्र आत्म्याकडून स्फूर्ती मिळेल तिथे तिथे बोलायचंच. पहिल्या दिवशी मी लांबलचक, अर्थहीन भाषण ऐकत बसले. त्यातून काहीच निष्पन्न होत नव्हतं. बुद्धी-शक्तीचा निव्वळ अपव्यय! सर्व भाषणकर्त्यांच्या भाषणाचा रोख स्वत:साठी किंवा स्वत:च्या आवडत्या उमेदवारासाठी मतं राखून ठेवण्याकडेच होता. जेणेकरून प्रॉव्हिन्शिअल कौन्सिलवर त्यांची निवड व्हावी. ईश्वरी आशीर्वाद मिळवण्याची किंवा त्याची इच्छा काय आहे हे जाणून घेण्याची तळमळ कुठेच नव्हती. पवित्र आत्मा या प्रांतापासून फार दूर होता. संमेलनात एका विषयावर दीर्घ काळ चर्चा झाली. आध्यात्मिक विषयाशी संबंधित बाबींचा प्रमुख म्हणून एक वेगळा कौन्सिलर नेमण्याची गरज आहे की नाही? या वेळी एका सिस्टरने उठून खुलासा विचारला, पण बोलायला उठणारा प्रत्येकजण गोल गोल बोलत राहिला. त्या प्रश्नाकडे वळायला कुणीच तयार नव्हतं. शेवटी मी बोलण्यासाठी हात वर केला. पण त्याकडे दुर्लक्ष करण्यात आलं. तरुण सिस्टर्सना वयस्कर सिस्टर्सच्या मागे बसवलेलं होतं (त्या दुय्यम महत्त्वाच्या, हे सूचित करण्यासाठी).

मला बोलण्यासाठी माईक देण्यात आला नाही. मग मी उठून खड्या आवाजात बोलायला सुरुवात केली.

''बायबलमध्ये 'दि ॲक्टस् ऑफ ॲपोस्टल्स्' या प्रकरणात अगदी अशाच प्रकारचा उल्लेख आलेला आहे. येशूचे मुख्य शिष्य, यांना इतर महत्त्वाच्या कामात गुंतल्यामुळे विधवांना मदत करणं, गरिबांना दानधर्म करणं अशा कामांसाठी वेळ मिळेनासा होतो. मग ते येशूच्या अनुयायांपैकी सदाचारी लोक निवडून त्यांच्यावर ही कामं सोपवतात, कारण त्यांना हे जाणवलेलं असतं की, [१]गॉसपेलच्या प्रचार आणि प्रसारासाठी स्वत:ला वाहून घेणं हेच त्यांचं प्रथम आणि परमकर्तव्य आहे.

आजचा हा प्रसंग अगदी तसाच आला आहे. फक्त उलट अर्थाने इथले सगळे प्रॉव्हिन्शिअल आणि इतर कौन्सिलर्स, व्यवस्थापकीय कामकाजात गुंतल्यामुळे, 'गॉसपेल'वर प्रवचनं देण्यासाठी आणि सिस्टर्सच्या आध्यात्मिक प्रगतीकडे लक्ष द्यायला त्यांच्याकडे पुरेसा वेळच नसतो. म्हणूनच एक वेगळा, 'आध्यात्मिक कौन्सिलर' नेमण्याची आज गरज निर्माण झालेली आहे.''

---

१. गॉसपेल : बायबलच्या नव्या करारातील चार ग्रंथांपैकी एक ग्रंथ.

माझ्या या खुलाशानंतर सर्वांना तो मुद्दा पटला.

या संमेलनात, दुसऱ्या एका मुद्यावरच्या चर्चेतही मी अशाच प्रकारे हस्तक्षेप केला. एका शाळेची मुख्याध्यापिका म्हणून काम करणाऱ्या सिस्टरवर 'आज्ञापालन' न केल्याचा आरोप होता. 'तिला काय शिक्षा द्यावी?' यावर खल चालला होता. अनेक तास चर्चा चालली, पण निर्णय होऊ शकला नाही. माझ्या मनात आलं, एखादीला शिक्षा देण्याचा एवढा विचार? खरंच सिस्टर्स इतक्या क्रूर असू शकतात? मग न राहवून मी उठून उभी राहिले आणि बोलू लागले.

"या सिस्टरला शिक्षा न करता प्रेमाने धडा शिकवण्याचा विचार आपण करू शकत नाही का? मला स्वत:ला कितीतरी वेळा वेगवेगळ्या प्रकारच्या शिक्षा आपण दिलेल्या आहेत. पण त्यामुळे प्रश्न सुटत नाही, उलट चिघळतो. फक्त प्रेमानेच एखाद्या व्यक्तीला शांत करता येतं. तुम्हाला आठवतंय, सर्वांना त्रासदायक वाटणारी 'ती' सिस्टर! आज ती सर्वोत्कृष्ट सिस्टर ठरली आहे. का? तर पदाधिकाऱ्यांनी प्रेमाने, काळजीपूर्वक तिला आपलंसं केलं. तसाच आपण सर्वांनी मिळून या सिस्टरलासुद्धा प्रेमाने जवळ घेतलं, तर तिच्यातही चांगला बदल नक्कीच होऊ शकतो."

तिच्या कॉन्व्हेंटच्या सुपिरिअरनेसुद्धा माझी सूचना स्वीकारली. पण आश्चर्याची गोष्ट अशी की, यानंतर 'प्रॉव्हिन्शिअल सिनॅक्सिस'साठी कधीही माझी निवड करण्यात आली नाही. कदाचित याला इतरही कारणं असतील. पण मला असं वाटतं की, तरुण सिस्टर्सनी पुढे येऊन निर्भीडपणे बोलावं हे पदाधिकाऱ्यांना नको असतं. त्यांनी मुक्यासारखं ऐकून मान डोलावून पटल्यासारखं दाखवावं, हेच अपेक्षित असतं.

या दरम्यान मी परत दुसऱ्या वेळेला पीएच.डी.चं रजिस्ट्रेशन करण्यासाठी प्रोफेसर आर.व्हीं.कडे गेले होते. पुन्हा एकदा माझ्या मनात रीसर्च करण्याचं आलं होतं. त्यांच्या मदतीने विषयाची रूपरेखा तयार केली, सादर केली आणि अखेर डॉक्टरेटची विद्यार्थिनी म्हणून माझं नाव नोंदवलं गेलं. याच वेळी युनिव्हर्सिटी ग्रँट कमिशनने (यू.जी.सी.) नव्या रीसर्च स्कॉलर्ससाठी फॅकल्टी इम्प्रूव्हमेंट प्रोग्रॅम (FIP) सुरू केला. मलाही अर्ज करण्यास सांगण्यात आलं. या अर्जासोबत माझ्या सुपरवायझरचं शिफारसपत्र जोडायचं होतं. मी 'रस्किन बाँड यांच्या काल्पनिक साहित्याचा वर्णनात्मक अभ्यास' हा विषय घेऊन संशोधनासाठी प्रस्ताव दिला. प्रिन्सिपॉलने नेमलेली समिती त्याची चिकित्सा करणार होती.

मीटिंग झाल्यानंतर यू.जी.सी.बरोबरच्या समन्वयक सिस्टर मेरी लिट यांना मी विचारलं की, माझी कितव्या नंबरला निवड झाली आहे? तेव्हा त्यांना आश्चर्य वाटलं, पण त्यांनी माझी निवड झाल्याचं मला सांगितलं. यू.जी.सी.ने युनिव्हर्सिटीला

गुणानुक्रमे एक पॅनेल बनवायला सांगितलं. सिस्टर मेरिलेट याची प्रमुख होती.

पण हे सगळं सहज सुरळीतपणे व्हायचं नव्हतं. माझं फॅकल्टी इम्प्रूव्हमेंट प्रोग्रॅम (FIP) सुरू होण्याआधी बरीच मोठी रांग होती. नावांची यादी बनवताना तिच्या हातून जो निष्काळजीपणा झाला, त्यामुळे रीसर्च स्कॉलर्सपैकी कुणाचीही पहिल्या वर्षी फॅकल्टी इम्प्रूव्हमेंट प्रोग्रॅम (FIP) साठी निवड झाली नाही. त्यामुळे माझी अकरा महिन्यांची रजा वाया गेली. काही महिन्यांनंतर जेव्हा पुन्हा समितीची मीटिंग झाली तेव्हा विभागप्रमुखांनी माझ्या नावाची शिफारस केली नाही, कारण मी एम. फिल.च्या वेळेलाच या योजनेचा लाभ घेतलेला होता.

प्रिन्सिपॉल फारच अडून बसल्या, तेव्हा मी चांगलाच विरोध केला. नियमाप्रमाणे मी पहिल्या क्रमांकाने उत्तीर्ण झालेली असतानाही मला डावललं जाणार असेल, तर मी कोर्टात जाईन अशी धमकी दिली. अर्थात प्रत्यक्षात मी असं काही करणार नव्हते. पण आता मला माझ्या रजेची समस्या सोडवायला पाहिजे होती. उपलब्ध असलेली रजा भोगून झाली होती, पण फॅकल्टी इम्प्रूव्हमेंट प्रोग्रॅम (FIP) कुठं दृष्टिपथात येत नव्हतं. माझ्या रजेत माझ्या एका विद्यार्थिनीलाच बदली शिक्षिका म्हणून घेतलं होतं. प्रिन्सिपॉलचं म्हणणं होतं, तिलाच पुढेही शिकवू द्यावं.

यावर ऑफिसला कोणताही तोडगा सापडत नव्हता. कुणाला कोणती रजा मंजूर करायची, हे आपण ठरवत नसल्याचं सांगून प्रिन्सिपॉलने हात झटकले होते. इथेही अखेर देवानेच हस्तक्षेप केला आणि डायरेक्टोरेट ऑफ कॉलेज डेव्हलपमेंट कौन्सिलने फार उशीर न करता मला फॅकल्टी इम्प्रूव्हमेंट प्रोग्रॅम (FIP) मध्ये रुजू होण्यास सांगितलं.

त्यानंतर मी कॉन्व्हेंटमध्ये आले. तेव्हा प्रिन्सिपॉल मुद्दाम मला टाळत होती. मी तिच्या विरोधात काहीच केलेलं नव्हतं, त्यामुळे मी त्याकडे दुर्लक्ष केलं. पण या वेळी मी निरोप न घेता बाहेर पडले. नंतर मी माझी मैत्रीण सुश्मिताबरोबर सिनेमाला गेले होते- 'Summer In Bethlehem' त्यातला सुरेश गोपी मंजू वॉरियरला सांगतो की, 'तुझे आई-वडील कोण आहेत? याचा शोध घेण्यात तू वेळ व्यर्थ घालवू नकोस. मीही तुझ्यासारखाच अनाथ आहे. आपल्याला एकच तर आयुष्य मिळालं आहे. ते आपण इतरांना जास्तीत जास्त आनंद देण्यात घालवू या.' या विचाराचा माझ्या मनावर खूप चांगला प्रभाव पडला.

दुसऱ्या दिवशी मी कॉन्व्हेंटमध्ये गेले. पण प्रिन्सिपॉल त्यावेळी प्रॉव्हिन्शिअॅलेटमध्ये गेलेली होती. मग मी तिला फोन केला आणि तिचा निरोप न घेता तिथून निघाल्याबद्दल तिची माफी मागितली. अशा तऱ्हेने मनातली रुखरुख शांत झाल्यावर मी माझ्या संशोधनाकडे परतले.

डिपार्टमेंटमध्ये आम्ही सहाजण रीसर्च स्कॉलर्स होतो. पाच पुरुष, सहावी मी.

आमच्यात खूप छान मैत्री झाली होती. सतत एकमेकांच्या फिरक्या घेत असायचो. आमच्यातल्या निरोगी नात्याची लागण डिपार्टमेंटमधील प्रोफेसरांना, विशेषत: आमचे सुपरवायझर आर.व्हीं.नाही झालेली होती. 'काय आज 'पांचाली' दिसत नाही?' असे म्हणत ते माझी इतर पाचजणांकडे गमतीने चौकशी करत आणि त्या पाचजणांना ते 'पाच पांडव' म्हणत असत. आम्ही सर्वजण समुद्रकिनाऱ्यावर तासन् तास बसून अभ्यासाची चर्चा आणि थट्टा-विनोद करत असू. सगळ्या डिपार्टमेंटची एक ट्रीपही काढल्याचं आठवतं. खूप मजा करायचो आम्ही. मला सुपरवायझर म्हणून पुन्हा प्रोफेसर आर.व्ही.च मिळाले, हे खरोखर माझं नशीब!

विलक्षण बुद्धिमान आणि बौद्धिक प्रेरणा देणारं व्यक्तिमत्त्व. कसोटीच्या प्रसंगी धीर देऊन आत्मविश्वास वाढवणारं, मौजमजा करताना बरोबरीने वागणारं आणि केव्हाही, कसलीही गरज भासली तर मित्रासारखी मदत करणारं. त्यांच्या अंगी बुद्धिमत्तेला साजेसा विनय तर होताच, पण डिपार्टमेंटमधील सत्तास्पर्धा आणि घाणेरड्या राजकारणापासून ते पूर्णपणे अलिप्त होते. त्यांच्या पुस्तकाच्या प्रकाशन समारंभासाठी साहित्य क्षेत्रातले दिग्गज आलेले होते. त्यावेळी पुस्तकाची प्रत मला देण्यासाठी ते व्यासपीठावरून उतरून खाली आले, त्याक्षणी मला स्वत:चा बहुमान झाल्यासारखं वाटलं.

दोन वर्षांच्या ठरलेल्या कालावधीत प्रबंध सादर करून, मी पुन्हा अमला कॉलेजमध्ये शिकवू लागले. तिथल्या वातावरणात जवळपास कोणताही बदल नव्हता. कॉलेजच्या सुरुवातीपासून असलेले दोन भांडकुदळ गट तिथे आजही कार्यरत होते आणि कॉलेजचं अवघं कार्यक्षेत्र आता त्यांनी काबीज केलं होतं. एक प्रिन्सिपॉलचा गट, एक व्हाईस प्रिन्सिपॉलचा गट. त्या दोघी क्वचितच एकमेकींशी बोलत आणि राजकारणात असतं त्याप्रमाणे प्रिन्सिपॉलच्या आणि तिच्या गटातल्या प्रत्येकीच्या कृतींबद्दल, व्हाईस प्रिन्सिपॉलचं विरोधी मत असायचं. ज्यावेळी प्रिन्सिपॉल निवृत्त झाल्या आणि व्हाईस प्रिन्सिपॉलने ऑफिसची सूत्रं स्वीकारली तेव्हा तिच्या गटातल्या सिस्टर्सचं फावलं. पुढच्या शिक्षणासाठी किंवा धार्मिक शिक्षणासाठी त्यांनी दीर्घ रजा मंजूर करून घेतली.

'प्रिन्सिपॉलचा निरोप समारंभ' आणि 'कॉलेज डे' ही व्हाईस प्रिन्सिपॉलची जबाबदारी असते. त्या वेळेला दोन गटांतला तणाव कमी करण्यासाठी 'मध्यस्थ' म्हणून मी त्यांच्यात ओढली गेले. व्हाईस प्रिन्सिपॉल होत्या सिस्टर दीना. त्यांनी २५ हजार रुपये मानधन कबूल करून एका कलाकाराचा कार्यक्रम ठरवला. त्या दिवसांत ही रक्कम तशी मोठी होती. मला हे पटलेलं नव्हतं. प्रिन्सिपॉलला तर हे माहीतसुद्धा नव्हतं. तरी त्या स्वत: सगळी व्यवस्था पाहण्यासाठी आपण होऊन पुढे आल्या. वास्तविक त्यांच्याच निरोप समारंभाची तयारी त्यांनी करणं बरोबर नव्हतं.

पण तेही त्या विसरल्या. झालं! व्हाईस प्रिन्सिपॉल भयंकर अस्वस्थ झाल्या. संतापल्या. त्यांच्यानंतर सेवाज्येष्ठ मी असल्याने माझ्याकडे तक्रार करू लागल्या.

मी त्यांना यावर एक सोपा मार्ग सुचवला. म्हटलं, "आपले विद्यार्थी उत्तम नृत्य करतात. आपलं स्टेजही नृत्यासाठी योग्य आहे. आपण 'मदर मेरी'च्या काही गीतांवरचे नृत्याविष्कार सादर करू यात का?"

माझ्या माहितीतले एक धर्मगुरू होते. त्यांनी मदर मेरीच्या गाण्यांची फार सुरेल अशी कॅसेट तयार केली होती. मी ती वापरण्यासाठी त्यांची परवानगी काढू शकले असते. मी ही कल्पना सुचवल्यामुळे व्हाईस प्रिन्सिपॉलनी सुटकेचा निःश्वास टाकला आणि हा संपूर्ण कार्यक्रम माझ्याच गळ्यात टाकून त्या मोकळ्या झाल्या.

जुन्या प्रिन्सिपॉलने नव्या प्रिन्सिपॉलकडे कार्यभार सोपवतानाही असाच घोळ झाला. व्हाईस प्रिन्सिपॉल सिस्टर दीनाला व्यक्तिशः भेटून सर्व सूत्रे तिच्याकडे देण्याची प्रिन्सिपॉलची इच्छा होती. त्या सकाळपासून तिची वाट बघत ऑफिसमध्ये बसल्या होत्या. ती न आल्यामुळे त्या कमालीच्या अस्वस्थ झाल्या होत्या. रागाने हस्तांतर दाखला फाडायला निघाल्या होत्या. माझ्या हे लक्षात आल्यावर मी कॉन्व्हेंटकडे धावले. सिस्टर दीनाचं मन वळवण्याचा प्रयत्न करू लागले. मला पाहिल्यावर तिला तर भडभडूनच आलं. म्हणाली,

"जेस्मी, तुला माहीत नाही, तिने मला इतकी वर्षं कसं वागवलंय ते. मी ते विसरू शकत नाही आणि तिला क्षमा करू शकत नाही. आता कशाला ती मला भेटायला बोलावते आहे?"

सुपिरिअरनेसुद्धा तिला उपदेश करण्याचा प्रयत्न केला. त्यामुळे उलट ती अधिकच अस्वस्थ झाली. म्हणू लागली,

"मला याबाबतीत आग्रह करू नका. मी नाही जाणार तिच्याकडे."

आम्हाला कळलं, आता तिचा निश्चय झाला आहे. शेवटी काही वेळानंतर प्रिन्सिपॉलच कॉन्व्हेंटमध्ये आली. सिस्टर दीनाकडे जाऊन चांगुलपणाने म्हणाली, "सिस्टर दीना, मी उद्या चालले. तुझं कर्तव्य पार पाडायला परमेश्वर तुला मदत करो."

मी प्रिन्सिपॉलकडे पाहून, तिच्या चांगुलपणाचं कौतुक करत हसले. तिने निदान तेवढा तरी मनाचा मोठेपणा दाखवला होता. सिस्टर दीना प्रिन्सिपॉल झाली आणि मी व्हाईस प्रिन्सिपॉल. लवकरच मला विचारणा झाली. "मेमी, तू कोणत्या पार्टीची?" कॉलेजमध्ये आणि कॉन्व्हेंटमध्ये कार्यरत असणाऱ्या दोन परस्परविरोधी गटांबद्दलच अर्थात ही विचारणा होती. कॉलेजमधील टीचर्स मला 'मेमी' म्हणून संबोधतात, कारण मी त्यांची विद्यार्थिनी होते. मी निरागसपणे उत्तर दिलं,

"मी इथल्या कोणत्याच पार्टीची नाही. मी 'वरच्या' पार्टीची (येशूच्या)!"

"तर मग मेमी, छळ सोसायला तयार रहा. कारण तुझा कैवार घ्यायला कुणीच येणार नाही."

मी त्यांना खात्री दिली की, 'ईश्वरी बहुमत' माझ्या बाजूने आहे, असा मला पूर्ण विश्वास आहे. त्यामुळे मी घाबरणार नाही.

प्रिन्सिपॉल सिस्टर दीनाने आपल्या पहिल्या भाषणात सांगितलं की, ती जुन्या प्रिन्सिपॉलच्या पावलावर पाऊल टाकून चालणार असून, तिची सर्व ध्येयधोरणे अमलात आणणार आहे. मात्र काही कागदपत्रांवर सह्या करण्यासाठी जुन्या प्रिन्सिपॉल कॉलेजमध्ये आल्या तेव्हा सिस्टर दीनाने त्यांना टाळलं. त्यांच्याशी बोललीसुद्धा नाही. त्यांना ऑफिसमध्ये बोलावण्याची औपचारिकता पाळण्याचं सौजन्यही दाखवलं नाही.

ज्यावेळी विद्यार्थ्यांच्या संघटनेचं उद्घाटन करण्यासाठी माजी प्रिन्सिपॉलना बोलावण्यात आलं, तेव्हाही तिने याचीच पुनरावृत्ती केली. त्यांना बोलावलंय, हे मला अगदी शेवटच्या क्षणी कळलं. तेव्हा मी इतर वक्ते बोलवा म्हणून सूचनाही केली. दुसऱ्या दिवशी माजी प्रिन्सिपॉलचा मला तक्रार करणारा फोन आला की, विद्यार्थ्यांना तू उद्घाटनासाठी माझं नाव का सुचवलंस? त्यांना म्हणे प्रॉव्हिन्शिअल कौन्सिलरने कॉलेजमध्ये जाऊन भाषण दिल्याबद्दल चांगलंच झापलं होतं आणि वर हा माझा कट असल्याबद्दलही बोलल्या होत्या. माझा कट का? तर सध्याच्या प्रिन्सिपॉलना कमी लेखण्याच्या उद्देशाने! संघटनेचे पदाधिकारी माझं समर्थन करू इच्छित होते, पण तेवढ्यावरून वादावादी वाढून वातावरण गढूळ व्हायला नको, म्हणून मीच त्यांना रोखलं.

कॉलेजमधील पालक-शिक्षक संघटनेची खजिनदार ही व्हाईस प्रिन्सिपॉल असावी, अशी कॉलेजची प्रथा आहे. या नात्याने मला सगळ्या हिशेबावर देखरेख ठेवावी लागे. त्यावेळी माझ्या असं लक्षात आलं, की मी खोटे हिशेब ठेवावेत अशी इतरांची अपेक्षा आहे. पालक-शिक्षक संघटनेच्या मीटिंगमध्ये बऱ्याच वेळा माझ्या पायावर स्वतःचा पाय ठेवून प्रिन्सिपॉल मला गप्प बसण्याचा इशारा करी. असा गोंधळाचा हिशेब सादर करताना मला तर रडूच येत असे. कोणताही प्रश्न ती सरळ न मांडता आडवळणाने मांडत असे. खरी रक्कम पालक आणि शिक्षकांपासून नेहमी दडवून ठेवीत असे.

कार्यालयीन कामकाजाबाबत बरीच गुप्तता पाळली जायची. यू.जी.सी.कडून आलेला एखादा प्रस्ताव, सरकारी परिपत्रक हे तर फारच खासगी ठेवले जाई. अनेक प्रश्न सतत लांबणीवर टाकून त्यापासून पळण्याची तिची वृत्ती होती. पळपुटेपणा हेच तिच्या मानसिक शांतीचं रहस्य होतं. पण त्याच मनात सुडाची बीजं ही सुप्तावस्थेत असत. इंग्लिश डिपार्टमेंटमधील सिस्टर क्लॉडिया आणि तिच्या

बाजूच्या सिस्टर्सचा ती पराकाष्ठेचा द्वेष करी. त्यांना त्रास देण्यासाठी ती सगळ्या स्टाफला धारेवर धरत असे. त्यामुळे सगळ्याजणी वैतागून जात. मी व्हाईस प्रिन्सिपॉल होते आणि शिवाय इंग्लिश डिपार्टमेंटची! त्यामुळे साहजिकच सगळ्याजणी माझ्याकडे तक्रार घेऊन येत. पण समस्या सोडवण्याचे माझे सगळे प्रयत्न 'पालथ्या घड्यावर पाणी' ओतावं, तसे फुकट जात.

प्रत्येक पंचवार्षिक योजनेच्या काळात कॉलेजला दोन लाख रुपयांचे अनुदान मिळत असे. त्यासाठी विद्यापीठाकडे प्रस्ताव पाठवावा लागतो. आमच्या विभागाला आजवर कायम अनुदान मिळत आलेले होते. पुन्हा याही वर्षी अनुदान मिळण्याकरता अशी अट होती की, विभागातर्फे पाच वर्षांत सहा पुस्तकं प्रकाशित व्हायला हवीत. माझी तीस आणि इतरांची दहा मिळून आमची एकूण चाळीस पुस्तकं प्रकाशित झालेली होती. पण त्यासंबंधीचं आलेलं परिपत्रक स्टाफला दाखवलंच गेलं नाही. मी व्हाईस प्रिन्सिपॉल असून, माझ्या विभागाच्याच बाबतीतलं परिपत्रक माझ्यापासून लपवण्यात आलं. घाईघाईने एका शिक्षिकेला मागच्या एकाच वर्षातल्या पुस्तकांची यादी बनवण्यास सांगण्यात आलं आणि त्यातल्या सहा पुस्तकांची नावं लिहून प्रस्ताव पाठवण्यात आला. 'चाळीस पुस्तके' प्रकाशित झाल्याचा उल्लेखही केला गेला नाही. व्हायचं तेच झालं. यू.जी.सी.ने सहापैकी एक पुस्तक खालच्या दर्जाचं ठरवलं. आमचे अनुदान बुडालं, या नकाराने प्रिन्सिपॉल आणि सिस्टर मेरिलिटला खूप आनंद झाला. ते दोन लाख रुपये न मिळाल्यामुळे कॉलेजचं किती नुकसान झालं, हा विचार क्षणभरही त्यांच्या मनाला शिवला नाही.

मी जाऊन प्रिन्सिपॉलला विचारलं, याबाबतीत पुन्हा काही करण्यासारखं आहे का? तेव्हा तिने सरळ उत्तर दिलं, "नाही. ती फाईल आता बंद केली आहे."

मी बंगलोरला गेल्यावर यू.जी.सी.च्या संचालकांना भेटले. या प्रकरणाचा विषय काढला, तेव्हा असं समजलं की असा प्रस्ताव पाठवण्यापूर्वी कर्मचाऱ्यांशी एक महिनाभर चर्चा होणे त्यांना अपेक्षित आहे आणि हे आम्हाला फक्त आदल्या दिवशी सांगण्यात आलं, याची त्यांना कल्पनाच नव्हती.

ते म्हणाले, "मला फार आश्चर्य वाटतं तुमच्या प्रिन्सिपॉलचं. तिने याबद्दल एका शब्दानंही सांगितलं नाही तुम्हांला? पण सिस्टर मेरिलिट तर चांगली चलाख आहे. तिने असं का केलं असेल? मी त्या दोघींना सांगितलं होतं की, प्रस्तावात काही दुरुस्त्या करायच्या असतील, तर तुम्ही पुन्हा येऊन करू शकता. हेही त्यांनी तुम्हाला सांगितलं नाही ना? आता त्या कमिटीचे कामकाज संपलेले असून, मी एकटा काहीच करू शकत नाही."

मी सारखीच पाठपुरावा करत राहिले, तेव्हा ते इतकंच म्हणाले, "हे बघा, आता अल्प अनुदानासाठी परिपत्रक आलं की, नवा प्रस्ताव पाठवा. बघू, काही

करता येतं का आणि त्या सिस्टर मेरिलिटला सांगा, मी तिच्यावर रागावलो आहे म्हणून.''

एकदा आमची प्रिन्सिपॉल चाळीस दिवसांच्या प्रार्थनेसाठी रजेवर गेली. पूर्वी ही प्रार्थना ऐच्छिक असे, पण आता सी.एम.सी.च्या सर्व सिस्टर्सना ही करावीच लागते. मोझेसने सिनाईच्या पर्वतशिखरावर चाळीस दिवस प्रार्थनेत व्यतीत केले. त्यानंतर देवाने त्याला 'दहा आज्ञा' (Ten Commandments) लिहिलेल्या दगडी टॅब्लेट दिल्या. येशू ख्रिस्तानेपण जनतेच्या दरबारात हजेरी लावण्यापूर्वी चाळीस दिवस प्रार्थनेत घालवले होते. याच्या स्मृतिप्रीत्यर्थ चाळीस दिवस प्रार्थना केली जाते. प्रिन्सिपॉल रजेवर गेल्यामुळे मला एकाच वेळी अनेक जबाबदाऱ्या पार पाडाव्या लागल्या. प्रमुख परीक्षक, कॉलेजमध्ये बनणाऱ्या पहिल्या चित्रपटाची मुख्य संयोजक, कॉलेजमध्ये भरणाऱ्या पहिल्या आंतरराष्ट्रीय चित्रपट महोत्सवाची प्रमुख सहायक आणि प्रभारी प्रिन्सिपॉल. गार्गी (माध्यमातील स्त्रियांची संघटना) आणि चेतना मीडिया इन्स्टिट्यूट, यांच्या संयुक्त विद्यमाने 'आंतरराष्ट्रीय चित्रपट महोत्सवा'चं आयोजन करण्यात आलं होतं. आमच्या अमला कॉलेजमध्ये पहिला चित्रपट तयार झाला *'जालकंगाल.'* हा आठ मिनिटांचा लघुचित्रपट होता.

आमच्या कॉलेजमध्ये तयार होणाऱ्या चित्रपटाची समन्वयक म्हणून काम करणं थरारक तर होतंच, पण निराशाजनकही ठरलं.

'जालकंगाल' ही एका श्रीमंत स्त्रीची गोष्ट आहे. ही स्त्री स्वतःच्या आरामदायी खोलीतच सतत राहत असे. त्या खोलीतून बाहेर पडून ती कधीही मोकळ्या निसर्गात जात नसे. कदाचित तिने स्वतःच स्वतःला असं बंदिस्त करून घेतलं असेल किंवा विशिष्ट उच्च वर्गाच्या राहणीमानामुळे तिच्यावर हे बंधन आलेलं असेल. तर असाच एक दिवस अचानक पाऊस पडू लागतो. तिला बाहेर जावंसं वाटत असतं, पण नाही जाऊ शकत. तिला खिडकीतून दिसतं. एक छोटीशी मुलगी पावसात खेळत असते, नाचत असते, कागदाच्या नावा करून पाण्यात सोडते आणि वाहत्या पाण्याबरोबर पुढेपुढे जाणाऱ्या नावेकडे बघत राहते. पार्श्वभूमीवर संगीताचे सूर वाजत असतात. ती मुलगी म्हणजे जणू बालपणातील ही श्रीमंत स्त्रीच असावी किंवा पुन्हा एकदा लहान होऊन पावसात बागडण्याचं तिचं हे स्वप्न!

दुसऱ्या पातळीवर हे दृश्य असंही सूचित करतं की, ती गरिबाघरची पोर, निसर्गात मुक्तपणे विहार करू शकत होती आणि फॅशनच्या नावाखाली या श्रीमंत स्त्रीवर मात्र अनेक बंधने लादलेली होती.

आठवडाभरात चर्चा करून संहिता लिहून तयार झाली. चित्रपटाची नायिका आणि इतर पात्रे निश्चित झाली. आम्ही फिल्म चेतना मीडिया इन्स्टिट्यूटमध्ये प्रॉडक्शनसाठी -कॅमेरा, एडिटिंग, डबिंग- विद्यार्थ्यांसाठीचं पॅकेज ठरवून घेतलं. सेट

तयार झाले. शूटिंगची लोकेशन्सही ठरली. आता तालमी सुरू झाल्या. पण एक गंभीर समस्या समोर उभी राहिली. त्या छोट्या मुलीची भूमिका करणाऱ्या मुलीला नुसती चड्डी घालून शूटिंग करावं लागणार होतं. पण तिने स्वत:चा परकर काढायला साफ नकार दिला. ही समस्या एका मैत्रिणीला (प्रोफेसर) सांगतानाच ती म्हणाली, "पण मेमी, तुम्ही एका विशिष्ट चौकटीलाच का चिकटून राहता? असे काही चौकटीबाहेरील प्रसंग या चित्रपटात टाकायला काय हरकत आहे?"

ते ऐकून मला कल्पना सुचली. मी एका वेगळ्याच दृष्टिकोनातून त्या विषयाकडे पाहू लागले. काही चौकटीबाहेरील प्रसंग... त्या मुलीची आई आणि चित्रपटाची नायिका, दोघी मिळून त्या छोट्या मुलीचं मन वळवण्याचा प्रयत्न करत आहेत... की तू परकर उतरवून नुसत्या चड्डीवरच शूटिंग करणं कसं आवश्यक आहे... त्या वेळेला नायिकेच्या तोंडी एक फार छान वाक्य येतं... 'अगं, तू सिनेमात पाहिलं आहेस ना, मोठ्या मोठ्या ताई कशा लांडे लांडे कपडे घालून नाच करतात?'

कसं आहे पाहा. आठव्या वर्षी एक मुलगी सगळ्यांसमोर परकर उतरवायला तयार नसते आणि वयात आल्यावर तिला लज्जा रक्षणापुरतेदेखील कपडे अंगावर नको असतात. कधी एकदा ते उतरवून शॉट देते असं तिला होतं. कशा काय मुली अशा बदलतात? मला नेहमी वाटतं, 'समाजाने हे काय करून ठेवलंय मुलींचं?'

चित्रपट बनवताना अंतर्गत समस्याही बऱ्याच आल्या. मी प्रिन्सिपॉल म्हणून तिथे स्वत: कार्यरत असताना एकाही सिस्टरने सहकार्य केलं नाही. शहराचे महापौर चित्रपटाच्या पहिल्या शोला प्रमुख पाहुणे होते. त्या कार्यक्रमालासुद्धा हजेरी लावायला त्या तयार नव्हत्या. शेवटी, सुरुवातीची प्रार्थना म्हणण्यासाठी मी एकीला जबरदस्तीने बोलावून आणलं. म्हटलं, "ठीक आहे. तुम्ही सिनेमाच्या विरोधात आहात. प्रार्थना म्हणण्यासाठी नाही ना?" त्याप्रमाणे प्रार्थना म्हटल्यानंतर लगेच ती तिथून निघून गेली.

एवढ्या सगळ्या अडचणी आल्या तरीही, ज्यांनी चित्रपटनिर्मितीच्या कामात मला भरपूर आणि मनापासून मदत केली, ते सगळेजण समारंभाला उपस्थित राहिले म्हणून मला सुपाएवढा आनंद झाला. प्रेक्षकांत होस्टेलचे विद्यार्थी, पालक, शिक्षकवर्ग आणि काही इतर विद्यार्थ्यांचा समावेश होता. सर्वांनी चित्रपट प्रदर्शनानंतरच्या गरमागरम चर्चेत भाग घेतला; मला समाधान वाटलं.

पालक-शिक्षक संघाच्या एका सदस्यांना चित्रपट आवडला नाही. ते व्यावसायिक होते. त्यांचं म्हणणं, 'चेम्मीन'सारखे बिनधास्त चित्रपटच का नाही बनवत? दुसऱ्या एकाने सांगितलं, 'तुम्ही स्त्रियांना नेहमी रडतानाच का दाखवता? हे मला पसंत नाही.'

पण आमच्या चित्रपटाची गार्गी महोत्सवात चांगलीच प्रशंसा झाली. समीक्षकांनी

त्याला उत्तेजनार्थ पारितोषिक दिलं. त्रिसूर या इंजिनिअरिंग कॉलेजमधील स्पर्धेत आमच्या चित्रपटाला एक हजार रुपयांचं बक्षीस मिळालं.

पुढे मी दुसऱ्या कॉलेजची प्रिन्सिपॉल झाल्यानंतरही माझं हेच म्हणणं होतं की, चित्रपटनिर्मिती हा एक महत्त्वाचा प्रकल्प आहे आणि येशूचा संदेश लोकांपर्यंत पोहोचवण्याचं चित्रपट हे प्रभावी माध्यम ठरू शकतं. केवळ चर्च, आपलं कॉंग्रिगेशन आणि त्यांचे कायदेकानून यातच गुंतून न राहता, त्यांच्या पलीकडे जाऊन विचार करायचा असेल, तर अशा नव्या माध्यमांची आपल्याला गरज आहे.

याच सुमारास मला माझ्या सुपरवायझरच्या असाध्य दुखण्याबद्दल समजलं. मी एका शनिवारी रजा घेतली आणि दोन दिवस हॉस्पिटलमध्ये राहून त्यांच्या कुटुंबाला मदत केली. रविवारी ते हे जग सोडून गेले. त्यावेळी त्यांची पत्नी, सून, मुलगा यांच्यासोबत मीही त्यांच्या प्राणहीन शरीराजवळ बसले होते. मला त्यांच्याविषयी खूप प्रेम आणि आदर वाटे. त्यांची शेवटची सेवा करण्याची संधी मला माझ्या येशूने दिली म्हणून मी त्याची ऋणी आहे.

आम्ही सिस्टर्स 'आज्ञापालनाची शपथ' (Vow of obedience) घेतो त्याविषयी मला थोडं सविस्तर सांगावंसं वाटतं. परवा-परवापर्यंत प्रार्थनेच्या वेळी प्रवचन करणं, आध्यात्मिक शिक्षण देणं ही फक्त धर्मगुरूंची मक्तेदारी होती. पण हल्ली सिस्टर्सनाही त्या दृष्टीने प्रशिक्षित करून तशी परवानगी देण्यात आली आहे. अर्थात त्यासाठी निवडल्या जाणाऱ्या सिस्टर्स अशाच असतात, ज्यांना सगळे जण 'चांगली', 'सात्त्विक' असं समजत असतात. एकदा अशीच एक सिस्टर आमच्या कॉन्व्हेंटमध्ये आली होती, आमच्या सी.एम.सी.चे संस्थापक संत चावरा यांच्यावर व्याख्यान देण्याकरता. त्यांची धर्मतत्त्वांबद्दलची तळमळ, आध्यात्मिक अधिकार याविषयी बोलताना ती म्हणाली,

"प्रिय भगिनींनो, आपल्या संस्थापकांना आज्ञाधारकपणाचं फार महत्त्व वाटत होतं. सी.एम.सी.मधील सर्व सिस्टर्सनी नि:शंक आज्ञापालन करावं असं त्यांचं सांगणं असे. पूर्वी एकदा असं झालं होतं की, काही सिस्टर्सना जमिनीत उलटं झाड लावण्याची आज्ञा झाली (मुळे वर आणि फांद्या खाली). त्यांनी ती आज्ञा पाळली आणि देवाच्या कृपेने ते झाड रुजलं आणि त्याला पालवी फुटली. कशामुळे? त्या सिस्टर्सनी कोणतीही शंका न काढता, जणू अंधपणाने आज्ञापालन केलं, म्हणून!"

हे उदाहरण नेहमीच दिलं जातं. त्यावर आमची उत्स्फूर्त प्रतिक्रिया काय असते, माहिती आहे?

'हो ना. ते रोप टॅपियोकाचं असेल.' (टॅपियोकाच्या रोपाला दोन्हीकडून पानं फुटतात.)

असं हे वापरून गुळगुळीत झालेलं उदाहरण ऐकल्यानंतर मी उठून विचारलं,

"सिस्टर, आजच्या या अल्ट्रा मॉडर्न जमान्यात अजूनही तुम्ही 'अंध आज्ञापालना'वर कसं काय व्याख्यान देता? तुमचं व्याख्यान ऐकणाऱ्या तरुण सिस्टर्सवर या जुन्या पुराण्या दृष्टांताचा काय परिणाम होणार? अगदी अलीकडेच आम्हाला 'अंध आज्ञापालन' (Blind obedience) न करता 'जबाबदारीने आज्ञापालन' (Responsible obedience) करण्याबद्दल सांगितलं गेलं आहे आणि तुम्ही कशी काय कालबाह्य झालेली उदाहरणे वापरता?"

'जबाबदारीने आज्ञापालन' म्हणजे पूर्वी ज्या घटना घडल्या, त्यांचा गाभा समजून घेणं आणि त्यानुसार सिस्टर्सना आज्ञा देऊन त्या पाळायला सांगणं.

यावर त्या सिस्टरने स्वत:चंच म्हणणं लावून धरलं. "जेस्मी, आत्ता मी जे सांगितलं, त्याचाच पुनरुच्चार करते. हे आपल्या संस्थापकांनी अनेक वर्षांपूर्वी सांगून ठेवलंय. त्यांनी जे लिहून ठेवलेलं आहे, त्यापेक्षा मी वेगळं कसं काय सांगू?"

मला हे अजब तर्कशास्त्र अजिबात पटलं नाही आणि मी दुसरं एक उदाहरण देत म्हटलं, "बघा हं सिस्टर, आपले दुसरे एक संत होऊन गेले, सेंट पॉल. त्यांनी सांगितलं होतं की, स्त्रियांनी सभेत बोलणं योग्य नव्हे. आता एवढ्या मोठ्या संतांनी सांगून ठेवलं, आपण ऐकायला नको? असं असताना आपण समाजापुढे किंवा मोठमोठ्या जनसमूहांपुढे उभे राहून प्रवचन देतोच की नाही?" हे ऐकून ती ओशाळवाणी झाली. काही न सुचून गप्प होऊन खाली बसली.

ख्रिस्ताचे विचार, जे पुढे ख्रिश्चन धर्म म्हणून ओळखले जाऊ लागले, त्याचं मूळ पूर्वेकडे असल्याचं मानलं जातं. स्वत: येशू ख्रिस्ताने स्त्रियांना योग्य तो मान दिलेला होता. अनेक प्रसंगी त्याने प्रशंसनीय पद्धतीने स्त्रियांना उन्नत करण्याचा प्रयत्न केला. त्याची पहिली अनुयायी कार्यकर्ती समारिआमधील एक स्त्रीच होती. तिचे पाचपेक्षाही जास्त पुरुषांशी संबंध असल्याचं बोललं जातं. क्रुसाकडे जाताना आणि क्रुसाच्या पायथ्याशी असलेल्या त्याच्या भक्तांपैकी बऱ्याचशा स्त्रियाच होत्या. येशू ख्रिस्त मृत झाल्यानंतर पुन्हा जिवंत झाला. त्यावेळी त्याने पहिले दर्शन मेरी मग्डेलीन या स्त्रीलाच दिलं. पण जसजसा ख्रिश्चन धर्म पूर्वेकडून पश्चिमेकडे सरकत गेला तसतशा त्यात पाश्चिमात्य संकल्पना, चालीरीती आणि दृष्टिकोन शिरत गेले आणि पुढे तो संपूर्ण पश्चिम रंगात रंगून गेला. खासकरून सेंट पॉलचा प्रभाव त्याच्यावर खूपच वाढला. सेंट पॉल आजन्म ब्रह्मचारी राहिला. चर्चमध्ये स्त्रियांचे प्राबल्य असू नये, असं तो नेहमीच प्रतिपादन करी-

> 'माझी अशी इच्छा आहे की, स्त्रियांनी विनम्र आणि संवेदनशील पद्धतीने स्वत:ला नटवावे. केसांच्या मोठ्या वेण्या घालणं, सोन्या-मोत्याचे अलंकार घालणं, खूप भारी, किमती पोशाख घालणं काही योग्य

> नव्हे. स्त्रियांनी मितभाषी राहून आदराने वागायला शिकलं पाहिजे. कुठल्याही स्त्रीने पुरुषावर अधिकार गाजवावा किंवा त्याला शिकवण्याचा प्रयत्न करावा, याला माझी संमती नाही. तिने काही न बोलता शांतच राहिलं पाहिजे. या जगात प्रथम ॲडम निर्माण झाला आणि नंतर ईव्ह निर्माण झाली. ॲडम फसला नाही, ती स्त्रीच मोहात फसून पाप करायला उद्युक्त झाली. तिने पाप केलं. असं असलं तरी स्त्री जर प्रेम, पावित्र्य आणि श्रद्धेचा अवलंब करून विनम्रतेने राहिली तर तिला मातृत्वाचं वरदान मिळेल आणि तिचं रक्षण केलं जाईल. (1 Timothy 2:8-15)

आध्यात्मिक क्षेत्रातला सेंट पॉल यांचा अधिकार मोठा आहे हे मान्य करूनसुद्धा मला असं वाटतं की, त्यांचा स्त्रीविरोधी दृष्टिकोन दुर्दैवी होता. स्त्रियांना कमी लेखण्याची परंपरा चर्चमध्ये आजतागायत चालत आलेली आहे. स्त्रियांचा दर्जा उंचावण्याची भाषा लिखाणात आणि भाषणात नेहमीच ऐकायला मिळते, पण प्रत्यक्ष कृतीत त्याचा अवलंब केलेला कुठेच दिसत नाही. सर्वसामान्य अज्ञानी लोक विचारतात, 'धर्मगुरूंना जोगिणींपेक्षा जास्त स्वातंत्र्य का दिलं जातं?' याला माझं एकमेव उत्तर असं की, स्थानिक चर्चमध्ये आजही स्त्रियांविषयी दुजाभाव केला जातो.

धर्मगुरू साधे कपडे घालून प्रवास करतात, सिनेमे पाहतात, लग्नं लावतात, लग्नांना हजर राहतात, कधीकधी मद्यही प्राशन करतात. त्यांची आर्थिक स्थितीही चांगली भक्कम असते. पण सिस्टर्सना मात्र या गोष्टींची स्वप्ने बघण्यासही मनाई आहे. येशू ख्रिस्ताची आणि चर्चची शिकवण यावरच धर्मगुरूंची जीवनपद्धती बेतलेली आहे. एखाद्याला तैलविलेपनाने पवित्र करून धर्मगुरुत्वाची दीक्षा देणं हा ख्रिस्ती धर्माचा धार्मिक विधी मानला जातो. पण स्त्रियांना शपथ देऊन कॉन्व्हेंटमध्ये सामील करून घेणं याला मात्र धार्मिक विधीचा दर्जा देण्यात आलेला नाही. आम्हा सिस्टर्सना Holy Massचं संचालन करण्याचा किंवा कन्फेशन ऐकण्याचा अधिकार नाही. आतापर्यंत मृत्युसमयी धर्मगुरू म्हणतात तीच प्रार्थना आम्हाला चालत असे. पण आता सिस्टर्स आणि सामान्य जनता यांच्या मृत्युसमयी म्हणण्यासाठी वेगळी प्रार्थना तयार करण्यात आली आहे.

एकदा कन्फेशन देत असताना एका धर्मगुरूने मला विचारलं, "जेव्हा तू तुझ्या मैत्रिणीबरोबर किंवा विद्यार्थिनीबरोबर सिनेमा बघायला जातेस, तेव्हा तू सिस्टरचा गाऊन घालून जातेस का?"

"होय फादर."

"सिस्टर, तुम्ही सिनेमा बघू नये असं तुमच्या घटनेत लिहिलेलं आहे का?"

"नाही फादर."

"त्याचप्रमाणे सी.एम.आय. फादर्सच्या घटनेत, 'फादर्सनी दारू पिऊ नये' असं लिहिलेलं आहे का?"

"मला माहीत नाही फादर."

"आहे, तसं लिहिलेलं आहे. जर त्यांनी या नियमाचा भंग केला तर त्यांनी कन्फेस करायला पाहिजे. पण तुम्ही सिनेमा बघायला गेलात, तर कन्फेस करायची गरज नाही."

पूर्ण गणवेश घातलेली सिस्टर आणि साध्या पोशाखातले फादर, सिनेमासंबंधीच्या कार्यक्रमात किंवा चर्चेत भाग घेताना दिसले, तर लोकांना नवल वाटतं. पण आध्यात्मिकता ही कोण कुठला पोशाख घालतं, यावर अजिबात अवलंबून नसते. 'सिस्टर्सनी नेहमी हॅबिटमध्येच वावरलं पाहिजे' किंवा 'सिस्टर्सनी सिनेमा बघायला थिएटरमध्ये जाता कामा नये', असं कुणीही कुठे लिहून ठेवलेलं नाही.

१९९९ सालची हकिकत सांगते. मी एका नवीन अभ्यासक्रमासाठी हैद्राबादला गेले होते. तिथे माझ्या सहकारी विद्यार्थ्यांबरोबर 'कुछ कुछ होता है' बघायला गेले. मी हॅबिट घालून थिएटरमध्ये गेले, हे माझ्या एका मल्याळी वर्गमित्राला मुळीच आवडलं नाही. त्याचं म्हणणं, तुला चित्रपट बघायला आवडतात तर बघ. पण हॅबिट घालून बघणं हे त्या पोशाखाचा अनादर केल्यासारखं होतं.

कदाचित अशी जोगिणीच्या वेषातच सगळ्या ठिकाणी गेल्यामुळे धर्माधिकाऱ्यांच्या नजरेतूनही मी उतरण्यास हातभार लागला असेल. पण असं करण्यामागे माझा हेतू स्त्रियांना आणि नन्सना, पुरुषांच्या आणि धर्मगुरूंच्या बरोबरीने स्वातंत्र्य असलं पाहिजे हा होता. मला हेही सिद्ध करायचं होतं की, सिनेमा पाहण्यामुळे आध्यात्मिकतेत कुठेही कमतरता येत नाही, उलट ज्ञानाची खोली वाढते. ('वादक्रमम'सारखे सिनेमे- याबद्दल मी पुढे लिहिणारच आहे.) माझा हा विचार पक्का झाला होता. त्यानंतर मी सेंट मारिया कॉलेजमध्ये गेले, तिथे तो व्यक्त झाला.

सेंट मारियाज कॉलेजची प्रिन्सिपॉल निवृत्त होणार होती. त्या वेळी एका कौन्सिलरने मला बोलावून विचारलं, "तू एका लहान कॉलेजची प्रिन्सिपॉल होशील का? तुझी काही हरकत आहे का?"

मी म्हटलं, "सिस्टर, लहान कसं म्हणता? सेंट मारियाज कॉलेज ही तर अमला कॉलेज आणि इतर अनेक कॉलेजेसची 'आई' म्हणावी लागेल. आई आपल्या थोरल्या मुलीचं लग्न करून देते, तेव्हा तिला आईचे दागदागिने, पैसा, जमीनजुमला, पुस्तकं, फर्निचर हे तर सोडावं लागतंच, पण चांगल्या शिक्षकांनाही सोडून जावं लागतं आणि सासरी कितीही श्रीमंती असली, तरी आईसाठी ती लहान मुलगीच राहते ना?"

लवकरच माझी सेंट मारियाज कॉलेजची प्रिन्सिपॉल म्हणून बदली झाली.

प्रिन्सिपॉलपदाची सूत्रं हाती घेतल्यावर मी काय केलं असेल, तर प्रथम येशूचं मोठं चित्र माझ्या समोरच्या भिंतीवर लावलं. त्याला मी माझा देव्हारा समजते आणि माझ्या मागच्या भिंतीवरही एक तसंच चित्र लावलं. माझ्यासमोर बसणाऱ्याच्या बरोबर नजरेसमोर येईल असं! आता प्रत्येक क्षणी माझा आनंद, दुःख, निराशा, राग, सगळं काही मला त्याच्याजवळ सांगता येणार होतं. तो संकटाच्या वेळी मला धीर देतो आणि नेहमी माझं सांत्वन करतो, समजूत घालतो. आता मी ताबडतोब माझ्या अडचणी त्याच्या कानावर घालणार होते आणि तो मला प्रतिसाद देणार होता.

माझ्या हातात सत्ता आली होती. आता मी सिस्टर जिमसावर कसा सूड उगवते, याची मारियाजमधील सिस्टर्स वाटच पाहून होत्या. माझ्या आधीच्या प्रिन्सिपॉलने गेली दोन वर्षे तिला चांगलं वागवलेलं नव्हतं. मी मात्र तिला जास्त प्रेम आणि अधिकार देऊन 'उदार सूड' घेण्याचं ठरवलं. पहिल्याच दिवशी सगळ्या सिस्टर्सना बोलावून मी जाहीर केलं की, 'कॉलेजचा कारभार सुरळीत चालवण्यासाठी मला दोन व्हाईस प्रिन्सिपॉलची गरज लागेल. त्यामुळे माझी एक व्हाईस प्रिन्सिपॉल असेल सिस्टर जिमसा आणि दुसरी असेल सिस्टर मेस्लीन.' हे ऐकून सिस्टर्स एकदम अचंबित झाल्या. त्यांना नेमकं याच्या उलट घडेल असं वाटलं होतं. मी म्हणाले, "ती माझ्याशी जसं वागली होती, तसंच मी तिच्याशी वागायला लागले, तर आमच्यात फरक काय राहिला?" आणि माझा हाच निर्णय शहाणपणाचा ठरला.

त्याचं असं होतं की, सिस्टर मेस्लीन ही लहानसहान निर्णयसुद्धा चटकन घेऊ शकत नसे. परिस्थिती आणीबाणीची असो की साधी. त्यात सिस्टर जिमसा नकारात्मक विचार करणारी, तर सिस्टर मेस्लीन त्याच्या अगदी उलट! पूर्ण आशावादी! त्यामुळे मी त्या दोघींच्या मधला योग्य निर्णय घेऊ शकत असे.

माझ्या पहिल्या भाषणात मी विद्यार्थ्यांना सांगितलं, "तुम्हाला हवं तेवढं स्वातंत्र्य मी आनंदाने देईन, मात्र तुम्हीदेखील तेवढ्याच जबाबदारीने त्याचा वापर केला पाहिजे. 'स्वातंत्र्याबरोबर जबाबदारी' हे माझं धोरण असणार आहे. या कॉलेजची दालनं मी सर्वांसाठी सताड उघडी ठेवणार आहे. सभागृहात, तसंच ग्राउंडवर फिरताना मुला-मुलींनी मोकळेपणाने एकमेकांशी बोलायला काहीच हरकत नाही. आपण ज्या समाजात वावरतो तिथे स्त्रिया आणि पुरुष दोघेही असतात ना? मग आतापासूनच शिकायला सुरुवात करा की, मिश्र समाजात, स्त्री-पुरुषांनी एकमेकांशी कशा पद्धतीने वागायला हवं. पण एक लक्षात ठेवा, या स्वातंत्र्याचा जर कुणी गैरवापर करू लागलं, बेजबाबदारपणे तुम्ही वागलात, तर ते स्वातंत्र्य काढून घेऊन तुमच्यावर बंधनं घालावी लागतील."

बहुतेक सिस्टर्सना माझं हे धोरण आवडलं नाही. त्यातल्या बऱ्याचशा सिस्टर्स

शिक्षिका नव्हत्या. इतर काहीजणी इतक्या बुरसटलेल्या विचारांच्या नव्हत्या, पण विद्यार्थ्यांना असं लोकशाहीने वागवणं त्यांना धोक्याचं वाटत होतं. काहीही असलं, तरी माझ्यासमोर उघडपणे कुणी विरोध केला नाही. कारण आता मी प्रिन्सिपॉल होते. शिक्षिका असलेल्या सिस्टर्सची नाराजी होतीच. कारण कुठलाही बदल करणं, म्हणजे त्यांचं काम वाढवणं.

मी कॉलेजच्या परिसरात विद्यार्थ्यांसाठी एक मतपेटी ठेवली. त्यात विद्यार्थ्यांनी त्यांची मतं, सूचना लिहून टाकाव्यात अशी कल्पना होती. त्यावर नाव लिहिलं नाही तरी चालणार होतं. दर आठवड्याला मी त्यासंबंधी विद्यार्थ्यांशी बोलत असे. काही वेळा सभा घेऊन किंवा मग त्यांच्या प्रतिनिधींशी आणि युनियनच्या नेत्यांशी संवाद साधून. त्यांनी केलेल्या टीकाटिप्पणी आणि सूचना वाचताना मला विद्यार्थ्यांची विनोदबुद्धी, मोकळेपणा, दूरदृष्टी यांचं मोठं कौतुक वाटे. त्यातल्या चांगल्या सूचना त्वरित अमलात आणल्या जात. अशाच चिठ्ठ्यांमधून मला एकदा समजलं, की पावसामुळे सगळे व्हांडे भिजून निसरडे झालेत. त्यामुळे घसरून पडून विद्यार्थ्यांना इजा होत आहे. चिठ्ठीत लिहिलं होतं, 'तुमच्या विद्यार्थ्यांना भेटायचं असेल, तर हॉस्पिटलमध्ये या. आम्ही हात-पाय फ्रॅक्चर झाल्यामुळे, मुरगळल्यामुळे तिथे उपचार घेत आहोत.' ताबडतोब काथ्याचे कारपेटस् आणून व्हांड्यात पसरले गेले.

कॉलेजमध्ये त्या वर्षी NAAC टीम आली होती. त्यांनी आम्हाला सर्वांत खालचा दर्जा दिला. ही फार नामुष्कीची गोष्ट होती. नॅशनल ॲसेसमेंट अँड ॲक्रेडिटेशन कौन्सिल (NAAC) हे यू.जी.सी.नेच नेमलेलं मंडळ असतं. त्यांच्या शिफारशीनुसार विद्यापीठे, महाविद्यालये आणि शैक्षणिक संस्था यांचा दर्जा ठरवला जातो. आमच्या कॉलेजमध्ये कोणतेही क्लब अस्तित्वात नव्हते. प्रोफेसर्स अत्यंत सुस्त आणि आळशी होते. त्यांच्याकडे उत्साह आणि सर्जनशीलतेचा अभाव होता. अशा सर्व कारणांमुळे मागील दोन वर्षांत कॉलेज खालच्या दर्जाला येऊन ठेपलेलं होतं. कॉलेजचं व्यवस्थापन म्हणजे गैरव्यवस्थापनच झालं होतं.

मला तर NAACच्या टीमने भेट देण्यायोग्य उत्साह, आस्था, कळकळ या कॉलेजमध्ये कुठेच आढळली नाही. यू.जी.सी.च्या एकाही प्रकल्पासाठी कॉलेजने अर्ज केलेला नव्हता. एवढं मोठं कॉलेज, पदव्युत्तर शिक्षण देणारं, पण शिक्षकवर्गात एकही व्यक्ती पीएच.डी. किंवा संशोधन करत नव्हती. आता मला या कॉलेजचा दर्जा उंचावण्याकरता त्याला 'एक उल्लेखनीय कॉलेज' या दर्जाला आणून ठेवण्याकरता मोहीम हाती घ्यावीच लागणार होती.

यातली ग्यानबाची मेख अशी होती की, आमच्या कॉलेजच्या व्यवस्थापकीय मंडळावर अमला कॉलेजच्या दोन निवृत्त प्रिन्सिपॉल होत्या. त्यामुळे आम्ही अमला कॉलेजपेक्षा चांगली प्रगती करून दाखवावी, अशी व्यवस्थापकीय मंडळाची इच्छा

नव्हती. किंबहुना आम्ही त्यांच्या मागेच राहिलं पाहिजे असंच त्यांचं धोरण होतं. प्रिन्सिपॉल झाल्यानंतर पहिले काही महिने मला व्यवस्थापनातल्या गलथानपणाला तोंड द्यावं लागलं. एकदा कॉम्प्युटर सायन्सच्या पदवी घेऊन बाहेर पडणाऱ्या विद्यार्थ्यांनी 'घेराव' घातला. त्यांचं म्हणणं होतं, त्यांनी भरलेली सुरक्षा रक्कम (Caution Deposit) सगळीच्या सगळी परत मिळाली पाहिजे. ही त्यांची मागणी रास्त होती, कारण कॉलेजने त्यांना तशी प्रमाणपत्रेही दिलेली होती. याचा अर्थ त्यांच्याकडे कोणतीही बाकी येणे नव्हती. मी चौकशी केली, तेव्हा असं कळलं की, विद्यार्थ्यांची अनुमती न घेता, त्यांच्या सुरक्षा रकमेतील बरीच रक्कम कापून घेण्यात आली, कारण आधीच्या प्रिन्सिपॉलचीच तशी 'ऑर्डर' होती.

जेव्हा एका विद्यार्थ्याचे पालक, एका प्रोफेसरबरोबर माझ्याकडे येऊन तक्रार करून गेले, तेव्हा मी आधीच्या प्रिन्सिपॉलशी बोलले. विद्यार्थ्यांच्या कापून घेतलेल्या रकमा परत करू का, म्हणून विचारलं. थोडीफार रक्कम वाढवून द्यायला त्या तयार झाल्या. 'पण आम्ही जेवढे भरले तेवढेच परत घेणार' या म्हणण्यावर विद्यार्थी आणि पालक हटूनच बसले. प्रकरण विद्यापीठापर्यंत पोहोचलं. मला विचारणा करण्यात आली. मी सतत व्यवस्थापकांना विनंती करत राहिले की, संपूर्ण रक्कम परत करायला मला संमती द्या, तर प्रॉव्हिन्शिअल कौन्सिलरने माझ्यावरच आगपाखड केली. 'सुरक्षा रक्कम घेण्याचा मॅनेजमेंटचा हक्कच असतो. तू या गोष्टीत लुडबुड करू नकोस.'

शेवटी डेप्युटी डायरेक्टरांनी मध्यस्थी केली, तेव्हा कुठे कौन्सिलर जरा नरमली आणि तिने मला डिपॉझिटची संपूर्ण सुरक्षा रक्कम विद्यार्थ्यांना परत करायला परवानगी दिली. नंतर मला डेप्युटी डायरेक्टरकडून कळलं की, मी प्रिन्सिपॉल असल्यामुळे या 'डिपॉझिट रिफंड' प्रकरणाबद्दल मलाच दोष दिला जात होता. हे ऐकून तर मला धक्काच बसला. त्यांनी मला सावध केलं की, एखाद्या केसमध्ये तू अडचणीत आलीस, तर व्यवस्थापक तुला सोडवायला येतील, ही अपेक्षाच ठेवू नकोस.

'ते सांगतील त्याप्रमाणे वागण्याशिवाय दुसरं काहीच माझ्या हातात नाही.' एवढंच फक्त मी त्यावर म्हणू शकले.

दुसरं असंच एक प्रकरण घडलं. माझ्या असं कानावर आलं की, 'मॅनेजमेंट कोट्यातील' प्रत्येक जागेसाठी बत्तीस हजार रुपये घेण्यात आले. मायक्रोबायोलॉजी आणि बायोटेक्नॉलॉजीमधील बारा जागा अशा प्रकारे भरण्यात आल्या. इतर कॉलेजमध्ये घेतल्या जाणाऱ्या रकमेपेक्षा ही रक्कम कमी असली, तरी मी या प्रकारच्या पूर्ण विरोधात होते. अमला कॉलेजमध्ये अपारंपरिक अभ्यासक्रमासाठी (ज्यांना सरकारी मदत मिळत नाही) त्यातल्या मॅनेजमेंट कोट्यातल्या जागांसाठी डोनेशन घ्यावं असं

बऱ्याच सिस्टर्सनी सुचवलं होतं. (युनिव्हर्सिटीमध्ये पारंपरिक, अपारंपरिक आणि सशुल्क असे वेगवेगळे कोर्सेस असतात.)

अमला कॉलेजमध्ये व्हाईस प्रिन्सिपॉल असताना मी यावर जोरदार आक्षेप घेतला होता. मी सांगितलं, ''आपण या जागांसाठी एक रुपया जरी फी लादली, तरी ती 'कॅपिटेशन फी'च आहे.''

आणि आता इथे प्रिन्सिपॉल झाल्यावर, मॅनेजमेंट कोट्यातील जागेसाठी जादा रकमेची मागणी करताना माझी विवेकबुद्धी मला आतून टोचू लागली. या विषयावर मी व्हाईस प्रिन्सिपॉल आणि ज्येष्ठ शिक्षिकांशी चर्चा केली. त्या म्हणाल्या, ''व्यवस्थापकांचाच तसा आग्रह होता. आम्ही फक्त त्यांचा हुकूम पाळला.''

मग मी एका धर्मगुरूंना विश्वासात घेऊन, माझ्या मनातली द्विधा त्यांच्या कानावर घातली. त्यांनी सुचवलं, ''तुम्ही रक्कम घ्या, एक वेगळं खातं उघडा. 'मेरिट कम मीन्स फंड' विद्यार्थ्यांना तशाच पावत्या द्या. म्हणजे निदान त्या रकमेला वेगळं अस्तित्व राहील. नंतर पाहिजे तर त्या रकमेतून हुशार, पण गरजू विद्यार्थ्यांना मदत देऊ शकता.''

खरं तर मला अमला कॉलेजबद्दल फार अभिमान होता. पण माझ्यानंतर आलेल्या प्रिन्सिपॉलनी ॲडमिशन देतेवेळी मोठमोठ्या रकमा डोनेशन म्हणून घ्यायला सुरुवात केली. मनोमन दुःखी होण्याशिवाय मी काय करू शकत होते?

स्त्रियांना स्वातंत्र्य आणि समतेची वागणूक याची मी नेहमीच पुरस्कर्ती राहिले आणि यामुळेच कॉन्व्हेंटचे अधिकारी फार अस्वस्थ होत. एकदा मला समाज कार्यकर्ते आय. गोपीनाथन (गोपी) यांचा फोन आला. 'The Autobiography of a Sex' या पुस्तकाचं प्रकाशन करायचं होतं. यात श्रीमती नलिनी जमीला यांची जीवनकथा सांगितलेली होती. त्यांच्याशी थोडी चर्चा झाली आणि 'तुम्ही हे आव्हान म्हणून स्वीकारलं पाहिजे,' असं त्यांनी म्हटल्याबरोबर मी आमंत्रण स्वीकारलं. काही महिन्यांपूर्वी मी तिच्याबरोबर साहित्य अकादमी आणि गार्गीचा कार्यक्रम केला होता. मी माझ्या मनातली भीती दीदी दामोदरन यांना बोलून दाखवली. त्या सामाजिक कार्यकर्त्या आहेत आणि सिनेमाच्या कथा, पटकथा लिहितात. स्त्रियांसाठी काम करतात. ''मी हे आमंत्रण स्वीकारलं खरं, पण सगळ्या सिस्टर्स काय म्हणतील?''

त्यावर त्या म्हणाल्या, ''समजा, एखाद्या कार्यक्रमाच्या अध्यक्षस्थानी श्री. कुंजलीकुटी असतील, तर लगेच तू स्टेज सोडून जाणार आहेस का?''

रेजीना या मुलीशी संबंधित असलेल्या 'आइस्क्रीम पार्लर सेक्स स्कॅंडल'शी श्री. कुंजलीकुटी यांचं नाव जोडलं गेलेलं होतं. दीदींनी धीर दिला तसं मला बळ आलं. कुणा सिस्टरनी विरोध दर्शवला तरी आता मी त्याचा सामना करू शकणार होते. फादर बेनींना जेव्हा या प्रकाशन समारंभाविषयी समजलं, तेव्हा त्यांनी मला सावध केलं.

"जेस्मी, तू काय करते आहेस, याची कल्पना आहे ना तुला? का कुणी तुला यात नकळत ओढलं आहे?"

"नाही फादर, मी पूर्ण विचार करूनच ते आमंत्रण स्वीकारलं आहे."

"तिथे बोलण्यासाठी पुरेसे मुद्दे आहेत ना तुझ्याजवळ?" त्यांनी पुन्हा विचारलं.

मग मी त्यांना खुलासेवार पटवून दिलं की, रोजच्या दिवसाला येशू मला सूचना देतो, आज्ञा देतो आणि माझं मनोबल वाढवत असतो. लोकांकडून खंडणी उकळणाऱ्या गुंडांजवळ आणि वेश्यांजवळ जाऊन राहणारा येशू मला माहीत आहे. तो सांगत असे, 'जे योग्य मार्गावरून चालले आहेत त्यांच्यासाठी नव्हे, तर जे वाट चुकून पापाच्या मार्गाकडे गेलेत त्यांच्याकरता मी आलो आहे.' (Mark 217b)

एका वाट चुकलेल्या कोकराला वाचवण्यासाठी, इतर नव्व्याण्णव मेंढ्यांना वाळवंटात सोडून गेलेला रक्षणकर्ता येशू मला माहीत आहे. (Mathew 18:12)

प्रेतातून जिवंत झाल्यावर पहिल्यांदा मेरी मॅग्डालीनकडे जाऊन, "बाई तू का रडते आहेस?" असं विचारणारा करुणामय येशू मला माहीत आहे. (John 20:15)

'पापांचा तिरस्कार करा, पण पापी लोकांवर प्रेम करा' असं आम्हाला शिकवणारा सद्गुरू येशू मला माहीत आहे.

मला कदाचित नलिनीला प्रत्यक्षात काय भोगावं लागलं ते समजू शकणार नाही. पण एक पीडित स्त्री म्हणून मी तिच्यावर नक्कीच प्रेम करू शकेन. येशूचं सर्वांना पोटाशी घेणारं प्रेम, त्याची दया, त्याची क्षमा, त्याचं माणसांना समजून घेणं या सगळ्याचा प्रचार करण्याची संधी म्हणून मी त्या प्रसंगाकडे पाहत होते.

एका स्त्रीला, व्यभिचार केला म्हणून दगडांनी ठेचून मारायला निघालेल्या पाषाणहृदयी पुरुषांना, 'तुमच्यापैकी ज्याने एकही पाप केलेलं नाही, त्याने त्या स्त्रीला पहिला दगड मारावा' (John 8 : 7) असं सांगणाऱ्या येशूचा जर मला अभिमान वाटत असेल, तर नलिनीच्या पुस्तकाचं प्रकाशन करायला मी नक्कीच तयार आहे.

इंग्रजीची प्राध्यापिका म्हणून बर्नार्ड शॉचं 'मिसेस वॉरन्स प्रोफेशन' मी विद्यार्थ्यांना न लाजता शिकवू शकते. साहित्यकृती हे लेखकाने समाजाला दिलेलं योगदान असतं. त्याचा योग्य तो आदर ठेवला गेलाच पाहिजे. शिवाय गोपी हे त्या पुस्तकाचे सहलेखक असल्यामुळे मला त्यांना जाहीरपणे विचारायचं होतं की, 'स्त्रीने शरीराची विक्री करावी हे कुणाला हवं असतं? कोण बनवतं तिला वेश्या? पुरुषप्रधान समाजाचीच ती गरज आहे ना? की हौस आहे त्यांची?'

कार्यक्रमाच्या पूर्वसंध्येला मी 'त्या' पुस्तकाचं प्रकाशन करणार आहे, ही बातमी टीव्हीच्या वृत्तवाहिनीवर आल्यामुळे सर्वदूर पसरली. हे कळल्यावर मदर प्रॉव्हिन्शिअल संतापाने लाल झाली.

"काय गं? जनतेला हे पुस्तक खुलं करणारी तू कोण? ऑ? तू एखाद्या सापळ्यात अडकली आहेस का?"

"नाही मदर." मी ठामपणे उत्तर दिलं. "मी पूर्ण विचार करूनच हे आमंत्रण स्वीकारलं आहे. मला वाटतं, जीझसचं प्रेम, करुणा आणि दयाबुद्धी यासंबंधी बोलण्यासाठी हा प्रसंग अगदी योग्य आहे."

माझं उत्तर ऐकून स्तंभित झालेल्या मदरने स्पष्ट शब्दात आणि कडक आवाजात फर्मावलं, "हे बघ प्रॉव्हिन्शिअल कौन्सिलचा असा निर्णय झालाय की, तू जायचं नाहीयेस."

मी आज्ञापालनाची शपथ घेतलेली असल्याने मदरच्या आज्ञेचं मला पालन करावं लागलं. पण मला फार फार आश्चर्य वाटलं की, त्यांनी आणि मी किती वेगवेगळा अर्थ लावला होता बायबलचा!

तशातच आमच्या विद्यार्थ्यांचा चांगल्या सिनेमाशी परिचय करून देण्याची संधी चालून आली. माझ्या मते धर्म आणि अध्यात्म यांचा आजच्या तरुणांमध्ये प्रसार करायचा असेल तर चित्रपटाइतकं दुसरं प्रभावी माध्यम नाही.

झालं असं की, 'इंडियन फिल्म फेस्टिव्हल २००६' हे त्रिसूरला होणार होतं. त्याचे मुख्य होते चेरीयन जोसेफ. ते ऑफिससाठी एका अशा जागेच्या शोधात होते, जिथून त्यांना सगळं काम सहजपणे करता येऊ शकेल. ते एक चित्रपटप्रेमी लोकांचं मंडळ होतं. त्यांनी महानगरपालिकेच्या सहकार्याने फिल्म फेस्टिव्हल आयोजित केलं होतं. महापौरांबरोबर शहरातील काही धनवान लोकही त्यासाठी मदत करणार होते. ऑफिसची चौकशी करण्यासाठी ते कॉलेजमध्ये आले. एका शिक्षिकेकडे विचारणा केली. ती त्यांना माझ्याकडे घेऊन आली. मी त्यांना कॉलेजमधील एक अत्यंत सोयीस्कर अशी खोली देण्याची तयारी दर्शवली. एक तर ती इतर खोल्यांपासून दूर, स्वतंत्र होती आणि तिला दोन दरवाजे, पुढे-मागे व्हरांडा होता.

माझी सूचना त्यांनी एकदमच गंभीरपणे घेतली आणि अचानक मला सांगितलं, की उद्याच ऑफिसचं उद्घाटन करण्यासाठी महापौर कॉलेजमध्ये येत आहेत. हे कळल्यावर मी ताबडतोब व्हाईस प्रिन्सिपॉल आणि जुन्या शिक्षकांना कळवलं. त्यांनी विरोध केला नाही, तरी त्यांची नाखुशी माझ्या लक्षात आली. त्यांना कुणालाच ती गोष्ट आवडली नव्हती. मी मनापासून येशूला विनवलं, 'येशू एक महिनाभर ते ऑफिस इथे असणार आहे. निदान तोपर्यंत तरी काही वेडंवाकडं घडू देऊ नकोस.'

येशूने माझी प्रार्थना शब्दशः खरी करून दाखवली. एक आठवडाभरातच सगळ्या सिस्टर्सची नाराजी दूर होऊन, कॉलेज कॅंपसमध्ये फिल्म फेस्टिव्हलचं ऑफिस आल्याबद्दल त्यांना आनंद वाटू लागला. संध्याकाळी उशिरापर्यंत कॉलेजमध्ये थांबून एकटीने काम करणाऱ्या सिस्टरने सांगितलं, "आता मला मध्यरात्रीपर्यंत काम

करायलासुद्धा भीती वाटत नाही. फिल्म फेस्टिव्हलचे लोक पलीकडेच असतात ना!''

सगळं काही सुरळीतपणे आणि शांततेने पार पडलं. आमच्या विद्यार्थ्यांना वेगवेगळे उत्तमोत्तम चित्रपट पाहून जीवनातील विविध सत्ये माहीत झाली. तीही मोफत! ज्यांना सकाळी मोकळा वेळ असेल त्यांना सकाळी आणि ज्यांना दुपारी वेळ असेल त्यांना दुपारी जाऊन फुकटात चित्रपट पाहता येत. मी विद्यार्थी-विद्यार्थिनींना आठवण करून दिली की, फक्त फिल्म फेस्टिव्हलसाठीच ही सवलत देण्यात येत आहे. जर त्या वेळात कुणी इतर ठिकाणी गेले, स्वातंत्र्याचा गैरवापर केला, तर ठरल्याप्रमाणे बंधने घालण्यात येतील. मग त्यांची संधी तर जाईलच, पण इतर विद्यार्थ्यांनाही चित्रपट पाहायला मिळणार नाहीत. पण मला सांगायला अभिमान वाटतो की, माझ्या सर्व विद्यार्थ्यांनी त्यांच्यावर टाकलेला विश्वास सार्थ ठरवला. किती बुद्धिमान आणि विश्वासू माझे विद्यार्थी-विद्यार्थिनी!

ज्यावेळी विद्यापीठातर्फे 'फोर्थ इस्टेट कॉन्फरन्स' भरवण्यात आली, तेव्हा आमच्या विद्यार्थ्यांनी जे प्रश्न विचारले आणि निरीक्षणे नोंदवली ते ऐकून तेथील तज्ज्ञ चकित झाले. ''काय चाणाक्ष विद्यार्थी आहेत हो सिस्टर तुमचे! अहो 'पेज थ्री', 'बायसिकल थिव्हज' यांसारख्या गंभीर सिनेमांविषयी प्रश्न विचारत होते!''

एकदा मला 'वनिता' मासिकाच्या वार्ताहराचा फोन आला. माझ्या कॉलेजच्या 'फिल्म क्लब'च्या सदस्यांची त्याला मुलाखत पाहिजे होती. मला आनंद झाला. मी खुशीने परवानगी दिली. माझे हे विद्यार्थी नक्कीच चांगली मुलाखत देतील याबद्दल माझी खात्री होती. ठरल्याप्रमाणे वार्ताहर आले. हॉलमध्ये मुलांशी बोलले. मी माझ्या ऑफिसमध्ये कामात होते. मुलांशी बोलून झाल्यावर 'फक्त एक फोटो' घेण्याकरता मला बोलावणं आलं. मी मोकळेपणी बोलताना, विनोद करून हसताना त्यांनी बरेच फोटो घेतले. जाण्यापूर्वी ते लोक पुन्हा एकदा प्रिन्सिपॉल ऑफिसमध्ये येऊन माझ्याशी बोलले. अनेक विषयांवर मी बोलले, पण त्यांना विनवून सांगितलं, की लेख फक्त माझ्या विद्यार्थ्यांवर लिहा.

वनिता मासिकाचा अंक प्रसिद्ध झाला. तर काय? माझ्यावरच मोठा लेख लिहिला होता. तो वाचून कुवेतमध्ये असलेल्या माझ्या विद्यार्थ्याचा ई-मेल आला तेव्हा मी हबकलेच. लायब्ररियनला सक्त ताकीद देऊन ठेवली की, अंक कॉलेजमध्ये आला की, सरळ मला आणून द्यायचा. तो लेख नीट न वाचताच मी मदर प्रॉव्हिन्शिअलला फोन करून माफी मागितली आणि अंक पाठवते म्हणून सांगितलं. त्यानंतर लगेच आमच्या सुपिरिअरकडे धावले. जेव्हा माझ्या अम्माने मला फोन करून चांगला लेख लिहिल्याबद्दल शाबासकी दिली, तेव्हा कुठे माझा जीव भांड्यात पडला.

लवकरच मदर प्रॉव्हिन्शिअल अधिकृत भेटीवर आल्या आणि त्यांनी त्या लेखातल्या एकेका वाक्यावरून प्रश्नांची फैर झाडली.

"जेस्मी, तू सांगितलं आहेस, ते मला पटतंय. पण इतर सिस्टर्सच्या प्रश्नांना मी काय उत्तर देऊ?"

आम्ही जनरलेटमध्ये गेलो असताना, मदर जनरलने माझ्या एका मैत्रिणीला त्या लेखाबद्दल विचारलं. तिने माझ्या बाजूने खूप चांगलं सांगितलं. त्यामुळे माझा त्रास वाचला. मदर जनरलने जेव्हा मला बोलावून घेतलं आणि विचारलं की, सी.एम.सी.ने कुठल्या नव्या उपक्रमाद्वारे आपली प्रगती आणि विकास साधला पाहिजे, तेव्हा मी 'माध्यम क्षेत्रांद्वारे' असं उत्तर दिलं. खासकरून चित्रपट माध्यमाद्वारे. त्यांना ते पटलं. पण म्हणाल्या, "ते काम तुझ्यासारख्या माणसांनीच केलं पाहिजे कारण ते क्षेत्र फारच 'निसरडं' आहे."

सी.एम.सी. काँग्रिगेशनने आत्तापर्यंत चार 'चेतना' सुरू केल्या. त्यातली चौथी आहे 'फिल्म चेतना.' हे त्यांनी यशस्वीपणे केलं त्याबद्दल मला त्यांचं कौतुक करावसं वाटतं. आमच्या सी.एम.सी. आणि सी.एम.आय. दोन्ही कॉन्व्हेंटचे संस्थापक स्वर्गीय चावरा हयात असते तर आज त्यांनी आम्हाला आमची सर्व शाळा-महाविद्यालये बंद करण्यास सांगितले असते. कारण या क्षेत्रात काम करण्यासाठी आता पुष्कळजण पुढे आले आहेत. आता आपलं लक्ष मीडिया सेंटर्स काढण्याकडे लावलं पाहिजे. त्या ठिकाणी आपण तरुणांना प्रशिक्षित करून अधिकाधिक चांगलं, संवेदनाक्षम माध्यम प्रकल्प कसे निर्माण करता येतील, समाजमनावर चांगली मूलतत्त्वे बिंबवण्याकरता माध्यमांची उपलब्धता अधिक व्यापक करून त्याचा प्रचारासाठी कसा उपयोग करून घेता येईल, हे आपण पाहिलं पाहिजे. आपल्या लक्षात आलेलं असो किंवा नसो, तरुणाई माध्यमांचं अनुकरण करते हे सत्य आहे. मग त्यांना दोष देत बसण्यापेक्षा तरुण पिढी भलतीकडे जात आहे म्हणून विव्हळण्यापेक्षा आपणच त्या क्षेत्रात तत्काळ गंभीर हालचाली करून तरुणाईला का वाचवू नये? याबाबतीत संस्थापक संत चावरांना सी.एम.आय.चं कौतुक वाटलं असेल, पण सी.एम.सी. मात्र अजून यात मागेच होती.

लवकरच सगळे मला 'सिने-नन' म्हणून ओळखू लागले आणि मला त्या नावाचा अभिमानच वाटला. तरुणाईला आकार देण्यात सिनेमा महत्त्वाची भूमिका बजावत असतो. म्हणूनच *'अचनुरंगथा विदू'*सारखा प्रभावी चित्रपट काढून 'लाल जोस'सारखे निर्माते समाजाला मोठं, महत्त्वाचं योगदान देत असतात. हा सिनेमा एका सत्यघटनेवर आधारित आहे.

एक अजाण मुलगी वेश्या व्यवसायातील एका दलालाच्या जाळ्यात सापडते आणि मग तिच्याबरोबर त्या सगळ्या कुटुंबाचीच कशी ससेहोलपट होते, त्यांना

काय काय भोगावं लागतं याचं चित्रण या सिनेमात केलेलं आहे. तिला दोन बहिणी असतात. बापाने पुरेसा हुंडा दिला नाही म्हणून एकीला लग्नानंतर कायमचं माहेरी पाठवलं जातं. दुसरीचं लग्न ठरतं, पण हिची हकिकत कळल्यामुळे तेही मोडतं. शेवटी, धाकटी मुलगी सोडून सगळं कुटुंब विष खाऊन आत्महत्या करण्याचा प्रयत्न करतं. पण तो यशस्वी होत नाही. त्यामुळे सर्वांना अटक करून तुरुंगात डांबलं जातं आणि त्यावेळी नेमका पुन्हा तोच दलाल येऊन धाकट्या मुलीला घेऊन जातो.

'कथावशेषन' हा टी.व्ही. चंद्रन यांचा असाच एक प्रभावी सिनेमा. माणसाला आयुष्यात काय काय तडजोडी कराव्या लागतात ह्याचं उत्तम उदाहरण. यात एक तरुण आत्महत्या करतो. त्याची वाग्दत्त वधू, त्याच्या आत्महत्येचं कारण शोधून काढण्याचा प्रयत्न करते. त्यातून असं निष्पन्न होतं की, तो तरुण स्वतः खूप सज्जन असतो. त्याच्या एका अत्यंत आवडत्या मानलेल्या बहिणीवर सामूहिक बलात्कार करून तिचा खून केला जातो. ते पाहून ती क्रूरता आणि अन्याय सहन न होऊन त्याने स्वत:ला संपवलेलं असतं.

अशा गंभीर चित्रपटांव्यतिरिक्त *'चॉकोलेट', 'निराम'* यासारख्या सुखपर्यवसायी सिनेमे किंवा मौजमजा, गैरसमज, त्याग, खलप्रवृत्ती, कॉलेज तरुण-तरुणींचा रोमान्स दाखवणारे सिनेमे पाहूनसुद्धा तरुण पिढीच्या मूल्य-संस्कारावर लक्षणीय परिणाम होत असतात.

आमच्या प्रार्थनेनंतरही जेव्हा मला प्रवचन करायला सांगितले जाई, तेव्हा मी चित्रपटातील उदाहरणं देत असे. ईस्टरपूर्वीच्या ४० दिवसांच्या काळात मी *'The Passion of the Christ'* या सिनेमावर चर्चा घडवून आणली होती. या चर्चेतून काही मुद्दे समोर आले -

'ज्यू लोकांनी या सिनेमावर आक्षेप घेतला, कारण त्यात येशूला क्रुसावर चढवण्याचा आरोप त्यांच्यावर केलेला होता (असं त्यांचं म्हणणं). रोमन लोकांचा या सिनेमाला अशासाठी विरोध होता की, त्यात त्यांना खलनायक दाखवण्यात आलेलं होतं.'

परंतु दिग्दर्शक मेल गिब्सन यांचं म्हणणं असं होतं की, 'येशू ख्रिस्ताला क्रुसावर खिळे ठोकून ठार मारण्याचं कृत्य मी केलं, हे दाखवण्याकरता त्यात एक विशेष दृश्य चित्रित करण्यात आलं होतं. त्यात त्याच्या शरीरात खिळे ठोकण्यासाठी, खिळा घेतलेला माझा हात दाखवलेला होता.'

होय, येशू ख्रिस्ताला क्रुसावर टांगण्यात आलं, याला आपल्यापैकी प्रत्येकजण जबाबदार आहे. त्याचबरोबर रोजच्या रोज अशा अनेक येशू ख्रिस्तांना सुळी चढवलं जातं, त्यालाही आपणच जबाबदार आहोत. काय वाटतं आपल्याला? काय आहे

हे क्रुसीफिक्शन? आणि त्याचं आपल्या जीवनात कोणतं महत्त्व आहे?

पिटीशनच्या प्रार्थनेच्या वेळी होणाऱ्या मासमध्ये मी मोठ्याने प्रार्थना करीत असे.

'येशू, आम्ही फक्त एक फूल मागितलं, तेव्हा तू आम्हाला अख्खा वसंत ऋतू दिलास. वाळूचा एक कण मागितला तर अवघा समुद्रकिनारा बहाल केलास. ही तुझी उदारता भिनू दे अंतरात आमच्या आणि मदत कर आम्हाला वृद्धिंगत होण्यासाठी... इतकं वाढायचं आहे आम्हाला की, तुझ्यापर्यंत पोहोचायचं आहे... तुझ्यात एकरूप व्हायचं आहे.'

येशूचे अनुयायी नावेतून चालले आहेत. वादळी वारे वाहत आहेत, विजा कडकडताहेत... शिष्य भयभीत झालेत अशा वेळेला शांतपणे निद्रिस्त झालेल्या येशूकरता या ओळी म्हणत असे.

'संतप्त वाऱ्यांनो शांत रहा. वाहू नका... काळ्या मेघांनो, बरसू नका... माझ्या जिवलगाचं जीवन नावेत हिंदकळत आहे.'

क्रुसावर जखडलेल्या येशूकडे पाहून ओठांवर शब्द येत... 'माझ्या स्वप्नाच्या छोट्याशा पंखावर बसून मला आताच तुझ्याकडे पोहोचायचं आहे. बस! तुझा एक कटाक्ष हवा आहे... आणि फक्त एकच शब्द... मला तुझ्या वेदनेत, यातनांमध्ये विलीन व्हायचं आहे.'

मी अगोदर एका चित्रपटाचा उल्लेख केलेला होता. तरुण दिग्दर्शक कमलने बनवलेला 'वादाक्रमम'. मी एका प्रार्थनेचं नेतृत्व करत असताना हा *'वादाक्रमम'* चित्रपटच प्रमुख विषय म्हणून घेतलेला होता. या चित्रपटाचा नायक... एक तरुण मुलगा, त्याची एक आंधळी बहीण असते. पुढे तो एका मुलीच्या प्रेमात पडतो. हळूहळू त्याला आपल्या बहिणीची अडचण वाटू लागते. पुढे पुढे तर आपल्या भावी संसारसुखाच्या वाटेतली 'धोंड' म्हणूनच तो बहिणीकडे पाहू लागतो. असाच एकदा तिला फिरायला नेतो. ती 'समुद्रकिनाऱ्यावर चल' म्हणत असतानाही आगगाडी दाखवायला म्हणून रेल्वे रुळावर नेतो. 'आपण आगगाडी पाहिल्यानंतर समुद्रावर जाऊ' असं खोटंच सांगतो. तिला रेल्वे रुळाच्या मधोमध सोडून गाडी यायच्या वेळेला स्वत: अलगद बाजूला जाऊन उभा राहतो. तिच्या अंगावरून आगगाडी जाताना, तिला चिरडलेली पाहण्याकरिता! तिच्या मृतदेहाचे तुकडे समुद्रात फेकले जातात. नंतर एकदा तो प्रेयसीबरोबर समुद्रकिनाऱ्याच्या वाळूत बसून गुजगोष्टी करत असतानाच भरतीच्या लाटा, त्याच्या बहिणीचे कपडे त्यांच्यासमोरच आणून टाकतात. प्रेयसीला आपल्या प्रियकराच्या निर्दय कृत्याची कल्पना नसते. ती सहजच म्हणते, ''या बीचवर आलं की, स्मशानासारखा वास येतो. नाही का?'' तो अत्यंत उदास, निराश मनाने बसलेला असतो.

आयुष्यातला अडथळा दूर झाला, तरीसुद्धा त्यानंतर त्याला खऱ्या आनंदाची प्राप्ती होणं कधीतरी शक्य झालं असतं का? अंतिम शांती-समाधान मिळण्याकरिता, आयुष्यात येणाऱ्या लहान-मोठ्या अडचणींचा माणसाने स्वीकार करायला नको? सिस्टरच्या समोर असे प्रश्न चिंतन आणि मननासाठी मी ठेवत असे. सिनेमा आणि त्यातील गीतं, यावर आम्ही आध्यात्मिक दृष्टिकोनातून चर्चा करत असू. मला वाटतं, हे सिस्टर्सना आवडतही होतं. आज तरुणांबरोबर काम करणाऱ्या प्रत्येक धार्मिक माणसाने असं करण्याची गरज आहे.

२००७-२००८ हे माझं कॉलेजमधलं शेवटचं वर्ष ठरलं. अर्थात हे नंतर झालं. पण त्या वर्षी माझ्या मनात असं आलं की, आपण कॉलेजमध्ये एक चित्रपट बनवावा. त्याची कथा विद्यार्थ्यांकडूनच लिहिली जावी अशी इच्छा होती. अमला कॉलेजमधील एक हुशार शिक्षिकाही आमच्या मदतीला आली. आम्ही कॉलेजच्या मासिकात प्रसिद्ध झालेल्या विद्यार्थ्यांनी लिहिलेल्या गोष्टी धुंडाळू लागलो. त्यातल्या दोन मला बऱ्या वाटल्या. त्यापैकी स्त्री-जीवनावरची, *'एकाकी बेटावरील मोती'* ही कथा आम्ही चित्रपटासाठी निवडली.

आजकाल वाढत चाललेलं घटस्फोटाचं प्रमाण आणि गर्भपात हे कसं घातक कृत्य आहे याबद्दलची ती कथा होती. आनंदी, सकारात्मक शेवट करण्याच्या दृष्टीने कथेत काही बदल करण्यात आले.

एक तरुण स्त्री कोर्टाबाहेर वाट पाहत उभी असते. आज तिच्या घटस्फोटासंबंधी अंतिम सुनावणी होणार असते आणि तिला आठवतं की, लहानपणी दहा वर्षांची असताना ती आईबरोबर अशीच इथे वाट पाहत उभी होती. तिच्या आईचाही घटस्फोट झालेला असतो. फ्लॅशबॅकमध्ये तिची आणि नवऱ्याची भांडणं दाखवली जातात. ती सध्या गरोदर असते आणि आपल्या वाट्याला जे आलं, तेच आपल्या अपत्याच्या वाट्याला येऊ नये म्हणून ती गर्भपात करायचं ठरवते. मग एक स्त्री डॉक्टर तिला समजावून सांगते आणि गर्भपात करण्यापासून परावृत्त करते. शेवटी ती गर्भातल्या मुलीला जन्म देऊन तिला एक खंबीर आणि सक्षम स्त्री बनवायचं ठरवते. एक अशी स्त्री, जी समाजाचं भलं करण्यासाठी झटेल.

झालं! सिनेमासाठी नायिका शोधणं सुरू झालं. ते फारच कठीण काम होतं. अगदी हल्लीच्या काळातही, स्वत:च्या कॉलेजतर्फे सिनेमा काढला जात असूनही कित्येक मुली सिनेमात काम करायला तयार नव्हत्या. आम्ही निवड केलेल्या पहिल्या मुलीने नकार दिला. दुसरीनेही नकारघंटाच वाजवली. मी जरा खट्टू झालेली पाहून एका सिस्टरने सुचवलं की, जिने ही कथा लिहिली आहे, त्याच मुलीला विचारा. तिला नाटकात काम करण्याचा अनुभवही आहे. त्या मुलीने होकार देताच मला अत्यानंद झाला. तिने घरी आई-वडिलांना 'डॉक्युमेंटरीमध्ये काम करते आहे'

असं सांगून परवानगी मिळवली होती. त्याशिवाय सिनेमासाठी एक दहा वर्षांची मुलगी पण हवी होती. आमच्या *'जालकंगाल'* या चित्रपटात अभिनय करणारी मुलगी एव्हाना दहा वर्षांची झालेली होती. तिचीच या कामासाठी निवड केली. आमचा चित्रपट यशस्वी ठरला. आमच्याच कॉलेजची एक हुशार विद्यार्थिनी चित्रपटाची सहदिग्दर्शिका होती. तिला चांगला अनुभव आणि प्रसिद्धी मिळाली. *'मलयाला मनोरमा'* दैनिक आणि एअर इंडिया यांनी ठेवलेला राष्ट्रीय पातळीवरचा सर्वोत्कृष्ट पुरस्कार तिने पटकावला. एका लघुपटांच्या स्पर्धेत आमच्या नायिकेलाही सर्वोत्कृष्ट अभिनेत्रीचं बक्षीस मिळालं.

यानंतर आम्ही विविध शाळा व महाविद्यालयांनी बनवलेल्या लघुपटांचा महोत्सव केला. दोन्ही गटांतील सर्वोत्कृष्ट लघुपटांना बक्षिसेही देण्यात आली. हा कार्यक्रम यशस्वी करण्यासाठी कर्तव्यतत्पर, बुद्धिमान शिक्षकांच्या गटाने खूप मेहनत घेतली. त्यांना अनेक विद्यार्थ्यांनी मनापासून साथ दिली. याचा परिणाम म्हणून फार सुंदर अनुभव विद्यार्थ्यांना घेता आले. आतापर्यंत कधीही नव्हती, इतकी प्रसिद्धी माध्यमांनी या कार्यक्रमाला दिली. विद्यार्थ्यांना आध्यात्मिक आणि नैतिकदृष्ट्या जागृत करणारी ती प्रक्रिया ठरली. कारण विद्यार्थ्यांनी बनवलेले लघुपट हे 'लैंगिकता आणि हिंसा' या व्यावसायिक दुर्घटकांपासून मुक्त होते. त्याऐवजी समाजापुढे सकारात्मक मूल्यव्यवस्थेचा पुरस्कार त्यातून केला गेलेला होता. एकंदरीत सर्वसामान्यपणे पाहिलं तर अभ्यासक्रमाव्यतिरिक्तच्या या उपक्रमांमुळे कॉलेजचे निकाल आणि गुणांची टक्केवारीसुद्धा वाढल्याचं दिसून आलं. पण इतर कॉलेजमध्ये भरवण्यात येणाऱ्या फिल्म फेस्टिव्हलमध्ये जास्त करून लैंगिकतेवर भर देणारे चित्रपट दाखवले जात. कसलीही मानसिक तयारी नसलेले अननुभवी, विद्यार्थी ते चित्रपट फक्त पाहायचे. त्यावर कोणतीही चर्चा होत नसे. एका स्त्रीने दिग्दर्शित केलेला 'संचरण' हा चित्रपट. त्यात 'समलिंगी संबंध' हा विषय सहानुभूतीपूर्वक हाताळलेला आहे. खरं तर या चित्रपटाचा उपयोग करून कॉलेजमधील जोड्या (खासकरून होस्टेलवर जमणाऱ्या जोड्या) या विषयावर चांगली चर्चा घडवून आणता आली असती. इतर चित्रपटांबद्दलही हेच म्हणता येईल. कधीकधी ते नुसतेच दाखवून, त्यावर कोणतीही चर्चा न झाल्यास, त्यांचा उलटा परिणाम होऊ शकतो. 'संचरण' चित्रपट पाहूनच 'समलिंगी संबंधां'कडे वळल्याचं अनेक विद्यार्थ्यांनी सांगितलं.

फिल्म फेस्टिव्हलचा समारोप करताना माझ्या भाषणात मी या मुद्याचं सविस्तर विवेचन केलं. पण माझ्या मूळ शब्दांचा विपर्यास करण्यात येऊन, 'हितचिंतकांनी' अफवा पसरवली, की मी कॉलेजमध्ये अश्लील चित्रपट दाखवण्यास उत्तेजन देत आहे. काही कारण नसताना सिस्टर्सकडून माझ्यावर अतिशय वाईट ताशेरे ओढण्यात आले. परंतु फादर गॅब्रिएल यांनी फादर पॉलला केलेला उपदेश माझ्या लक्षात होता,

की 'सेमिनरी किंवा कॉन्व्हेंटमध्ये राहत असतानाही तुम्ही स्वत:ची गुणवत्ता कशा प्रकारे वाढवत राहिलं पाहिजे.' त्यामुळे विचलित न होता मी माझं काम करत राहू शकले.

कॉलेजच्या पदाधिकाऱ्यांशी मतभेद होणं, यात नवीन काहीच नव्हतं. कॉलेजच्या हीरक महोत्सवानिमित्त वर्षभर साजऱ्या होणाऱ्या कार्यक्रमाच्या वेळीही चकमक उडालीच.

मी प्रिन्सिपॉलपदाची सूत्रे हाती घेतली, त्याच दिवशी पालक-शिक्षक संघटना आणि व्हाईस प्रिन्सिपॉल यांनी मला या महत्त्वाच्या कार्यक्रमाची आठवण करून दिली. त्यांच्या जंगी अपेक्षा पाहून मला तर धडकीच भरली. कारण तयारीला वेळ फारच कमी होता. एक जुलैलाच हीरक महोत्सवी वर्षाचं उद्घाटन ठेवलेलं होतं. त्या वेळेला पावसाची कमाल आणि ॲडमिशनची धमाल चालू असते. उद्घाटनाचा मुख्य भाग होता, गुरुपूजेचा! या वेळेला कॉलेजच्या सर्व विभागांतल्या ज्येष्ठांचा आदरसत्कार करायचा होता. सगळे प्रिन्सिपॉल, मॅनेजर्स, चॅप्लीन्स, सुपिरिअर्स, सुपरिंटेंडेंटस्, पालक-शिक्षक संघटनेचे अध्यक्ष, कॉलेजचे ज्येष्ठ कर्मचारी आणि ज्येष्ठ माजी विद्यार्थीसुद्धा! आम्ही मदर मेरीच्या शालीची आठवण म्हणून याना सर्वांना एकेक वुलनची शाल दिली. सुदैवाने टीचर असलेल्या सुप्रसिद्ध कवयित्री श्रीमती सुगाथाकुमारी यांनी अध्यक्षस्थान भूषवण्याचं कबूल केलं. खरं तर मी त्यांना केवळ एक फोन केला होता. पण त्यांचा चांगुलपणा!

आश्चर्याची गोष्ट म्हणजे हीरक महोत्सवाचं उद्घाटन आणि कॉलेज ॲडमिशनचा पहिला दिवस, तोच होता! एक जुलै. त्यामुळे ताबडतोब हॉलची पर्यायी व्यवस्था करावी लागली. शेवटी बऱ्याच अडचणींनंतर लायब्ररीच्या वरच्या हॉलमध्ये ॲडमिशन्सची व्यवस्था केली. त्यातली सगळ्यात दु:खाची गोष्ट म्हणजे त्या दिवशी ऐनवेळेला काहीतरी लंगडी सबब सांगून मॅनेजर आलीच नाही.

त्यानंतर अमला कॉलेजच्या माजी प्रिन्सिपॉल आणि आता 'प्रॉव्हिन्शिअल कौन्सिलर फॉर हायर एज्युकेशन' झालेल्या सिस्टरनी माझ्यावर कडक शब्दात टीका करून म्हटलं, "मी तर कुठेही असा हीरक महोत्सव आणि त्याचा मोठा समारंभ पाहिलेला नाही. हे सगळं अनावश्यक आहे. फक्त वेळ आणि पैशांचा अपव्यय!" पण बाकीच्या सिस्टर्सना हे कळल्यावर त्या संतापल्या. एका सिस्टरने जाऊन शेजारच्या कॉलेजचं मागच्या वर्षीचं कॅलेंडर आणून दाखवलं की, त्यांनी हीरक महोत्सवासाठी भारताच्या राष्ट्रपतींना बोलावलं होतं. यामुळे त्या सिस्टर कौन्सिलरचं तोंड तेवढ्यापुरतं बंद झालं.

दरम्यान, वर्षभरातील कार्यक्रमांची योजना मॅनेजर आणि तिच्या समितीसमोर मांडून त्यांची मंजुरी घेण्यात आली. या योजनांमध्ये एक प्रकल्प असा होता की, साठ गरजू मुलींना त्यांच्या विवाहाकरता आर्थिक मदत करायची. दुसरा होता साठ

विद्यार्थ्यांनी रक्तदान करायचं, शिवाय गरजू महिलांना कलाकुसरीचं शिक्षण देऊन रोजगार मिळवून द्यायचा, गरीब होतकरू कामगाराला घर बांधून द्यायचं आणि आजच्या काळात ज्याची आवश्यकता आहे अशा विषयांवर एक व्याख्यानमाला आयोजित करायची. आता या सगळ्यासाठी लागणारा निधी गोळा करण्याचा विचार-विनिमय सुरू झाला.

काही दिवसांनी सकाळी सकाळीच एक स्त्री माझ्या ऑफिसमध्ये आली. ती आमच्या कॉलेजची विद्यार्थिनी होती, असं प्रमाणपत्र तिला हवं होतं. मी तिला ताबडतोब ओळखलं. १९७२-७४ च्या प्री-डिग्री बॅचमधील 'एलीस' होती ती! मी त्याच बॅचमधील 'मेमी' आहे हे कळल्यावर तिलाही खूप आनंद झाला. मी लगेचच तिला पाहिजे असलेलं प्रमाणपत्र मिळवून दिलं. तिला जेव्हा कळलं की, कॉलेजचं हे हीरक महोत्सवी वर्ष आहे आणि निधी गोळा करण्याचं काम चालू आहे, तेव्हा तिने तिथल्या तिथे एक लाख रुपये देण्याचं कबूल केलं.

निधी संकलनासाठी पालक-शिक्षक संघटनेनं सुचवलं की, पार्श्वगायिका रिमी टॉम्मी यांच्या 'गानमेला'चा कार्यक्रम करावा. पण ती गायिका फार जास्त पैसे घेते हे कळल्यावर त्याऐवजी आम्ही त्रिवेंद्रमच्या 'अंध वाद्यवृंदा'ला आणायचं ठरवलं. तो फारच नेत्रसुखद आणि हृदयस्पर्शी कार्यक्रम झाला.

हीरक महोत्सवाच्या समारोपाच्या कार्यक्रमाला राज्यपालांना बोलवावं, अशी पालक-शिक्षक संघटनेची इच्छा होती. पण आमच्या मॅनेजरला ते आवडलं नाही. गेल्या वर्षी शेजारच्या कॉलेजमध्ये हीरक महोत्सवासाठी देशाच्या राष्ट्रपतींना आणण्यात आलं होतं, ते ती विसरली असावी. असो. शेवटी राज्यपालांनी आमचं आमंत्रण स्वीकारलंच नाही. कारण निवडणुका तोंडावर आलेल्या होत्या आणि तो समारंभ पुढे ढकलणं काही आमच्या कॉलेजला शक्य नव्हतं.

पुढचं शैक्षणिक वर्ष आमच्या एक आठवडाभर चाललेल्या 'राष्ट्रीय पुस्तक प्रदर्शनाने' सुरू झालं. यात वीसपेक्षा जास्त प्रकाशकांनी भाग घेतला. हे अशा प्रकारचं पहिलंच प्रदर्शन ठरलं. यापूर्वी दक्षिण केरळमधील कोणत्याही कॉलेजमध्ये असं पुस्तक प्रदर्शन भरलं नव्हतं. त्या आठवड्यात काव्यरंग, मासिकांचं प्रदर्शन, तबलावादन जुगलबंदी आणि महत्त्वाच्या विषयांवर व्याख्याने असे खूप महत्त्वपूर्ण विविधरंगी कार्यक्रम आयोजित केले होते. त्या वर्षी केरळ राज्याचा सुवर्णमहोत्सव साजरा होत होता. त्यानिमित्त केरळचा इतिहास सांगणाऱ्या पोस्टर्सचं एक दालन प्रदर्शनात ठेवलं होतं. त्यात सर्व विभागांनी स्टॉल्स लावले होते. हे आमच्या विद्यार्थ्यांचं समाजाला योगदानच होतं आणि सगळ्या विद्यार्थ्यांनाही यातून खूप काही शिकायला मिळालं. प्रदर्शनाचा समारोप रस्त्यावर पुस्तके मांडून विकणाऱ्या 'शामनाद'च्या हस्ते करण्यात आला.

माझा असा विश्वास आहे, की वर्षातील तीनशे पासष्ट दिवस रस्त्याच्या कडेला पुस्तकांचं प्रदर्शन मांडणाऱ्याकडेच ही ज्ञानभांडाराची मशाल सुपूर्द करणं सयुक्तिक ठरतं.

होता होता माझ्या शिक्षिका म्हणून व्यावसायिक कारकीर्दीची पंचवीस वर्षं पूर्ण झाली. आमच्या बॅचच्या चौदा नन्सनी मिळून रौप्यमहोत्सव साजरा केला. मग मी आध्यात्मिक तयारीसाठी अलुवा इथे गेले. तिथे असतानाच मला लाईफ इन्शुरन्सच्या स्कीमबद्दल (एल.आय.एस.) समजलं. यात गुंतवलेली रक्कम दामदुपटीने परत मिळते. मला आमची खजिनदार आठवली. वाटलं हिने गुंतवली आहे का रक्कम एल.आय.एस.मध्ये? काही दिवसांनी वृत्तपत्रातही त्याबद्दल वाचलं. काळजी वाटली म्हणून तिला सांगितलं, तर ती शांतच राहिली. का? तर म्हणे प्रॉव्हिन्शिअल कौन्सिलरनेही या योजनेत पैसे गुंतवले होते. मला मोठं नवल वाटलं कशा काय या ज्येष्ठ सिस्टर्स अजूनही प्रापंचिक हेव्यादाव्यात गुंतलेल्या? यांच्यात एवढाही दूरदर्शीपणा नसावा?

मी अलुवाला पंचवीस दिवसांसाठी गेले होते. माझ्या गैरहजेरीमध्ये कॉलेजमध्ये तेवढ्याच अवधीत काहीतरी घडलं होतं. सेल्फ फायनान्सिंग कोर्सेससाठी ज्यांनी मॅनेजमेंट कोट्यातल्या जागा राखून ठेवल्या त्या प्रत्येकाकडून सुपरिंटेंडेंट दहा-दहा हजार रुपये घेत होती. त्यांनी प्रवेश घेतल्यानंतर ही रक्कम कॅपिटेशन फीमध्ये जमा केली जाई. पण ज्यांनी प्रवेश घेतला नाही, त्यांना दहा हजार रुपये परत केले जात नसत. मला असल्या गोष्टी पटत नसल्या तरी इथे असंच चालत आलेलं होतं आणि मला व्यवस्थापनाचा हुकूम पाळणंच भाग होतं. मॅनेजरच्या संमतीशिवाय कुठलीही दुरुस्ती किंवा बदल करता येत नसे. एकदा एका स्त्रीने फक्त पाच हजार रुपये देऊन जागा राखून ठेवण्याची सुपरिंटेंडेंटला विनंती केली. उरलेली रक्कम ती नंतर देणार होती. सुपरिंटेंडेंट तयार झाली. पण काही दिवसांनी ती बाई उरलेले पाच हजार रुपये देण्याऐवजी, आधी भरलेले पाच हजार रुपये परत मागू लागली. हे नियमाविरुद्ध होतं. इतकी सरळ-साधी बाब होती, पण या प्रकरणाला फारच घाणेरडं वळण दिलं गेलं. राजकारणी लोकांच्या चिथावणीमुळे तिने या गोष्टीवरून कॉलेजची बदनामी करण्यास सुरुवात केली. माझ्या लक्षात आलं, की प्रकरण चिघळलं तर हाताबाहेर जाईल. म्हणून व्हाईस प्रिन्सिपॉलकडून मी तिला निरोप पाठवून बोलावून घेतलं आणि सांगितलं, की तुम्ही पैसे भरल्याची पावती आणून सुपरिंटेंडेंटकडे द्या. तुमचे पैसे परत मिळतील. तर ती बाई उलट आरडाओरडा करत माझ्यावरच आरोप करू लागली की, मी कॉलेजवरची जबाबदारी झटकते आहे म्हणून. मी पुन:पुन्हा तीच विनंती तिला करत राहिले.

दुसऱ्या दिवशी कालिकत विद्यापीठाच्या एका सिनेट मेंबरला घेऊन एक

तरुणांचं टोळकं मला भेटायला आलं. मी त्या स्त्रीला काय सांगितलं, हे त्यांना चांगलंच ठाऊक होतं. पण त्यांना स्वत:ची प्रसिद्धी करून घ्यायची होती. त्यातला एक जण ती पावती माझ्या तोंडापुढे नाचवत म्हणाला, "ही रक्कम तुम्हीच घेतली आहे. पूर्ण जबाबदारी तुमची आहे. पाहा पाहा. तुमची सहीसुद्धा आहे या पावतीवर." असं म्हणून त्याने पावती माझ्या हातात दिली. ती पाहून मी चक्रावलेच. मी तर पंचवीस दिवस इथे नव्हते, मग माझी सही त्या पावतीवर असणं कसं शक्य होतं? पावती नीट निरखून पाहिली, तेव्हा लक्षात आलं की, प्रिन्सिपॉलच्या सहीच्या जागी खुशाल सुपरिंटेंडेंटने सही ठोकली होती, तेही For वगैरे काहीच न लिहिता!

ती सही माझी नसल्याचं तर मी तिथल्या तिथे सिद्धच केलं, पण हे सगळं माहीत नसल्याचं त्यांचं म्हणणं मला मान्य करावं लागलं. ते म्हणू लागले, "सुपरिंटेंडेंटला बोलावून घ्या."

पण मी नकार दिला. म्हटलं, "जाऊ द्या हो! कशाला एका वयोवृद्ध स्त्रीला बोलावून अपमानित करताय? मला बोललातच. तेवढ्याने तुमचं समाधान नाही झालं का?"

खरं तर मी नसताना व्हाईस प्रिन्सिपॉल इन्चार्ज होत्या. पण मी त्यांनाही दोष देऊ इच्छित नव्हते. मी सुपरिंटेंडेंटला बोलवायला नकार दिला तेव्हा पोरांनी रुद्रावतारच धारण केला. एकाने धाडकन ऑफिसचं दार उघडलं, बाहेर गेला आणि त्याच्या गँगला घेऊन आला. ते सगळेजण जोरजोरात घोषणा देऊ लागले. त्यांच्याबरोबर पोलीस आणि पाठोपाठ टीव्ही चॅनेलचा क्रू होताच. माझे सुरक्षा कर्मचारी, शिपाई, सगळेच भांबावून पाहत राहिले.

त्या निदर्शकांचं म्हणणं होतं, मी त्यांना माझं म्हणणं लेखी द्यावं. त्यावर मी परत त्या स्त्रीला दिलेलंच उत्तर दिलं. सगळे व्यवस्थित फोटो घेतल्यानंतर, जास्त त्रास न देता सर्व जण तिथून सटकले. त्यांना प्रसिद्धीसाठी फक्त फोटोच हवे असावेत. त्यांच्या चांगल्या वागणुकीचं मला कौतुक वाटलं. ते गेल्यावर पुन्हा पोलीस आले. 'तुमची काही तक्रार आहे का?' म्हणून विचारू लागले. मी म्हटलं, 'नाही.'

व्हाईस प्रिन्सिपॉलनी ही हकिकत बिशपच्या कानावर घातली. ते म्हणाले, "माझं नाव घेऊन या प्रकरणात मला निष्कारण गुंतवू नका." कुणीतरी आम्हाला काँग्रेसच्या नेत्यांची मदत घेण्याचा सल्ला दिला. त्यांनी त्या तरुणांच्या कारवाईबद्दल खेद व्यक्त करून मला आणि माझ्या सहकाऱ्यांना सहानुभूती दर्शवली. कॉलेजचे एक हितचिंतक आणि पालक-शिक्षक संघटनेचे सदस्य असलेल्या गृहस्थांनी मला भेटण्याची इच्छा व्यक्त केली. माझी इच्छा होती, त्यांनी आमच्या मॅनेजरला भेटावं. पण बिशपच्या पावलावर पाऊल टाकत ती या प्रकरणापासून लांबच राहिली.

एका आणीबाणीच्या प्रसंगी, आमच्या मॅनेजर-कम-प्रॉव्हिन्शिअलची कॉलेजबद्दलची ही होती आस्था आणि कळकळ! मला धीर द्यायचं, सांत्वन करायचं राहिलं दूर, उलट तिने माझेच दोष काढण्याचा प्रयत्न केला. दुसऱ्या दिवशी पालक-शिक्षक संघटनेचे सदस्य आले. पूर्ण हकिकत ऐकल्यानंतर त्यांनी सुपरिंटेंडेंटला भेटण्याची इच्छा व्यक्त केली. मी त्यांना रोखण्याचा प्रयत्न केला. पण व्यर्थ! त्यांनी तिला बोलावलंच. तिने ती आजारी असल्याने येऊ शकत नाही असं कळवलं. मी म्हटलं, सोडून द्या. पण त्यांना फार राग आला. ते म्हणाले की, ते स्वत:चं काम सोडून केवळ कॉलेजसाठी इथे आले. का? तर तिने करून ठेवलेला घोटाळा निस्तरण्यासाठी आणि ती असा निरोप पाठवते? हा तिचा उद्धटपणाच आहे. त्यांना कसंबसं शांत करून तत्परतेने आमच्या मदतीला धावून आल्याबद्दल मी त्यांचे आभार मानले आणि मीटिंग आटोपती घेतली. मॅनेजरला जेव्हा पालक-शिक्षक संघटनेचे सदस्य काय बोलले ते कळलं, तेव्हा तिला फार राग आला.

विचित्र गोष्ट म्हणजे, कधी 'घेराव'सारखी एखादी कायदाबाह्य घटना घडून गेल्यावर नेहमीच्या चौकशीसाठी पोलीस येणार असले की, आमची मॅनेजर पार गोंधळून जायची. मला घाबऱ्या घाबऱ्या सांगायची, "अगं जेस्मी, पोलीस येणार आहेत ना? ते प्रिन्सिपॉलच्या ऑफिसात येतीलच. अगोदर शेल्फमधील त्या सगळ्या सीडीज हलव."

"का मदर? त्याची काय आवश्यकता आहे?" मला दोन्ही गोष्टींचा संबंध काय, तेच कळत नसे.

"अगं जेस्मी, त्यांना एखादी बनावट (पायरेटेड) सी.डी. मिळाली तर पुन्हा वैताग देतील."

"मदर, माझ्या सी.डीं.पैकी एकही सी.डी. बनावट नाही." ही बया समजते कोण मला? शी! कसलं घाणेरडं मन हिचं!

अशीच एक दिवस मॅनेजर कॉन्व्हेंटमध्ये आली, तेव्हा मी एक मदतनीस मुलगी आणि तिच्या आईशी बोलत गेटपाशी उभी होते. माझ्याजवळून जाताना ही म्हणते कशी, "जेस्मी, मला तुझ्याशी काही बोलायचं आहे. संध्याकाळी प्रॉव्हिन्शिअल हाऊसला ये."

पुढे कोणत्या दिव्याला तोंड द्यावं लागणार आहे याची पुसटशी कल्पनाही मला आली नाही. मी गेले तिला भेटायला. माणसं इतकी क्रूरपणे वागू शकतात?

मला आतल्या एका खोलीत नेण्यात आलं. मी पहिल्यांदाच ती खोली बघत होते. मोठ्या टेबलाच्या एका टोकाला ती एखाद्या न्यायाधीशासारखी बसली होती आणि दुसऱ्या टोकाला तिने मला बसायला सांगितलं. विजयी स्वरात ती कशातून तरी वाचून दाखवू लागली. कशातून, ते मला दिसत नव्हतं. त्यातला एकेक आरोप

ऐकून माझ्या काळजात कुणी कट्यार खुपसावी तशा वेदना होत होत्या. पण वाचताना तिच्या स्वरात करुणेचा लवलेशही नव्हता. आपल्या वाचनामुळे समोरच्या स्त्रीचं हृदय घायाळ होतंय, याची यत्किंचितही जाणीव तिने ठेवू नये? ती वाचतच सुटली होती...

'सेंट मारिआज कॉलेजची प्रिन्सिपॉल सिस्टर जेस्मी ही सतत 'ब्लू फिल्म्स' बघत राहते आणि मदतनीस तरुणींनाही जबरदस्तीने पाहायला लावते. त्याशिवाय ती त्यांच्याशी लैंगिक चाळेही करत असते. तिला जर ताबडतोब प्रिन्सिपॉलपदावरून दूर केलं नाही, तर ही बातमी वृत्तपत्राकडे प्रसिद्धीस दिली जाईल.'... एक निष्ठावंत.

मी तिथे बसून ते आरोप ऐकून कसे घेऊ शकले, ते मलाच सांगता यायचं नाही. पण अशा कसोटीच्या प्रसंगी कुठलीतरी गूढ मानसिक शक्ती माझ्यात प्रवेश करत असते. चेहऱ्यावर औपचारिक हास्य आणून मी तिला सांगितलं, "मला माहीत आहे की, असल्या निनावी पत्रातल्या मजकुरावर तुम्ही कधीच विश्वास ठेवणार नाही. मी शपथपूर्वक सांगते की, माझ्या आयुष्यात आजतागायत मी कुणाही मुलीला किंवा मुलाला वाईट हेतूने स्पर्श केलेला नाही."

हे ऐकल्यानंतरही, तिने माझी उलटतपासणी गांभीर्याने पुढे चालूच ठेवली. माझा पूर्ण पराभव केल्यासारखं माझ्याकडे पाहत तिने पुढचा आरोप केला, "तू एका मुलीला तिचा टॉप काढायला सांगितलंस का?"

मी गोंधळले. मी कुणाला असं काही म्हटल्याचं स्मरत नव्हतं. मी असं म्हणाले? कोणत्या संदर्भात? मी तिला अधिक खुलासा विचारला, तेव्हा म्हणाली, "बऱ्याच दिवसांपूर्वी मला कळलं होतं तसं."

"मग? तेव्हाच का नाही विचारलंत मला?"

"योग्य वेळ येण्याची मी वाट पाहत होते."

कसं काय हे प्रकरण संपवावं? मला समजेना. शेवटी मी तिला कडक शब्दात आव्हान देत म्हटलं, "हे पाहा, प्लीज तुम्ही कॉलेजमध्ये या, कॉन्व्हेंटमध्ये या आणि विचारा सगळ्यांना. एका व्यक्तीने जरी या पत्रातले आरोप खरे आहेत असं सांगितलं, तर तुम्ही द्याल ती शिक्षा भोगायला मी तयार आहे."

तेव्हा कुठे तिने खुलासेवार सांगितलं, "या पत्राची एक प्रत मदर जनरलनाही मिळाली आहे. त्यांनीच मला प्रथम तुला विचारून घे, म्हणून सांगितलं."

आता मात्र माझं अवसान गळालं. डोळ्यांना आसवांच्या धारा लागल्या. ओठ दातांखाली धरून मी कसंबसं स्वत:ला सावरण्याचा प्रयत्न केला. माझ्याबद्दलच्या अशा भयानक घाणेरड्या आणि नीच पातळीवर जाऊन केलेल्या आरोपांवर ही कशी काय विश्वास ठेवू शकते? हे सगळं खरं मानून मला प्रश्न विचारणाऱ्या मदर प्रॉव्हिन्शिअलचा, मला त्या विखारी पत्र लिहिणाऱ्या व्यक्तीपेक्षाही जास्त राग आला.

याबद्दल तिला मी कधीही क्षमा करू शकणार नव्हते. मीही एका वरिष्ठ पदावर होते. मलासुद्धा अशी निनावी पत्रे मिळत असत.

असंच एका होस्टेलच्या मुलीच्या चारित्र्यावर शिंतोडे उडवणारं एक निनावी पत्र मला आणि वॉर्डनला पाठवण्यात आलं होतं. मी वॉर्डनला सांगितलं, त्या मुलीला यातलं काही कळू देऊ नका. जेव्हा पुनःपुन्हा अशी पत्रे येऊ लागली, तेव्हा मी त्या मुलीच्या आईला कल्पना दिली. तेही, ती मुलीला भेटण्यासाठी आली, तेव्हा. तिला हे पत्र दाखवून सांगितलं की, हे हस्ताक्षर पाहा आणि कुणी पाठवलं असण्याची शक्यता आहे त्याचा शोध घ्या आणि सावध व्हा. मी त्या मुलीवरचा विश्वास ढळू दिला नाही.

आणखी एकदा, एका शिक्षिकेच्या विरोधात असलंच एक निनावी पत्र आलं होतं. तेव्हा तिला बाजूला घेऊन कुणालाही कळू न देता, अत्यंत प्रेमाने आणि विश्वासाने मी तिला सांगितलं, की यातल्या एका अक्षरावरही माझा विश्वास बसणं शक्य नाही.

आमच्या मतपेटीतून तर वॉर्डनवर गंभीर आरोप करणारी निनावी पत्रे नेहमीच येत. पण मी नेहमी तिचं सांत्वनच करत असे.

आता माझ्यावर तशी वेळ आली, तेव्हा माझ्या वरिष्ठ पदाधिकाऱ्यांनी मला ज्या पद्धतीने खजील केलं, अपमानित केलं, त्यामुळे मला कमालीचं दुःख झालं. नंतर जेव्हा एक समंजस मदतनीस मुलगी मला भेटली, तेव्हा मी तिला विश्वासात घेऊन विचारलं, "मोले, तुला आठवतं का गं? मी कधी कुठल्या मुलीला तिचा टॉप काढायला सांगितला होता?"

"बाप रे! सिस्टर, तुमच्यापर्यंत येऊन पोहोचलं का ते?"

"सांग बरं. केव्हा, कुणाला असं म्हटलं होतं मी?" मग तिने सगळी हकिकत सविस्तर सांगितली.

"तुम्हाला आठवतं सिस्टर त्या 'अ' नावाच्या मुलीने एकदा बादलीभर पाणी वॉशबेसीनमध्ये ओतलं होतं? तेव्हा ते बेसीन तुटून तिच्या पायावर कोसळलं आणि तिच्या घोट्याचं हाड मोडलं. हे झालं संध्याकाळी उशिरा आणि तिला दुसऱ्या दिवशी सकाळी तिच्या घरी जायचं होतं. म्हणून तुम्ही म्हणालात, आता काही जिना चढून वर जाऊ नकोस. खालीच कौन्सिलरूममध्ये झोप. ही 'ब' झोपेल तिथे तुझ्या सोबतीला. मग रात्री तुमचं ऑफिसमधलं काम झाल्यानंतर कॉन्व्हेंटमध्ये परत येताना आपण कौन्सिलरूममध्ये जाऊन बघितलं, की त्या मुलीचा घोटा जास्त सुजला आहे का? तेव्हा मी होते ना तुमच्याबरोबर तुमच्या फायली घेऊन. तिथे ती घट्ट चुडीदार आणि टॉप घालून बसली होती. तुम्ही विचारलंत, 'तू इतके घट्ट कपडे घालून कशी काय झोपणारेस रात्री? तुझी नाइटी मागवून घ्यायची का रूममधून?'

ती काही चुडीदार काढायला तयार नव्हती. तेव्हा तुम्ही म्हणालात, 'आत पेटीकोट घातला असेल, तर वरचा टॉप काढून झोपलीस तरी चालेल.' एवढं सांगून आपण तिथून निघालो. तुम्हाला कॉन्व्हेंटच्या गेटपाशी सोडून मी झोपायला गेले.

दुसऱ्या दिवशी मी ऐकलं, ती 'अ' तिची चुलत बहीण 'क'ला सांगत होती की, तुम्ही तिला टॉप काढायला लावलात. 'क' धावतच माझ्याकडे येऊन विचारू लागली की, सिस्टरनी माझ्या बहिणीला काय केलं? म्हणून मी तिला पटवून दिलं की, सिस्टरचे शब्द अगदी सहज बोललेले, निर्हेतुक आणि निष्पाप होते. त्यात वाईट हेतू नव्हता, पण 'अ' ने 'क'ला सांगण्याआधीच अख्ख्या कॉन्व्हेंटला तुमचे शब्द कळले होते. तुम्ही सोडून सगळ्यांना त्याबद्दल माहीत होतं.

जे घडलं त्याला मी साक्षीदार होते. 'अ' जवळ त्या दिवशी झोपलेली 'ब'सुद्धा साक्षीदार होती आणि 'क'लासुद्धा पटलं होतं की, तुमच्या मनात पाप नव्हतं.''

हे कळल्यावर सिस्टर्सना काय वाटत होतं, त्याची मला कल्पना नव्हती. पण 'अ'ची चुलत बहीण 'क' हिला मी चांगलीच ओळखून होते. ती माझ्याविरुद्ध हे कुभांड का रचते आहे, हेही माझ्या लक्षात आलं. आणखी पुरावे मिळाल्यावर, या सगळ्याच्या मुळाशी कोण आहे, ते अधिक स्पष्ट झालं. परंतु आमची मॅनेजर-कम-प्रॉव्हिन्शिअल कॉन्व्हेंटमध्ये आलीच. तिने प्रत्येक सिस्टरला माझ्या चारित्र्याविषयी खोदून खोदून प्रश्न विचारले. त्या निनावी पत्रातील मजकुराची पुन्हा पुन्हा शहानिशा केली. कल्पना करा. हाताखालच्या लोकांकडून माझं चारित्र्य आणि भवितव्य ठरवलं जात होतं. काय वाटलं असेल एका प्रिन्सिपॉलला? आणि इतकी तिची अब्रू वेशीवर टांगल्यानंतर कितपत आदर उरला असेल हाताखाली काम करणाऱ्यांच्या मनात तिच्याबद्दल?

त्यातही प्रिन्सिपॉलच्या विरुद्ध बोलणाऱ्यांना उत्तेजन दिलं जात होतं. त्या वेळी कुठे मला कळलं की, प्रॉव्हिन्शिअल हाऊसमधून दररोज माझ्याविषयी माहिती काढून घेण्यासाठी कॉन्व्हेंटमध्ये फोन येत होते. हे असं सगळं चाललेलं असताना मी तब्बल तीन वर्षं प्रिन्सिपॉल म्हणून काम केलं, हा एक चमत्कारच म्हटला पाहिजे.

सर्व सिस्टर्सनी एकमुखाने सांगितलं, की सिस्टर जेस्मीबद्दल असा संशय घ्यायला कुठेही जागा नाही. तेव्हा प्रॉव्हिन्शिअलने तेवढ्यापुरतं, मला शिक्षा देण्याचं रहित केलं. सर्व सिस्टर्सला प्रश्न विचारून झाल्यानंतर तिने मला भेटायला बोलावून घेतलं. तेव्हा संतापाने माझा तोल गेला. तिने रागारागाने मला ऑफिसबाहेर हाकललं. त्यानंतरच्या निरोपाच्या भेटीमध्ये चांगलं सहकार्य केल्याबद्दल सर्व सिस्टर्सचे आभार मानल्यानंतर तिने मला जवळ बोलावलं. कारण मघाशी हाकलून दिल्यामुळे तिचं मला 'आशीर्वाद' देणं राहूनच गेलं होतं. आता मात्र मला तिचं

नाटकी वागणं असह्य झालं. मी ताडकन उत्तर दिलं, "मला वाटतं, आता मला तुमच्या आशीर्वादाची गरज नाही मदर! मी डायरेक्ट येशूचेच आशीर्वाद घेईन आता."

अशा तऱ्हेने मला प्रिन्सिपॉलच्या खुर्चीवरून खाली खेचण्याचा त्यांचा प्रयत्न त्यावेळी सपशेल फसला.

मी जेव्हा त्या निनावी पत्राची हकिकत माझ्या स्टाफला आणि मदतनीस मुलींना सांगून मला त्यामुळे किती यातना झाल्या ते सांगितलं, त्यावेळी त्यांनी लागेल ती किंमत मोजून, मला या सापळ्यातून सोडवायची तयारी दाखवली. जर एका निनावी पत्राचा आधार घेऊन मला शिक्षा करण्यात येणार असेल, तर इथे राहण्यापेक्षा त्याच क्षणी कॉन्व्हेंट सोडलेलं बरं.

आयुष्यात पहिल्यांदा माझ्या मनात कॉन्व्हेंट सोडून जाण्याचा विचार आला.

मी मदर जनरलला एक पत्र लिहिलं. त्यात त्यांना आलेल्या 'त्या' निनावी पत्राची कॉपी द्यावी म्हणून विनंती केली आणि त्याच संदर्भात त्यांना भेटण्यासाठी वेळ मागितली. पण त्यांनी पत्राची कॉपी मला दिली नाहीच. उलट माझीच समजूत घातली, "बेटा, येशूने तर किती छळ सोसला? किती यातना सहन केल्या होत्या, त्याचा विचार कर. सगळं सहन करावं. इतरांच्या चुका पोटात घालाव्यात. त्यातच आपलं आणि सर्वांचंच भलं आहे." एखाद्या मुक्या कोकरासारखी आज्ञाधारकपणे, मान खाली घालून मी जनरलेटमधून बाहेर पडले.

२००७-०८चं शैक्षणिक वर्ष सुरू झाल्यापासूनच माझ्या आतून कुणीतरी मला सांगत होतं, 'हे तुझं इथलं शेवटचं वर्ष आहे.' मी दररोज सकाळी आमचा परिसर न्याहाळायला सुरुवात केली. त्याचं सौंदर्य, त्या थंड हवेच्या झुळका, तिथे असलेली पवित्र गुहा, ते सात्त्विक वातावरण या सगळ्यांची प्रशंसा करत मनात साठवून घ्यायला सुरुवात केली. आमचा ओणमचा सण त्यावर्षी खूप आनंदात नि धूमधडाक्यात साजरा झाला. एक कर्मचारी म्हणालीसुद्धा, "सिस्टर, यापूर्वी एकही ओणम इतका मनापासून साजरा झाला नव्हता इथे."

"मग? माझा इथला शेवटचा ओणम आहे हा! म्हणून तर तो दणक्यात साजरा व्हावा, सगळे खूश व्हावेत अशा तऱ्हेने कार्यक्रम आखले मी." कुठल्याही कार्यक्रमाची रूपरेषा ठरवताना, योजना आखताना, चर्चा करताना मी सहकाऱ्यांना सांगायची, "माझं मन सांगतंय, हे माझं शेवटचंच वर्ष आहे इथलं."

"तुम्हाला पुन्हा अमला कॉलेजला पाठवणार का? काही कळलंय तसं?"

"नाही. पण माझं मन मात्र स्पष्ट संकेत देतंय तसा."

कुणीतरी व्हाईस प्रिन्सिपॉलला विचारलं, "सिस्टर, तुम्ही सिस्टर जेस्मीला इथून दुसरीकडे पाठवणार आहात?"

“आम्ही त्याबद्दल अजून विचार नाही केलेला.” तिने सांगितलं.

पण माझं मन मात्र इथला प्रत्येक दिवस मोजत होतं. नोव्हेंबर महिन्याच्या शेवटी नाताळची भेटकार्डं छापायची होती. त्या कामासाठी प्रमुख नेमलेली सिस्टर माझ्याकडे आली आणि माझ्या सहीनिशी कोणता मजकूर छापायचा ते विचारू लागली. मी म्हटलं, “मागच्या वर्षीपेक्षा थोडी जास्तच कार्डं छापा.”

त्यावर ती पटकन म्हणाली, “काय करायची जास्त छापून? उगीच वाया जातील. पुढच्या वर्षी तुम्ही नसणार ना इथे?”

“तुला कुणी सांगितलं, मी पुढच्या वर्षी नसणार म्हणून?”

“सॉरी सिस्टर, पण तुम्हीच नेहमी म्हणतात ना तसं?”

यावरून सगळ्याजणी तिची टिंगल उडवून हसायला लागल्या, तशी ती बिचारी खजील झाली.

प्रिन्सिपॉल म्हणून काम करत असताना मी बरेच चढउतार पाहिले. फिल्म फेस्टिव्हलसारखे कार्यक्रम आयोजित करताना आणि त्यात सहभाग घेताना विद्यार्थ्यांच्या उदंड उत्साहामुळे मला अपूर्व आनंद मिळाला. त्याचप्रमाणे काही सिस्टर्स, मदतनीस आणि पालक-शिक्षक संघटनेचे सदस्य यांचं सहकार्य, प्रामाणिकपणा आणि जिव्हाळा यामुळे समाधान लाभलं. पण त्याच वेळेला वेगवेगळे आरोपही सहन करावे लागले. त्यातले बरेच काल्पनिक होते. पदाधिकाऱ्यांकडून केलेले! मी तरुणांना अचकट-विचकट सिनेमे दाखवते, त्यांना नको इतकं स्वातंत्र्य देते वगैरे. जेव्हा मी व्यवस्थापनातल्या आणि पैशाच्या व्यवहारातल्या चुका दाखवल्या किंवा गैरप्रकार उघडकीस आणले, तेव्हा मी त्यांना फार त्रासदायक ठरले. जिथे ‘आज्ञाधारकपणाची शपथ’ हाच अंतिम कायदा चालतो, तिथे स्पष्टवक्तेपणा हा कायदेभंग ठरणारच. तो खरोखरीचा गुन्हाच समजला गेला. मुलांना बाह्य जगाचा अनुभव घेण्यासाठी मी फार लवकर मोकळीक दिल्याने बहुतेक सिस्टर्सना ते रुचलं नाही. पचवायला जड गेलं.

यानंतरचं माझ्याशी भांडणाचं निमित्त होतं, माझी तब्येत. एकदा मदर प्रॉव्हिन्शिअल कॉलेजमध्ये आल्या होत्या. तेव्हा त्यांनी मला बोलावून सांगितलं, की दुसऱ्या एका प्रॉव्हिन्सची कौन्सिलर असलेली एक सिस्टर डॉक्टर त्यांना भेटली होती. ही डॉक्टर त्वचारोगतज्ज्ञ आणि मज्जासंस्था विशेषज्ञ होती. मदर जनरल आणि मदर प्रॉव्हिन्शिअल दोघींनी तिला माझ्याबद्दल सांगितलेलं होतं. मी तिला भेटून माझा हायपोथायरॉईडचा त्रास आणि कपाळावर आलेला पांढरा चट्टा यावर औषधोपचार करून घ्यावा असं त्यांनी सुचवलं.

मला १९९७ पासून थायरॉईडचा त्रास होता. तिने माझ्याबरोबर डॉक्टरकडे येण्याची तयारी दर्शवली. मी निरागसपणे म्हटलं, “मदर, याच्यापेक्षा तुम्हाला कितीतरी महत्त्वाची कामं असतात. तुम्हाला मला इतक्या लांब घेऊन जायला कसा

वेळ काढता येणार? त्यापेक्षा आपण असं करू, दुसऱ्या सिस्टर्सबरोबर मी जाईन. तुम्ही यायची काय आवश्यकता आहे?''

तिने आग्रहच धरला, ''नाही नाही. असं कसं म्हणतेस तू जेस्मी? तुला डॉक्टरकडे घेऊन जाणं ही तर माझ्यासाठी आनंदाची गोष्ट आहे.''

दुसऱ्या दिवशी तिने मला फोन करून सांगितलं की, ती मला न्यायला कार पाठवते आहे. मला डॉक्टरकडे जायचं आहे. बरोबर दोन सिस्टर्स असणार आहेत. एक प्रॉव्हिन्शिअल कौन्सिलर असलेली माझी बॅच मैत्रीण आणि दुसरी माझ्या ओळखीतली मैत्रीण. मी तिला सांगितलं की, त्यापेक्षा मला माझी अम्मा किंवा कुणातरी घरच्या माणसाबरोबर डॉक्टरकडे जायला आवडेल. सुदैवाने त्याला ती कबूल झाली. मग मी अम्मा आणि माझ्या सर्वांत धाकट्या बहिणीला बरोबर घेऊन त्या सिस्टर डॉक्टरकडे गेले. अनेक तास वाट पाहिल्यानंतर एकदाचं तिने आम्हाला आत बोलावलं. फक्त दुखण्याबद्दलच नाही, तर माझ्या एकूणच जीवनाचा आढावा घेतल्यानंतर ती थायरॉईडकडे आली.

''हां, तर जेस्मी, थायरॉईडकरता तू कोणतं औषध घेतेस सध्या?''

''थायरॉक्सिन. ते मिळालं नाही, तर एल्ट्रॉक्सिन घेते.''

''नक्की कोणतं घेतेस ते सांग. ही दोन्ही औषधं वेगवेगळ्या दुखण्यांसाठी आहेत.''

''पण तो फार्मासिस्ट तर सांगतो दोन्ही एकच आहेत म्हणून!''

''नाही, नाही आणि तुझ्या कपाळावरचा हा पांढरा चट्टा सोरायसिसचा असू शकतो.''

''येशूची इच्छा असेल, तर मला तेही सहन करावं लागेल.''

''जेस्मी, अगं सोरायसिस किती भयानक असतो, कल्पना नाही तुला. सगळ्या अंगावरच्या कातडीत पू होतो. त्याला दुर्गंधी असते. कुणी जवळसुद्धा येणार नाही तुझ्या.''

''येशूने मला सोरायसिस दिला, तर मला घ्यावाच लागेल ना सिस्टर?''

त्यावर तिने मला रक्ताची तपासणी करायला सांगितलं. मी सांगितलं, ''मी त्रिसूरच्या पॉलिक्लिनिकमध्ये करून घेईन.'' पण तिला मी तिच्याच हॉस्पिटलमधून रक्त तपासून घ्यायला हवं होतं. खरं तर अंधार पडलेला होता, तरी आम्हाला तिच्या हॉस्पिटलमध्ये जाऊन रक्त नमुना द्यावाच लागला. मग तिने माझं ब्लडप्रेशर तपासलं आणि किंचाळलीच.

''ओह, माय गॉड! एवढं प्रेशर? हा सगळा तुझ्या टेन्शनचा परिणाम!'' तिने नर्स असलेल्या माझ्या बॅच मैत्रिणीला माझं ब्लडप्रेशर दाखवलं. मी दरवेळी माझं ब्लडप्रेशर तपासत असे. ते नॉर्मलच्या जवळपासच असे. परत कॉन्व्हेंटकडे जाताना,

गाडीत मी बॅच मैत्रिणीला विचारलं, ''माझ्या ब्लडप्रेशरमध्ये काही गंभीर प्रॉब्लेम आहे का गं?''

''छे छे! उगीच किरकोळ इकडे तिकडे आहे. खरं तर इतर डॉक्टर त्याची एवढी दखलसुद्धा घेणार नाहीत.''

म्हणजे माझा संशय खराच होता तर!

''हो ना? तरी मला त्याच वेळेला वाटत होतं की, ही खरं सांगत नाहीये. केवढा बोभाटा केला तिनं माझं प्रेशर पाहिल्यावर! माझा तर आता तिच्यावरचा विश्वासच उडून गेला आहे.''

''जेस्मी, तुझा तिच्यावर विश्वास नसेल, तर तू पुन्हा पॉलिक्लिनिकमध्ये सर्व तपासण्या करून पाहा.'' माझ्या दुसऱ्या मैत्रिणीने सुचवलं. हा चांगला उपाय होता. तिच्या मुखातून जणू देवच बोलला.

दुसऱ्या दिवशी सकाळची प्रार्थना झाल्याबरोबर एका मदतनीस सिस्टरला बरोबर घेऊन मी जवळच्याच एका डॉक्टरकडे गेले. माझं ब्लडप्रेशर तपासून त्यांनी सल्ला दिला, ''सिस्टर, एक महिनाभर जरा मीठ कमी करा. लोणची वगैरे खाऊ नका. म्हणजे ठीक होईल. तशी काही गोळी-बिळी घेण्याची आवश्यकता नाही तुम्हाला.''

मी त्या डॉक्टरांकडून थायरॉईड, डायबिटीस, कोलेस्टेरॉलच्या चाचण्या आणि ईसीजी काढण्यासाठी चिठ्ठी लिहून घेतली आणि असिस्टंट मदरला घेऊन पॉलिक्लिनिकमध्ये गेले आणि सगळ्या चाचण्या करून आले. संध्याकाळी रिपोर्ट आल्यावर त्याच डॉक्टरांना नेऊन दाखवले. तेव्हा त्यांनी मला 'क्लीन चीट' दिली. मी मोठ्या खुशीत कॉन्व्हेंटमध्ये परत आले आणि आमच्या सुपिरिअरला सगळं सांगून म्हटलं, ''त्यांनी मला फक्त हायपोथायरॉईडची गोळी चालू ठेवायला सांगितलं आहे.''

तेव्हा सुपिरिअरजवळ उभी असलेली सिस्टर म्हणाली, "Praise The Lord"

दुसऱ्या दिवशी कॉलेजला गेल्याबरोबर कालच्या त्या सिस्टर डॉक्टरचा फोन आला. ''जेस्मी, तुझे रिपोर्ट आले बरं का! तुझं हिमोग्लोबिन फार कमी झालेलं आहे.''

''सर्वसाधारण लोकांचं नेहमी तेवढंच असतं ना?''

''तुला तुझा थायरॉईडच्या गोळ्यांचा डोस कमी करायला पाहिजे.''

''पण सिस्टर, माझ्या डॉक्टरांनी मला तेवढाच चालू ठेवायला सांगितलं आहे.''

''नाही नाही जेस्मी. तुझे डॉक्टर चुकीचं सांगतायत. शिवाय तुला कोलेस्टेरॉलही आहे. ताबडतोब ट्रीटमेंट चालू करायला पाहिजे. तू लगेच हॉस्पिटलमध्ये ये.''

''पण सिस्टर, मला कोलेस्टेरॉल नाहीये.''

ती पुन:पुन्हा तेच सांगत होती आणि मी ते खोडून काढत होते.

आता मला खरी परिस्थिती जाणून घेण्यासाठी तिसऱ्या डॉक्टरकडे जाणं भाग होतं. मग मी एर्नाकुलमच्या एका थायरॉईड स्पेशालिस्टकडे जाण्यासाठी लोकल सुपिरिअरची परवानगी घेतली आणि एका सिस्टरला बरोबर घेऊन कॉलेजच्या मिनीबसमधून गेले. ड्रायव्हरही आमच्या कॉलेजचाच होता. कालच्या तपासणीचे रिपोर्ट पाहून त्या डॉक्टरांनी चालू आहे तीच गोळी आणखी तीन महिने चालू ठेवण्यास सांगितली. मग मी त्यांना विचारलं, "थायरॉक्सिन आणि एल्ट्रॉक्सिन या दोन्ही गोळ्यांमध्ये काय फरक आहे?"

तेव्हा ते म्हणाले, "दोन्ही एकच आहेत."

"पण मला तर एका सिस्टर डॉक्टरने सांगितलं, की दोन्ही गोळ्या वेगवेगळ्या आजारासाठी दिल्या जातात म्हणून."

त्यावर विनोदाने हसत ते म्हणाले, "जर सगळ्यांना सगळी सत्यं समजली असती तर मग आपण देवच झालो असतो सिस्टर. तीन महिने या गोळ्या घ्या आणि मग माझ्याकडे या. नंतर आपण डोस थोडा कमी करू."

निर्धास्त होऊन मी परतले. येताना डॉक्टर काय म्हणाले, ते आनंदाने त्या सिस्टरला आणि ड्रायव्हरला सांगितलं. तेवढ्यात मला मदर प्रॉव्हिन्शिअलचा फोन आला. "जेस्मी, तुला ट्रीटमेंट सुरू करायला हवी आहे आणि अद्यापही तू त्या सिस्टर डॉक्टरच्या हॉस्पिटलमध्ये पोहोचली नाहीस. तिचा फोन आला होता मला."

"मदर, मी एकदम बरी आहे. मला ट्रीटमेंट वगैरेची आवश्यकता नाही."

"असं कसं? ती सांगत होती तुला कोलेस्टेरॉल आहे म्हणून."

मग मी मदरला सगळी हकिकतच सांगितली. पॉलिक्लिनिकमध्ये केलेल्या तपासण्यांचे रिपोर्ट आणि आता मी ज्या एण्डोक्रायनॉलॉजिस्टला दाखवून आले त्याचं मतही सांगितलं. तरीही ते न पटल्याचं दाखवत तिने आग्रह चालूच ठेवला. "पण मी म्हणते, नसलं समजा तुझं कोलेस्टेरॉल वाढलेलं, तरी जाऊन ट्रीटमेंट घ्यायला काय हरकत आहे?"

हे ऐकल्यावर मात्र स्वत:वर ताबा ठेवणं मला अशक्य झालं. एकदम भडकून मी म्हटलं, "अरे वा मदर! म्हणजे म्हणायचंय काय तुम्हाला? माझ्या अम्मानं कधीही असं म्हटलं नसतं. प्रकृतीत बिघाड नसतानाही मी औषधं घेत राहू? का म्हणून?"

प्रॉव्हिन्शिअलला असं काही ऐकायला मिळेल, याची अपेक्षाच नसावी. त्यामुळे एकदम माघार घेत ती म्हणाली, "जेस्मी, मला वाटतं, तू बसमध्ये आहेस. इतर लोक ऐकत असतील. मी फोन ठेवते."

माझ्याबरोबर आलेली सिस्टर आणि ड्रायव्हर यांनासुद्धा वाईट वाटलं. फोनवर

मी ज्या प्रकारे बोलत होते, त्यावरून काहीतरी वेगळं आहे, एवढं त्यांच्या लक्षात आलं. माझ्याशी सहानुभूतीने वागण्यापलीकडे ते काय करू शकणार होते? मी फारच अस्वस्थ होऊन गेले. या वरिष्ठांच्या मनात आहे तरी काय नेमकं? किती गुप्तता पाळतात हे धूर्त लोक! माझ्या तपासण्यांच्या रिपोर्टसंबंधी मी खोटं बोलते आहे, असं वाटतं की काय त्यांना? कॉन्व्हेंटमध्ये पोहोचल्यावर रिपोर्टच्या प्रती काढून खात्री पटवण्यासाठी मी मदर प्रॉव्हिन्शिअल आणि कौन्सिलर्सना पाठवून दिल्या. आणखी काय करणार?

आमच्या कॉन्व्हेंटची सुपिरिअर मात्र खूप समजून घेणारी होती, अगदी एखाद्या आईसारखी! कॉलेजमध्ये काही त्रासदायक प्रसंग उद्‌भवल्यास ती मला धीर द्यायची, कौन्सिल मीटिंगला जाण्यासाठी आपणहून मला मोकळीक द्यायची. कॉन्व्हेंटमधील सांघिक प्रार्थनेचं नेतृत्व करायला धाडस द्यायची आणि रोजच्या मासमधील माझ्या उत्स्फूर्त भाषणाचं कौतुक करायची. आमच्या कॉन्व्हेंटमध्ये एक वयस्कर सिस्टर होती. वयोमानानं थोडा चमत्कारिक स्वभाव झाला होता तिचा. तिच्या होस्टेलच्या कामातून जेव्हा तिला निवृत्त करण्यात आलं, तेव्हा मी तिला कॉलेजच्या ऑफिसमध्ये सामावून घेतलं. या गोष्टीचं सुपिरिअरला फार कौतुक वाटलं. तसं तिने बोलूनही दाखवलं. ज्यांना माझा हा निर्णय पटला नाही त्यांनाही मी आठवण करून दिली की, एक ना एक दिवस आपण सगळे म्हातारे होणार आहोत.

तीन वर्षांची मुदत संपल्यानंतर सुपिरिअरची बदली शेजारच्या कॉन्व्हेंटमध्ये करण्यात आली. खरं तर तिच्या इथल्या शेवटच्या दिवशी एका सेमिनारसाठी मला बंगलोरला जावं लागणार होतं. पण तिला निरोप देण्याच्या वेळी मी उपस्थित असावं ही तिची इच्छा कळल्यामुळे मी बंगलोरला जाणं रहित केलं. शिवाय कॉन्व्हेंटमधील कौन्सिलर म्हणून माझ्या कर्तव्याचाही तो भाग होताच.

पूर्वी आमच्याकडे जी सुपरिंटेंडेंट म्हणून काम करत असे, तीच आता आमची सुपिरिअर म्हणून बदलून आली. मला चांगली ओळखत होती. याच सिस्टरला आमची सुपिरिअर म्हणून नियुक्त केल्याबद्दल मी सिस्टर मस्लीनचे आभारही मानले. सिस्टर मस्लीन ही आमची व्हाईस प्रिन्सिपॉल होती आणि निवड समितीवर प्रॉव्हिन्शिअल कौन्सिलरसुद्धा होती. पण प्रत्यक्षात असं झालं की, जिला मी थंड वाऱ्याची झुळूक समजले, तिनेच वादळाचं रूप घेऊन माझ्यावर झडप घातली. नवी सुपिरिअर कॉलेजच्या कोणत्याही गंभीर कामात रस घेत नव्हती. पदाधिकाऱ्यांची अशी अपेक्षा असायची की, कॉलेजमध्ये घडणाऱ्या प्रत्येक घडामोडीबद्दल मी सुपिरिअरशी चर्चा करावी. पण तिला तिची मन:शांती गमवायची नसल्यामुळे कोणत्याही कटकटीपासून ती स्वत:ला दूर ठेवू पाही आणि अशा परिस्थितीत तिच्याकडून मदतीची कोणतीही अपेक्षा ठेवता येत नसल्यामुळे सगळे प्रश्न मी

एकटीच सोडवत असे. पुढे हळूहळू माझ्या असं लक्षात आलं, की मी तिला आवडत नाही. सुपिरिअरचा हा दृष्टिकोन आणि वागणं मी मदर प्रॉव्हिन्शिअलच्या कानावर घालू शकले असते, पण स्वतःला आवरलं. इतर जणींनी माझ्याबद्दल वेळोवेळी वरिष्ठांच्या कानावर खोटेनाटे घातल्यामुळे मी वारंवार त्रास भोगलेला होता. त्यामुळे मला तेच करायचं नव्हतं. खरं तर आता सहज तसं करण्यासारख्या पदावर होते मी. असं असूनही काहीच कृती न करणं हा माझा दोष समजला जाणार, याचीही मला पूर्ण जाणीव होती. माझ्या मैत्रिणी सांगत होत्या, की 'पहिल्यांदा तू जाऊन प्रॉव्हिन्शिअलला हे सांग. कारण वरिष्ठ अधिकारी बहुतेक वेळा पहिल्यांदा त्यांच्याकडे येणाऱ्याची बाजू घेतात आणि तसा पूर्वग्रह मनात ठेवूनच ते नंतर येणाऱ्याचं म्हणणं ऐकत असतात.' पण मला असा तक्रारखोरपणा आवडत नाही. त्यामुळे अशा काही घटना घडल्यानंतर त्यांच्याकडे जाऊन बोलणारी मी बहुधा दुसरी किंवा शेवटची व्यक्ती असते.

खरं तर तारखा आणि आकडे क्वचितच माझ्या लक्षात राहतात. पण ६ डिसेंबर २००७ हा दिवस मी कधीही विसरू शकणार नाही. तो बाबरी मशीद पाडली, त्याचा स्मृतिदिन खराच, पण त्या दिवशी एक नन म्हणून आणि एका कॉलेजची प्रिन्सिपॉल म्हणून माझी शोकांतिका ठळकपणे स्पष्ट झाली. माझ्या जिवाचा संताप करणारे दोन प्रसंग त्या दिवशी घडले.

अगदी थोड्या सिस्टर्सच्या मदतीने, कॉलेजची आणि होस्टेलची व्यवस्था पाहताना माझी अक्षरशः ओढाताण चाललेली होती. त्यात (Plus tow hostellers) ची वॉर्डनही मला न सांगता प्रॉव्हिन्शिअॅलेटमध्ये एका कोर्ससाठी जायला निघाली. आमच्या होस्टेलमध्ये वेगवेगळ्या विद्यार्थ्यांची राहण्याची सोय केली जात असे. त्यात दोन विद्यार्थी सॅक्रेड हार्ट कॉन्व्हेंट स्कूलचे असत (Plus two). त्यांचीच ही वॉर्डन. अगोदरच होस्टेलची मुख्य वॉर्डन आणि तिची असिस्टंट दोघी एका महत्त्वाच्या कामासाठी ऑफिसमध्ये गुंतलेल्या होत्या. होस्टेलच्या किचनमध्ये चेडूथींच्या हाताखाली काम करणाऱ्या बायांना पुरेसा पगार दिला जात नव्हता आणि ही गोष्ट कामगार कल्याण खात्याच्या निदर्शनास आलेली होती. ती समस्या सोडवायला त्या गेलेल्या होत्या. आता त्यातच ही Plus twoची वॉर्डनसुद्धा काही दिवसांकरता गेली असती, तर होस्टेलची मुलं 'मेंढपाळाशिवाय मेंढरं' झाली असती. असं होऊ नये म्हणून इतर वॉर्डनशी बोलून मी त्या वॉर्डनला नीट खुलासेवार परिस्थिती समजावून सांगितली आणि 'जाऊ नकोस' म्हणून विनंती केली. दुसऱ्या दिवशी सुपिरिअर मला सांगते की, प्रॉव्हिन्शिअल कौन्सिलने तिला ऑर्डरच दिली की, प्रिन्सिपॉल नाही म्हणत असली तरी तुला या कोर्ससाठी हजर राहिलंच पाहिजे. मला इतका संताप आला या गोष्टीचा! हे स्वतःला पदाधिकारी म्हणवतात ना? मग यांच्याकडे एवढाही

समजूतदारपणा असू नये?

लागोपाठ दुसरा असा एक प्रसंग घडला की, माझ्या वैतागात अजूनच भर पडली. कॉलेज उघडल्यानंतर मला विद्यार्थ्यांकडून समजलं की, त्यांच्या प्रमाणपत्राच्या फोटोकॉपीज काढण्यासाठी म्हणून त्यांच्याकडून जास्तीची रक्कम वसूल केली जात आहे. मुलं प्रमाणपत्रांच्या कॉपीज काढून देण्यास तयार होती, पण सिस्टर्स सांगत होत्या की, पैसेच भरले पाहिजे आणि प्रत्येक फोटोकॉपी आम्हीच काढून देणार. हे सगळं माझ्या संमतीशिवायच चाललेलं होतं. फोटोकॉपी करण्याच्या खोलीतील मूळ प्रमाणपत्र आणि गुणपत्रिकांचे गठ्ठे पाहून माझ्या डोक्यात तिडीक गेली. मी समोरासमोर जाब विचारला, तर सिस्टर्स खोटं बोलायला लागल्या आणि उलट बिचाऱ्या विद्यार्थ्यांवरच सगळा ठपका ठेवू लागल्या. माझं असं धोरण असे की, कॉलेज हे विद्यार्थ्यांमुळे चालतं. त्यांच्यासाठीच ते अस्तित्वात आलेलं असतं. विद्यार्थी म्हणजे कॉलेजरूपी चाकाचा आस होत. सगळेजण नेहमी विसरतात की, कॉलेजमध्ये प्रोफेसर्स, ऑफिसमधील कर्मचारी, प्रिन्सिपॉल, व्हाईस प्रिन्सिपॉल हे सगळे असतात, ते तिथे विद्यार्थी येतात म्हणून! माझे हे विचार मी जेव्हा सिस्टर्सना किंवा प्रोफेसर्सना सांगत असे तेव्हा त्यांना ते पेलताच येत नसत.

त्या दिवशी, हा प्रकार घडल्यानंतर काही मिनिटांनी मी पाहिलं, मदर जनरल कुणाला कळू न देता कॉलेजच्या आवारात चालतच शिरल्या. त्यांची बॅग त्यांनी स्वत: हातात धरली होती. त्यांची गाडी आवाराबाहेर लावलेली होती. नकळत येऊन आम्हाला बेसावध पकडण्याचा विचार दिसत होता. पण मी लगेचच त्यांना पाहिल्यामुळे त्यांचा एकदम चेहराच पडला. पण लगेच सगळ्या सिस्टर्स धावत येऊन त्यांच्याभोवती जमल्या आणि आम्ही सगळ्यांनी मिळून हसत, गप्पा मारत जेवण घेतलं. जेवण झाल्यानंतर मदरने मला एकटीला वैयक्तिक भेटीसाठी बोलावलं. कुणीतरी मला सांगितलं की, सुपिरिअर माझ्या बारीकसारीक हालचालींचा रिपोर्ट दररोज मदरला देत होती. त्या दोघी बॅचमैत्रिणी होत्या. आज तिच्या सांगण्यावरून मदर माझा 'पर्सनल इंटरव्ह्यू' घेण्यासाठी आलेली होती.

मला शिक्षा करण्यासाठी तिच्यावर कुणीतरी दबाव आणल्याचं जाणवत होतं. पण ती स्वत: फार सज्जन असल्यामुळे सौम्यपणे माझ्याशी बोलत होती.

''हे बघ जेस्मी, तुला प्रिन्सिपॉलपदावरून दूर करण्यासाठी मी आले आहे.''

हे ऐकून मला धक्काच बसला. पण खऱ्या भावना लपवीत मी विचारलं, ''मदर, तुम्ही मला ननेरीमधूनही दूर करणार का?''

''तुला पाहिजे असेल, तर तसंही होऊ शकेल.''

''पण मला याचं कारण कळलं पाहिजे.''

''स्टाफकडून तुझ्या तापट वागण्याबद्दल तक्रारी आल्यात.''

"मला नाही वाटत, कुणी तक्रारी केल्या असतील म्हणून. त्या सर्वांचं माझ्यावर प्रेम आहे मदर."

"हाच तर तुझा गैरसमज आहे ना." तुच्छतादर्शक हसून मदर म्हणाली.

"पण माझं चुकलं तरी काय? हे जाणून घ्यायचा माझा हक्कच आहे."

"तुझे शब्द मी उच्चारू शकणार नाही. पण तू अश्लील बोलतेस."

"मदर? अश्लील म्हणजे? काय म्हणायचंय तुम्हाला? मी काय बोलले ते स्पष्ट सांगा ना, प्लीज. मला एकतरी उदाहरण सांगा."

"त्याचा खुलासा मी करू शकत नाही. ते जाऊ दे. आता तू माझ्याबरोबर अलुवाला यायचं आणि मला बऱ्याचशा लेखांचं भाषांतर करून द्यायचं आहेस."

मी माझ्या हृदयातल्या येशूकडे पाहिलं. त्याने मला विजयाची खूण दाखवली. का? ते मला समजलं नाही. पण मी त्याच्यावर विश्वास ठेवला. अचानक त्याच क्षणी, एक सिस्टर धावत येऊन सांगू लागली की, आपल्या मेन जनरेटरचा अचानक स्फोट होऊन आग लागलेली आहे आणि आपले कामगार आग विझवत आहेत.

"जेस्मी, तुला जाऊन पाहायचंय का तिथे?"

"नाही मदर. माझी माणसं सगळं व्यवस्थित करतील. आपण आपला इंटरव्ह्यू चालू ठेवू."

"हा. तर जेस्मी, सध्याचे आपले पोप म्हणतात की, प्रत्येक दहा नन्सपैकी एकीचं मानसिक संतुलन बिघडलेलं असतं. त्यामुळे तिला उपचार करून घेतले पाहिजेत. तेव्हा मी असं ठरवलं आहे की, तुला एका डॉक्टरकडे नेऊन औषध सुरू करावं."

"मदर, मला नको औषध वगैरे. मदर क्लॅडियांनी दहा वर्षांपूर्वी असा प्रयत्न केला होता. आता तुम्हीही मला तसंच करणार का?"

"हे पाहा, पूर्वी काय घडलं ते मला काहीच ऐकायचं नाही. तेव्हा मी जनरल नव्हते."

"मदर प्रॉव्हिन्शिअल सांगत होती की, तुम्ही पालाईच्या सिस्टर डॉक्टरशी माझ्याबद्दल बोललात म्हणून. या ट्रीटमेंटचाच एक भाग म्हणून मला तिथे नेऊन उपचार द्यायचे होते का?"

"मी कधीच तिच्याशी तुझ्याबद्दल बोलले नाही. त्या प्रॉव्हिन्शिअलने हा मूर्खपणा केला असेल."

ट्रीटमेंट घ्यायला होकार न देताच मी परत आले. नंतर मदर जनरल प्रत्येक सिस्टरशी बोलून माझ्याविषयीची बातमी मिळवत राहिली. दरम्यान, मी माझ्या आईला (अम्माला) फोन केला आणि सांगितलं, की मदर जनरल माझ्यावर मानसोपचार करून घेणार आहे. ती म्हणाली की, मदर जनरलला मला भेटायला आपल्या घरी घेऊन ये. मदर जनरल इतरांचे इंटरव्ह्यू घेत असताना मी जळालेल्या जनरेटरची चौकशी

करण्यासाठी कॉलेजमध्ये गेले. तिथे माझी व्हाईस प्रिन्सिपॉल आणि प्रॉव्हिन्शिअल कौन्सिलर सिस्टर होती. तिला मी विचारलं, "मदर जनरल प्रत्येक सिस्टरजवळ जर अशा प्रकारे माझ्याबद्दल चौकश्या करू लागली, तर प्रिन्सिपॉल म्हणून त्यांचा माझ्याबद्दलचा आदर कसा टिकून राहणार? त्या मला एक उठवळ, चवचाल बाई समजणार नाहीत का?"

"बघ बघ! हेच तुझे घाणेरडे शब्द! म्हणूनच मदर जनरल म्हणतात, तू अश्लील शब्द वापरतेस म्हणून."

"मस्लीन, अगं हे बोलीभाषेतले नेहमीच्या वापरातील शब्द आहेत. यांना नाही कुणी असभ्य किंवा अश्लील समजत."

मग ती गप्प बसली. नंतर होस्टेलच्या वॉर्डनने सांगितलं, "तू त्या ॲडमिनिस्ट्रेटरचं म्हणजे एका पुरुषाचं, एका स्त्री लेक्चररशी संबंध आहेत असं सांगितलंस ना, त्याला त्या मदर जनरल अश्लील म्हणत होत्या."

"अगं मी तिला 'नको' सांगितलं, तरी दोन वेळा तिने गोळा केलेले सर्व पैसे त्याला नेऊन दिले. मग साहजिकच मी तिला विचारलं, की तुझं असं कोणतं खास नातं आहे त्याच्याशी, की 'आज्ञाभंग' करूनसुद्धा त्याला पैसे नेऊन देतेस?"

पुढे ती वॉर्डन काही बोलली नाही.

संध्याकाळपर्यंत मदरचे इंटरव्ह्यू घेऊन झाले. मग मला जवळ बोलावून त्यांनी सांगितलं, की सुपिरिअरला सांगून त्यांनी मला डॉक्टरकडे नेण्याची व्यवस्था केली आहे. मला डॉक्टरकडे नेऊ नका म्हणून मी सांगू लागले, तेव्हा तिने दुसऱ्या एका सिस्टरची हकिकत सांगितली, "तीसुद्धा पहिल्यांदा उपचार करून घ्यायला तयार नव्हती. पण नंतर तयार झाली आणि आता एकदम आनंदात आहे. सगळ्यांना सांगत असते, त्या औषधामुळे तिला खूपच चांगलं वाटतं म्हणून. पण तू जेव्हा ट्रीटमेंट सुरू करशील तेव्हा तुला बरेच दिवस रजा घ्यावी लागेल."

"जर ती ट्रीटमेंट इतकी प्रभावी आणि चांगली असेल, तर मला रजा घ्यायची काय गरज आहे मदर?"

"हं! सुरुवातीला त्याचा बराच त्रास होऊ शकतो. अस्वस्थ वाटतं. मन:स्वास्थ्य विस्कटतं. पण काही काळानंतर चांगला परिणाम दिसू लागतो."

"मदर, याबद्दल मी माझ्या आईशी बोलले आहे. तिला आपल्या दोघींशी बोलायचं आहे. तुम्ही माझ्या घरी याल का?"

"जाऊ या. पण मग एखाद्या सिस्टरला बरोबर घे. म्हणजे नंतर तुला तिच्याबरोबर परत येता येईल."

"पण आजची रात्र, मी माझ्या आईजवळ राहू शकत नाही का?"

"या वर्षात तू एकदा रात्री घरी राहून आलेली आहेस ना?"

"नाही, अजून नाही गेले."

"ठीक आहे. मग मी सुपिरिअरला तसं कळवते."

सी.एम.सी.च्या पदाधिकाऱ्यांनी आता नवा नियम मान्य केला आहे. त्यानुसार वर्षातून एक दिवस आणि एक रात्र आम्ही घरी राहू शकतो. त्या रात्री आम्ही घरी गेलो आणि मदरचं अम्माशी गुप्तपणे बोलणं झालं.

अम्माने सांगितलं की, तिला एक महिनाभर माझ्याजवळ राहू द्या. मीच तिला डॉक्टरला दाखवते. मग बघू या काय होतं ते. अम्माची मनापासून केलेली विनंती अखेर मदर जनरलने मान्य केली. खूप खूप दिवसांनंतर, त्या रात्री मी अम्माजवळ झोपले.

दुसरा दिवस महिन्याचा पहिला शुक्रवार होता. या दिवशी जवळच्या सॅक्रेड हार्ट चर्चमधील प्रार्थना आणि मास प्रसिद्ध होता. अम्मा नेहमी मला त्या प्रार्थनेसाठी बोलवायची, पण मी अजूनपर्यंत यायचं जमवू शकले नव्हते. येशूने मला या प्रार्थनेला हजर राहण्याचा योग आणला याबद्दल तिला खूप आनंद झाला होता. त्या दिवशी आम्ही चर्चला गेलो आणि पूर्ण दिवस प्रार्थनेत घालवला. ते लोक मला मनोरुग्ण ठरवून उपचार करणार आहेत हे कळल्यानंतर मला कॉन्व्हेंटला पाठवायला ती तयार नव्हती. मला कालिकतमधील कुरीसुपल्लीला जाण्याची ओढ लागली होती. तेथे शुक्रवारी केली जाणारी प्रार्थना फार प्रभावी ठरते असं ऐकलं होतं. त्यामुळे तिकडे जाण्यासाठी त्याच संध्याकाळी बस पकडली. जाण्यापूर्वी आमच्या सुपिरिअरला कळवलं की, मी प्रार्थना करून काही दिवसांकरिता शांती मिळवण्यासाठी कालिकतला जात आहे. यापूर्वीही मी संकटकाळात तिकडे गेलेली होते, हे सगळ्या सिस्टर्सना माहीतच होतं. पण सुपिरिअर इतरांसारखी नव्हती. ती नेहमी माझ्या चुका, अपयश यांच्या शोधातच असे.

माझ्या कॉलेजमधील काही शिक्षिकांनी धाडस करून मला मदत करायचं ठरवलं. एका सिस्टरने तर मला मदत करण्यासाठी मोठाच धोका पत्करला. तिने कॉलेजमधील अनेकींशी, माझी बाजू घेऊन वाद घातला. मग मदर जनरलला भेटून माझ्याबद्दलच्या निर्णयाचा फेरविचार करावा म्हणून रदबदली केली. शिवाय माझी बाजू मांडणारं एक पत्रही मदर जनरलला लिहिलं. ते आणून मला वाचून दाखवलं आणि मी नको म्हणत असतानाही तिने ते पोस्टाच्या पेटीत टाकलंच.

माझ्या कॉलेजच्या एका वयस्कर प्राध्यापिकेने मला सांगितलं की, एका पाहुण्या प्राध्यापिकेने माझ्याविरुद्ध थोडंसं सांगताच आमच्या व्हाईस प्रिन्सिपॉलने तिला मॅनेजरकडे पाठवलं. म्हणजे तिला तीच तक्रार लेखी देणं भाग पडलं. आता ती माझ्याविरुद्धचा पुरावा म्हणून त्याचा वापर करू शकत होती. त्या पाहुण्या प्राध्यापिकेने सगळे लहान-मोठे सहकारी आणि टीव्ही चॅनेलच्या लोकांदेखत माझा

अपमान केलेला होता. पण पुढे ती माझी मैत्रीण झाली आणि त्यामुळे 'आपण जुलमी अधिकाऱ्यांच्या दबावाला बळी पडलो' याचा तिला पश्चात्ताप झाला.

सारखं सारखं 'तुला डॉक्टरकडे नेऊ', 'मानसोपचार सुरू करू' असं सांगितलं गेल्यामुळे मी मनातून घाबरून गेले होते. भोजनकक्षात माझ्यासाठी काही पदार्थ प्लेटमध्ये वेगळा काढून ठेवलेला असेल आणि त्यात कसलं तरी औषध मिसळलं असेल अशी भीती मनात येऊ लागली. त्यामुळे तो पदार्थ बाजूला ठेवून इतर सर्वजणी खात असतील, तेच जेवण मी वाढून घेऊ लागले. बऱ्याच वेळा होस्टेलच्या स्वयंपाकघरात काम करणाऱ्या मरियम कुट्टी चेडूथी आणि तिची मदतनीस सेलीना चेडूथी याच माझं जेवण शिजवीत असत. कॉन्व्हेंटमधील शेवटच्या दिवसापर्यंत या दोघी माझ्या सर्वांत जवळच्या मैत्रिणी होत्या. त्या माझ्यावर किती माया करायच्या, माझी किती सेवा करायच्या, माझ्यासाठी किती प्रार्थना करायच्या आणि माझ्यासाठी केवढा त्रास त्यांनी भोगला याचं वर्णन करायला माझ्याकडे शब्द नाहीत.

मदर जनरल सतत माझ्या औषधोपचारांविषयी चौकशी करण्यासाठी फोन करून माझ्या आईला सतावत होती. आईने खरं तर, एका महिन्याचा अवधी मागून घेतलेला होता आणि तरीसुद्धा रोज रोज येणाऱ्या या फोनचा बहात्तर वर्षे वयाच्या माझ्या विधवा आईला फार त्रास होत होता. अखेर एक दिवस आईने मला एका होमिओपॅथीच्या डॉक्टरकडे नेलं आणि त्यांना माझी थायरॉईडची समस्या सांगितली. त्याने 'औषध तयार करून ठेवतो, दोन दिवसांनी या.' म्हणून सांगितलं. पण मी पुन्हा त्या डॉक्टरकडे गेले नाही, कारण मी एल्ट्रॉक्सिनच्या गोळ्या घेत असल्यामुळे मला दुसऱ्या औषधांची गरज नव्हती.

सर्व सिस्टर्सची माझ्याविरुद्ध गंभीर तक्रार अशी होती की, मी कॉन्व्हेंट चॅपेलमधील सकाळच्या 'मास'ला हजर राहत नाही. माझ्या हायपोथायरॉईडच्या समस्येमुळे मी सकाळी लवकर उठू शकत नसे. त्यामुळे मी जवळपासच्या चर्चमध्ये संध्याकाळच्या 'मास'ला हजर राहायची. पण सिस्टर्सनी पदाधिकाऱ्यांना सांगितलं आणि माझ्याविषयी खोटी अफवा पसरली की, मी कधीच 'मास'ला हजर राहत नाही.

एक दिवस माझ्या सर्वांत धाकट्या भावाने सुचवलं की, पोट्टा आश्रम इथल्या फादर पनक्कल यांना भेटून मी माझ्या समस्या सांगाव्यात. त्याप्रमाणे माझी आई आणि वहिनी यांच्याबरोबर मी तिथे गेले. माझी हकिकत ऐकली तेव्हा फादर म्हणाले, "सिस्टर, तुम्ही तुमची खुर्ची सोडावी, असं जीझसच्या मनात नाही. त्याच्या दैवी योजनेमुळेच तुम्हाला ती खुर्ची प्राप्त झाली आहे. ती तुम्ही सोडू नका. कुणीच तुम्हाला पदावरून हटवू शकत नाही."

मग मी त्यांच्याशी 'सेल्फ फायनान्सिंग कोर्स' आणि त्याबद्दलचे चर्चचे निर्णय याबद्दल बोलले. माझा दृष्टिकोन त्याच्या अगदी उलट असल्याचं सांगितलं. तरीही

मी आज्ञापालनाची शपथ घेतलेली असल्यामुळे कधीही चर्चच्या धोरणाविरुद्ध वागले नाही, हेही आवर्जून सांगितलं. त्यावर त्यांनी फार मार्मिक भाष्य केलं. ते म्हणाले, "असं पाहा, दरोडेखोर घरात शिरले म्हणून घरच्यांनी आपलं वागणं बदलायचं नसतं. आपण सर्व मिळून अगोदर शत्रूचा नि:पात करू. नंतर स्वत:च्या वागण्याचं परीक्षण करून काय बदल करायचे आहेत, ते ठरवता येईल."

"मग फादर, आता मी काय करू?"

"आता तुम्ही बिशपकडे जाऊन त्यांना सगळं सांगा. कदाचित ते चिडतील. पण ते सहन करून तुम्ही सगळ्या घटना त्यांच्या कानावर घाला. काहीही झालं, तरी तुम्ही चर्चबरोबर आहात, याची खात्री पटवा आणि जेव्हा सुट्या असतील ना, तेव्हा इकडे येऊन प्रार्थना करीत जा."

हे ऐकून मला खूप शांत आणि सुटल्यासारखं वाटलं. अम्माला मी हे सगळं सांगितलं आणि लगेच भावाला फोन करून कळवलं, की त्याचं ऐकल्यामुळे मला किती आनंद मिळाला ते!

कॉन्व्हेंटमध्ये परतल्यावर सिस्टर्स मला फादर पनक्कलबरोबर झालेल्या भेटीसंबंधी विचारत होत्या. तिथे गेल्याबरोबर मी बिशपशी भेटीची वेळ ठरवण्याच्या मागे लागले. त्यांनी दोन दिवसांनंतर फोन करण्यास सांगितलं. दुसऱ्या वेळेला त्यांनी विचारलं, "प्रिन्सिपॉल, काय झालंय? जीझस तुझ्या जवळपास नाही काय?"

"जीझस माझ्या हृदयातच आहे. पण काही गोष्टी आपल्याला माणूस म्हणून समजून घेणाऱ्या वरिष्ठांच्या कानावर घालाव्याशा वाटतात."

त्या वेळेला त्यांना मला भेटायला वेळ काढणं शक्यच नव्हतं. म्हणून त्यांनी माझी दुसऱ्या एका फादरबरोबर भेट ठरवून दिली. पण माझ्या अडचणी बिशप सोडून इतर कुणाला सांगणं मला योग्य वाटेना म्हणून मी गेले नाही.

फादर पनक्कलनी सांगितल्याप्रमाणे रविवारी मी 'डिव्हाईन रिट्रिट सेंटर'ला जाऊन पूर्ण दिवस तिथल्या पवित्र धार्मिक वातावरणात घालवून आले. कॉन्व्हेंटमध्ये परत येताना 'दिलासा' मिळाल्याची भावना मन व्यापून टाकत होती. ख्रिसमसच्या दुसऱ्या दिवशी होस्टेल वॉर्डन्स, स्वयंपाकघरात काम करणाऱ्या बायका यांच्याबरोबर मी 'वेलंकनी मातेच्या समाधिस्थळी' सहलीला जाणार होते. आता अगदी जड अंत:करणाने मी निघणार, तोच दोन प्रॉव्हिन्शिअल कौन्सिलर्स माझ्याकडे आल्या आणि सांगू लागल्या की, आता माझ्यावरच्या सगळ्या आरोपांची चौकशी पूर्ण झालेली आहे, मला निर्दोष ठरवण्यात आलेलं आहे. चौकशीची फाईल बंद केलेली आहे. म्हणून मी आता पुन्हा प्रिन्सिपॉल म्हणून काम हातात घ्यावं.

मला खूप खूप आनंद झाला. मी वॉर्डन्सना सांगितलं आणि ताबडतोब अम्माला फोन करून ही आनंदाची बातमी सांगितली. तिला म्हटलं, अम्मा, माझ्या वतीने

सगळ्यांना येशूचे आभार मानायला सांग.

वेलंकनीला गेल्यावर मी बराच वेळ त्या पवित्र स्थळाजवळ बसले होते. येशूचे खूप खूप आभार मानले आणि त्याला म्हटलं, 'माझ्या सोसण्याची सीमा झालीय. आता यापुढे सोसायला लावू नको रे बाबा. नाही सहन होणार.'

कॉन्व्हेंटमध्ये परत आल्यानंतर येशूला विचारलं, सिस्टर्सना सगळं काही सांगू की नको? त्याचे आशीर्वाद घेऊन मग सुपिरिअरला सांगितलं, की करमणुकीच्या वेळात सर्व सिस्टर्सना मी काहीतरी सांगू इच्छिते. तिने परवानगी दिली. तेव्हा मी सिस्टर्सना सांगितलं, की गेले काही दिवस मी अशी शांत शांत, उदास का झाले होते. आता माझ्याविरुद्धची फाईल बंद झालेली आहे आणि मी पुन्हा एकदा मारियाज कॉलेजची प्रिन्सिपॉल म्हणून सूत्र हाती घेणार आहे. गेल्या काही आठवड्यांतील माझ्या वर्तणुकीबद्दल मला सर्वांनी माफ करावं आणि तुमच्यापैकी कुणाच्या हातून जर काही चुकीचं वर्तन झालेलं असेल, तर तेही मी विसरलेली आहे.

त्या दिवशी सहलीला गेल्याने खूप थकवा आलेला होता, म्हणून सुपिरिअरची परवानगी घेऊन लवकरच झोपायला गेले. पण झोप लागता लागताच निरोप आला की, तुम्हाला मदर जनरलकडून फोन आलाय. मी उलट निरोप दिला, की त्यांना उद्या फोन करते. पण दुसऱ्या दिवशी मी फोन करण्यापूर्वीच त्यांचा फोन आला आणि त्या रागातच बोलल्या, "जेस्मी, उद्याच्या उद्याच डिव्हाईन रिट्रिट सेंटरला जा आणि तिथल्या रिट्रिटमध्ये भाग घे. पण जाण्यापूर्वी प्रदीर्घ मुदतीच्या रजेकरता अर्ज लिहून दे. पुढची टर्म सुरू होईल तेव्हा तू प्रिन्सिपॉलच्या खुर्चीवर दिसता कामा नयेस. मी तुझी डॉक्टरबरोबर भेटीची वेळ ठरवली आहे आणि औषधांची वगैरे सगळी व्यवस्था केलेली आहे. आम्ही फादर पनक्कलना भेटलो. ते म्हणाले, तू सांगितलंस ते खोटं आहे. त्यांनी तुला खुर्चीवरून दूर करण्याची परवानगी दिलेली आहे. तुझ्या आईने आणि भावांनी तुला डॉक्टरकडे नेऊन औषधोपचार करण्याची तयारी आधीच दाखवलेली आहे. आता तुझ्या घरचे लोकही तुझ्या पाठीशी उभे राहणार नाहीत. तुझ्या भावांनी मला स्पष्टच सांगितलं, की सध्याच्या चमत्कारिक अवस्थेतून तिला बाहेर काढण्यासाठी तुम्ही काहीही करा. आता एका तासाने मी मंगळूरला जाण्यासाठी निघते आहे. तीन जानेवारीला परत येईन. त्यानंतर तू मला फोन करून विचार. सांगेन पुढे काय करायचं ते."

अचानक या उलटसुलट घटना कशा काय घडताहेत, मला समजेचना. चौकशी केल्यावर कळलं, की मी झोपायला गेल्यानंतर सुपिरिअरने कुणाकुणाला फोन केलेले होते. आता मात्र माझ्या सहनशीलतेचा अंत झालेला होता. रडत रडतच मी अम्माला फोन लावला. ती म्हणाली,

"नाही गं मोले, ती फार फार खोटं बोलली तुझ्याशी. मी आत्ता मट्टमला आहे.

माझ्या भावाच्या अंत्यविधीसाठी आले आहे. तिने मला इथे फोन करून सांगितलं, की तुमच्या मुलांनी जेस्मीच्या मानसोपचारासाठी परवानगी दिली म्हणून. मी तिला सांगितलं, की माझा यावर काही विश्वास बसत नाही. मला त्यांच्याशी बोलावं लागेल म्हणून. त्यांना विचारलं, तर ते म्हणतात, आम्ही असं काहीच सांगितलेलं नाही. तुझी मदर जनरल ज्या पद्धतीने खोटं बोलली ना, ते ऐकून जोशायची बायको तर रागाने थरथर कापायलाच लागली आहे.''

मला समजून चुकलं. आपल्याला इथून सुटका करून घेण्यासाठी फक्त काही तासांचा अवधी उरला आहे. उद्या मला रिट्रिट सेंटरला बोलावलं आहे. डिव्हाईन रिट्रिट सेंटरमध्ये जबरदस्तीने कोणत्याही औषधाचा प्रयोग माझ्यावर केला जाऊ शकतो. तीन वर्षांपूर्वी माझ्या चेचीला असाच त्रास देण्यात आलेला होता. तेथील ब्रदर्स महाभयानक आहेत. त्यांच्या तावडीतून मला सुटताच येणार नाही.

मला माझ्या एका मित्राची आठवण झाली. गमतीगमतीत, मला खुर्चीवरून दूर करण्यासाठी मला वेडं ठरवून औषधोपचार करण्याचं कसं नाटक चालू आहे, ते मी त्याला सांगितलं होतं. मी त्याला फोन करून परिस्थितीची कल्पना दिली. त्याने त्याच्या एका मित्राचा सल्ला ऐक म्हणून सांगितलं. त्याच्या मित्राने मला कोणकोणत्या प्रकारे स्वत:चा बचाव करता येऊ शकेन, ते सांगितलं. प्रसिद्ध स्त्रीवादी कार्यकर्ती आणि मल्याळी लेखिका सारा जोसेफ हिनेही मदत करण्याची तयारी दर्शवली. मी माझ्या भावाचा फोन नंबर देऊन सांगितलं, 'तुम्ही त्याच्याशी बोला.'

थोड्या वेळाने माझा भाऊ मला भेटायला आला. त्याने माझ्या तोंडून सगळी हकिकत ऐकून घेतली. मग म्हणाला, ''तुला घरी यायचं असेल तर दुपारी तीनला तयार रहा.''

मी होकार दिला. माझी सगळी मूळ कागदपत्रे घेतली. बागेतल्या गुहेत असलेल्या व्हर्जिन मेरी मातेचा निरोप घेतला आणि येशूच्या हाताला धरून कॉलेजमधून बाहेर पडले. कॉन्व्हेंटमधील सगळ्या सिस्टर्स वार्षिक प्रार्थनेसाठी रजेवर होत्या. मला डिव्हाईन रिट्रिट सेंटरमध्ये पाच दिवस जायचं असल्याने त्यातून सुटी मिळाली होती.

इंटरकॉमवरून मी सुपिरिअरला कळवलं की, घरून निरोप आला आहे. तातडीच्या कामासाठी मी भावाबरोबर घरी जाते आहे.

त्या जबरदस्त तटबंदीतून सुटका करून घेण्याचा हा माझा पहिला प्रयत्न.

सुखरूप सुटका

मी घरी पोहोचण्यापूर्वीच अम्माला तिच्या भावाच्या, मट्टमच्या घरून परत आणलेलं होतं. मी पूर्णपणे विस्कटलेल्या मनःस्थितीत घरी परतले होते. काहीतरी अघटित घडेल असा विचार मनात होता. पण माझी आई, भाऊ आणि वहिनी यांनी प्रेमाने माझं स्वागत केलं आणि माझं सांत्वन केलं. जो हॅबिट मी अंगावर घातलेला होता, तेवढेच कपडे माझ्याकडे होते. पण माझ्या भावाने सांगितलं, की तू नेहमी हा हॅबिटच घालत जा आणि सतत अम्माजवळ राहत जा. दररोज रात्री मी माझा पोशाख धुऊन तो पंख्याखाली वाळवत असे आणि तो वाळेपर्यंत घरातल्या माणसांखेरीज कुणालाही भेटत नसे.

माझ्या भावंडांपैकी एक सख्खी बहीण माझ्याकडे नकारात्मक दृष्टिकोनातून बघत होती. त्या काळात ही माझ्यासाठी सर्वांत दुःखाची गोष्ट होती. कॉलेजमध्ये काम करत असताना तिच्याबद्दल विशेष आस्था दाखवून नन्सनी, खासकरून आमच्या सुपिरिअरने तिचं मत माझ्याविषयी कलुषित केलेलं होतं. सुपिरिअर आणि तिची मदतनीस एकदा आमच्या घरीही आल्या होत्या. पण मी माझ्या खोलीच्या बाहेर गेले नाही. भाऊ म्हणत होता की, फक्त बाहेर येऊन त्यांच्या दृष्टीस पड. नाहीतर त्यांना वाटायचं, तू घरी आलेलीच नाहीस. मदर जनरल मंगळूरला गेलेली होती. त्यामुळे ती तिकडून आल्यानंतरच माझ्याबद्दलचा निर्णय घेतला जाणार होता.

एक जानेवारी हा माझा मेजवानीचा दिवस. येशूचं या दिवशी नाव ठेवलं गेलं असं मानलं जातं. म्हणून कॉलेजमध्ये असताना विद्यार्थी, स्टाफ, पालक-शिक्षक संघटनेचे सदस्य आणि सिस्टर्स यांच्यासमवेत तो साजरा केला जात असे. पण या वर्षी मी 'अज्ञातवासात' असल्यामुळे 'मास'करतासुद्धा जाऊ शकले नाही. तीन जानेवारी हा दिवस आमच्या सी.एम.सी.चे संस्थापक संत चावरा कुरियाकोसे एलियास यांचा स्मृतिदिन म्हणून साजरा केला जातो. दरवर्षी माझी बहीण हा दिवस ओल्लरच्या चर्चमध्ये साजरा करते. मी अम्माबरोबर ओल्लरला 'मास' करता गेले.

पाहते तर माझ्या मागेच माझी एक बॅचमैत्रीण बसलेली. पण अम्माने मला तिच्या दृष्टीस पडू दिलं नाही.

त्या दिवशी मी वडिलांच्या थडग्याचं दर्शन घेऊन, सी.एम.सी. सोडण्याकरता त्यांचे आशीर्वाद घेतले. नंतर माझी सात महिन्यांची दिवंगत भाची अनुमोल हिच्या थडग्यापाशी जाऊन शक्ती मिळवण्यासाठी प्रार्थना केली. सर्वांत शेवटी माझी दिवंगत थोरली बहीण, माझी चेची हिचे आशीर्वाद घेऊन यशस्वी होण्यासाठी प्रार्थना केली. एवढं सगळं झाल्यानंतर माझे अत्यंत आवडते संत चावरा यांचा मी निरोप घेतला.

बायबलमधूनही मला सी.एम.सी. सोडण्याचाच संकेत मिळाला. मला असे संकेत मिळत असत. ती एक दैवी देणगीच होती मला. कितीतरी वेळेला असं झालेलं आहे, की प्रार्थना करून झाल्यावर मी कोणतंही एक बायबलचं पान उघडलं की, त्यात त्या दिवशी घडणाऱ्या घटनांबद्दलचं भाष्य केलेल्या ओळी समोर येत. अम्मा म्हणत होती की, आता काही मी त्या नरकात तुला परत पाठवणार नाही.

दरम्यान, एका धर्मगुरूंना मध्यस्थ नेमण्यात आलं आणि त्यांनी सुचवलं, की मी 'कुरिशुमाला' येथे जाऊन एक वर्ष केवळ प्रार्थना करण्यात घालवावं. मी या गोष्टीला खुशीने तयार झाले. माझा भाऊ म्हणाला, सीनिअर बिशपना भेटून यासाठी त्यांचे आशीर्वाद घे. त्यानुसार अम्मा आणि मी सीनिअर बिशपना भेटायला गेलो. मला नुकतेच आलेले कटू अनुभव सांगता सांगता मी रडत होते. त्याच अवस्थेत 'कुरिशुमाला' येथे जाऊन राहण्यासाठी मी त्यांची परवानगी मागितली. ते म्हणाले, "जेस्मी, तू मानसिकदृष्ट्या अस्वस्थ झालेली आहेस की नाहीस हे तुझ्या लक्षात येणार नाही. इतर सिस्टर्सना ते समजून येईल. त्यामुळे ही वेळ प्रार्थनेला जाण्याची नाही. लवकरात लवकर एखाद्या डॉक्टरकडे जा आणि ट्रीटमेंट सुरू कर."

त्यांनी अम्माचं म्हणणं ऐकलं नाही. तिच्याकडे बघितलंदेखील नाही. अम्मा फार अस्वस्थ झाली. तिला वाटलं होतं, बिशप यापेक्षा खूप आस्थेने आणि प्रेमाने वागवतील.

मदर जनरल मंगळूरहून परत आल्यानंतर एक दिवस माझ्या भावाला चर्चेसाठी प्रॉव्हिन्शिअल हाऊसवर बोलावण्यात आलं. त्याला त्यांनी असं अभिवचन दिलं की, कुठलीही अट न घालता आम्ही तिला क्षमा करून आमच्यात परत घेऊ. 'तिला कसलेही मानसोपचार (Mental Treatment) सुरू करणार नाही' असंही त्याने त्यांच्याकडून कबूल करून घेतलं.

इकडे 'मला कधीही कॉन्व्हेंटमध्ये परत पाठवू नकोस' अशी मी अम्माची विनवणी करीत राहिले. तीही तयार झाली. मी असंही सांगितलं, की 'जर तू मला कॉन्व्हेंटमध्ये परत पाठवलंस, तर जनरलेटला जाण्याच्या वाटेतूनच मी पळून जाईन

आणि तेही शक्य झालं नाही तर मी जीव दिल्याशिवाय राहणार नाही.' असं म्हटल्यावर माझ्या घरातील एक व्यक्ती निष्ठुरपणे म्हणाली,

"आता जे चाललं आहे, त्यापेक्षा तू कुणाचा हात धरून पळून गेली असतीस किंवा सरळ कुणाशी लग्न लावलं असतंस, तर फार बरं झालं असतं. निदान आमच्या डोक्यावर तरी तुझं ओझं पडलं नसतं. आता पुन्हा इथे स्थिरस्थावर झालेल्या घरात परत येऊन खळबळ माजवण्यापेक्षा जीव दिलास तर तूही सुटशील आणि आम्हीही सुटू... हां! थोडे दिवस दुःख होईल, पण काही काळानंतर त्याचाही विसर पडेल."

असं बोलणाऱ्याला अम्माने चांगलंच फैलावर घेतलं. त्याचं प्रत्येक बोलणं खोडून काढलं. पण एकूण कुटुंबाचा माझ्याकडे बघण्याचा दृष्टिकोन काय आहे, याची मला चांगलीच कल्पना आली.

दुसऱ्या दिवशी मला प्रॉव्हिन्शिअल हाऊसला नेण्यात आलं. बरोबर माझी अम्मा, भाऊ, भावजय, चुलतभाऊ होते. माझ्या दोन मैत्रिणी आशा आणि स्मिता यांनी माझ्याबरोबर येण्याचा हट्टच धरला. समाजाच्या प्रतिनिधी म्हणून त्या केवळ तिथे हजर राहणार होत्या. मला नैतिक पाठिंबा देण्यासाठी! तेथील चर्चा झाल्यानंतर, जर मला स्वत:ला शंभर टक्के जावंसं वाटत असेल, तरच त्या मला परत कॉन्व्हेंटमध्ये जाऊ देणार होत्या.

मी मदर जनरलला भेटायला गेले, तेव्हा तिने मला मिठी मारली आणि फोनवर ती जे बोलली होती, त्याचा इन्कार केला. ती असं का करते आहे, मला काहीच समजेना. नंतर मला मदर प्रॉव्हिन्शिअलकडे नेण्यात आलं. तिनेही मला मिठी मारून 'Welcome Back' म्हटलं. फार हृदयद्रावक दृश्य होतं. माझ्यासहित सर्वजण रडत होते. अम्मा आणि सगळे कुटुंबीय घराकडे परतले. मला दोघी कौन्सिलर्स कॉलेजमध्ये घेऊन गेल्या आणि माझ्याकडे प्रिन्सिपॉलपदाची सूत्रे आणि खुर्ची सोपवली. वैयक्तिक प्रार्थनेसाठी मी एक महिन्याचा अवधी मागितला. तोही मंजूर करण्यात आला.

माझ्या सिस्टर्स, शिक्षिका आणि विद्यार्थी यांनी माझं भावपूर्ण स्वागत केलं. फक्त एक नव्याने नेमलेली शिक्षिका याला अपवाद ठरली. तिनेच माझ्याविरुद्ध रान उठवलेलं होतं आणि 'त्या' निनावी पत्रामागे ज्या सिस्टरचा हात असल्याचा मला संशय होता, तिच्यात आता कमालीचा बदल झालेला दिसत होता. ती माझ्याशी खूप मित्रत्वाने वागत होती. होस्टेलच्या स्वयंपाकघरात काम करणाऱ्या मरियमकुट्टी चेडूथी आणि सेलीना चेडूथी; ज्या मला मातेसमान वाटत, त्यांनी पूर्वीपेक्षाही जास्त ममतेने माझं स्वागत केलं. आमच्या स्थानिक सुपिरिअरला मात्र, माझं येणं तितकंसं आवडलं नाही. तरीही एखाद्या कसलेल्या अभिनेत्रीप्रमाणे ती माझ्याशी प्रेमाने वागली आणि तिने स्वत:ला आनंद झाल्याचं दर्शवलं.

प्रार्थनेसाठी मी ज्या ज्या जागा सुचवल्या, त्या एकामागोमाग एक, काही ना काही कारण दाखवून नाकारण्यात आल्या. 'कुरीशुमाला' आणि 'समीक्षा' ही कालडीमधील उंचावरची ठिकाणं. तिथे खूपच थंडी असेल म्हणून मला तिथे जाऊ दिलं नाही. शेवटी कसेबसे मला 'समीक्षा'ला पाठवायला तयार झाले. पण मला तिथे फक्त एक आठवडाभर राहण्याची परवानगी मिळाली. म्हणून मी तेवढीच रजा मागितली, पण मदर प्रॉव्हिन्शिअलने मला जबरदस्तीने एक महिन्याची रजा घ्यायला लावली.

त्या महिन्यातच 'कॉलेज डे' येत होता. मी रजेवर गेले, तर माझ्या अनुपस्थितीत तो साजरा करावा लागला असता. प्रिन्सिपॉलच्या गैरहजेरीत कॉलेज डे? मी तर असं कुठे ऐकलं नव्हतं. मला रजा घ्यायला लावण्यामागचा प्रिन्सिपॉलचा सुप्त हेतू असा उघड झाला. तिची चाल माझ्या भावाच्या लक्षात आली. तरीपण त्याने मला तिचंच ऐकण्याचा सल्ला दिला. मी त्याला म्हटलं, ''तू मला वाघाच्या तावडीतून सोडवलंस आणि पुन्हा त्याच्याच गुहेत आणून सोडलंस.''

मी एक महिन्याची रजा घेऊन 'समीक्षा'ला गेले. तिथे S.J. Fathers यांचा एक आश्रम होता. शांतपणे प्रार्थना करण्यासाठी तिथे सी.एम.सी.च्या पदाधिकाऱ्यांनी मला समुपदेशन (Counselling) देण्यासाठी एका सिस्टरच्या धर्मोपदेशक भावाला पाठवलं. माझे अनुभव ऐकल्यानंतर त्याला वाटलं, मी एक गटबाजीच्या राजकारणाची 'केस' आहे. त्यामुळे त्याने मला मार्गदर्शन करण्याचं नाकारलं. अशा रीतीने सी.एम.सी.च्या पदाधिकाऱ्यांची त्यांच्या पसंतीच्या समुपदेशकाकडून मला 'मार्गदर्शन' करण्याची योजना फसली.

'समीक्षा'ला असताना मला माझ्या कॉलेजमधील एका शिक्षिकेचा फोन आला. तिने मला विचारलं की, मी वेड्यांच्या इस्पितळात उपचार घेत आहे का? कारण प्रिन्सिपॉलने तिला तसं सांगितलं होतं. दुसऱ्या एकाचा फोन आला, तोही तसंच सांगू लागला. त्याच्या एका मित्राने त्याला सांगितलं होतं की, मी मानसोपचार घेत आहे. कोण पसरवत होतं या अफवा? माझे कुटुंबीय किंवा मित्र नक्कीच नाहीत. मग कोण? अर्थातच ज्यांना अशी अफवा पसरल्यामुळे फायदा होणार होता, तेच लोक असं उठवत असावेत.

तिथे पोहोचल्यानंतर पूर्ण तीन दिवस मी चॅपेलमध्ये घालवले. काचेच्या टॅबरनॅकलमध्ये चाललेले सर्व धार्मिक विधी मनापासून पाहिले. मी येशूची एकही प्रार्थना केली नाही. फक्त त्याच्याकडे एकटक बघत होते. मनात एकच विनंती होती. 'माझ्याशी बोल. सरळ, समोरासमोर बोल. आता मी फक्त तुझ्या शब्दांवर विश्वास ठेवू शकते.' तीन दिवस काहीच घडलं नाही. पण तिसऱ्या दिवशी संध्याकाळी त्याने डोळे उघडले. त्याचे ओठ विलगले आणि तो बोलू लागला,

"तू कॉन्व्हेंटमध्ये सव्वीस वर्षे घालवलीस असं का म्हणतेस? नीट मोजून पाहा. सी.एम.सी.ला जाण्यासाठी तू घर सोडलंस, त्याला किती वर्षे झाली?"

मी मोजून पाहिलं. बरोबर तेहेतीस वर्षे झालेली होती. येशूने या पृथ्वीवर जेवढी वर्षे घालवली, तोच हा आकडा!

"जेस्मी, सी.एम.सी.मधलं तुझं आयुष्य संपलेलं आहे. आतापर्यंत तिथे तुला फक्त वाळवंटात यावेत तसे रुक्ष अनुभव आले आणि आता मला आला होता तसाच तेहेतिसाव्या वर्षी मृत्यूचा अनुभव येतो आहे. तू सी.एम.सी.साठी मरते आहेस, पण कुणालाही दोष देऊ नकोस. त्यांच्याकडून मीच ती कृत्ये करवून घेत आहे."

"पण येशू, आता मी काय करू?"

"चौतिसावं वर्ष सुरू होण्यापूर्वी तू सी.एम.सी. सोडशील. त्यानंतर तुझं नवं आयुष्य सुरू होईल."

"येशू, कधी? कुठे? कसं काय?"

"जेस्मी, तू सामान्य लोकांचं नेतृत्व करशील."

"देवाधिदेवा, असं कोड्यात का बोलतो आहेस?"

"खूप लोक असे आहेत, ज्यांना तुझ्या मदतीची गरज आहे."

मी अनेक तास त्याच्या सहवासात बसून राहिले. त्याने मला मनोधैर्य दिलं. खचलेल्या मनाला आधार दिला. मी नेमकं कोणतं कार्य करायचं आहे, त्याचा तपशील मला माहीत नव्हता. पण त्या क्षणापासून माझी प्रार्थना असायची, 'येशू, मला तुझा मार्ग दाखव. तुझ्या पवित्र हृदयावर माझा विश्वास आहे येशू.'

माझा येशू माझ्याशी बोलल्यामुळे आता मला खूपच शांत वाटत होतं. ज्यांनी मला वेडं ठरवलं, त्यांना नक्की हा माझा वेडेपणाचाच भाग वाटत असेल. पण येणाऱ्या काळात येशू आपले शब्द सिद्ध करून दाखवणार होता.

'समीक्षा'मध्ये दहा दिवस काढल्यानंतर मला कुठेही जायचं नव्हतं. पण मला माझ्या बहिणीने आणि मैत्रिणीने सांगितलं, की नदीच्या पलीकडे एक प्रार्थना शिबिर भरणार आहे. तिथे मी गेले.

प्रार्थना करत असताना मला आठवण झाली, माझ्या मावसभावाची. फादर जोसेफची. त्याची हैद्राबादहून दिल्लीला बदली झालेली होती. मनात आलं फादर जोसेफ आपल्याला मदत करू शकेल. मी अम्माला विचारलं. तिचंही तेच मत पडलं. आता फादरचा नंबर कसा मिळवायचा? मागे मी कसल्याशा निमित्ताने हैद्राबादला गेले होते, तेव्हा त्याचा नंबर मोबाईलमध्ये जतन केला होता. सुदैवाने मला तो सापडला आणि मी त्याला मेसेज पाठवला, 'I am in trouble'. त्यानंतर एका तासाने त्याचा फोन आला. मी मला होणाऱ्या त्रासाचं वर्णन करून मग विचारलं, "मला माझ्या भवितव्याबद्दल तुझा सल्ला पाहिजे. केव्हा येऊ भेटायला?"

"आता मी थेट जानेवारीच्या शेवटच्या आठवड्यात मोकळा होईन."

"मग मी तेव्हा येते फादर."

यानंतरची अवघड पायरी होती मदर जनरल आणि मदर प्रॉव्हिन्शिअल या दोघींची परवानगी मिळवणं. मी येशूला विनवलं, 'मी तिकडे जावं असं तुला वाटत असेल, तर मला मदत कर.' मग मी माझा मित्र लीनक्सला फोन करून एर्नाकुलम ते दिल्लीचं तिकीट काढून ठेवायला सांगितलं. जर मला परवानगी नाही मिळाली, तर ते रद्द करता आलं असतं. मनोबल एकवटून मी मदर जनरलला फोन लावला. तिला ती कल्पना पटली. पण तिने सांगितलं की, मदर प्रॉव्हिन्शिअलने पाठवलं तरच तू जा.

मग मी मदर प्रॉव्हिन्शिअलला फोन केला. फादर जोसेफलाही, मदर जनरल आणि प्रॉव्हिन्शिअल, दोघींना फोन करायला सांगितले. अशा बऱ्याच फोनाफोनीनंतर आणि विविध खुलासे करून झाल्यानंतर एकदाची मला दिल्लीला जाण्याची परवानगी मिळाली. मदर प्रॉव्हिन्शिअलने तिच्या कारमधून दोन सिस्टर्सना मला रेल्वेमध्ये बसवून देण्यासाठी स्टेशनपर्यंत पाठवलं होतं. दिल्लीत मी अकरा दिवस होते. ते दिवस वर्षभरातील सर्वांत जास्त थंडीचे होते. तिथे गेल्यावर पहिल्याच दिवशी माझ्या बाजूच्या कॉलेजची प्रिन्सिपॉल भेटली. तिनेच सगळीकडे माझ्यावर मेंटल हॉस्पिटलमध्ये उपचार चालू असल्याची खोटी बातमी पसरवली होती. आता दिल्लीत मी जिथे उतरले होते, तिथेही तिने सगळ्यांना हेच सांगून ठेवलेलं होतं. त्या दिवसांमध्ये मी मनातलं सगळं फादरना सांगून टाकलं. अगदी येशूने मला काय सांगितलं, तेसुद्धा! पण त्यांचा त्यावर विश्वास बसला नाही आणि त्यांनी मला उपदेश केला की, एकदम असा कठोर निर्णय घेऊ नकोस. त्याऐवजी त्यांनी सुचवलं की, कॉन्व्हेंटमधून दोन वर्षांची रजा काढ आणि दिल्लीला माझ्याबरोबर 'युवा मंत्रालयात' काम कर. याला मात्र मदर जनरल आणि मदर प्रॉव्हिन्शिअल ताबडतोब तयार झाल्या, कारण फार दिवसांपासून हेच घडावं असं त्यांना वाटत होतं.

कॉलेजमध्ये रुजू झाल्यानंतर मी मदर प्रॉव्हिन्शिअलकडे एक विनंती अर्ज लिहून दिला. तिने तिच्या कौन्सिलची संमती घेऊन तो मंजुरीसाठी मदर जनरलकडे पाठवला. मदरकडून अधिकृत लेखी मंजुरीचं पत्र हातात मिळाल्यानंतर मी दीर्घ मुदतीच्या रजेसाठी अर्ज करण्याची तयारी केली. ती रजा मला मंजूरही करण्यात आली. माझी इच्छा ईस्टरच्या सणानंतर मार्च अखेरीपासून जाण्याची होती. पण मदर प्रॉव्हिन्शिअलने मला फोन करून ताबडतोब रजेवर जाण्यास फर्मावलं. मी अक्षरशः उन्मळूनच पडले. लगेच घरी जाऊन अम्माला सांगितलं.

तेवढ्यात माझा भाचा येऊन म्हणाला, "आत्या, त्यांना तू नको आहेस, तर

तुझा तरी तिथेच राहण्याचा हट्ट का चालला आहे? तू त्यांची डोनेशन्स बंद केलीस, कॅपिटेशन फी बंद केलीस. अशी प्रिन्सिपॉल नको असेल त्यांना. चर्चला पाहिजे पैसा आणि सत्ता! त्यांना लवकरात लवकर कॅपिटेशन फी घ्यायला पुन्हा सुरुवात करायची असणार. अशा वेळी तुला दूरच ठेवायचंय त्यांना. आत्या, परिस्थिती लक्षात घे आणि वेळीच खुशीने तिथून दूर हो.''

हे बोलणं ऐकून मला स्फूर्ती मिळाल्यासारखं वाटलं. मी हे जेव्हा दिल्लीच्या फादरना सांगितलं, तेव्हा माझी समजूत घालून ते म्हणाले, ''आता काही तू तिथे राहू नकोस. लगेच निघून ये. मी कसंही करून इथे तुझी राहण्याची व्यवस्था करून देईन.''

मदर प्रॉव्हिन्शिअलची समक्ष भेट घेण्यासाठी मी प्रॉव्हिन्शिअॅलेटमध्ये गेले. पण तिने सर्व कौन्सिलर्सच्या समोरच माझी भेट घेतली. तिथे मी एका आठवडाभरात दिल्लीला जाण्याचा माझा बेत जाहीर केला. ती शांतपणे म्हणाली, ''बघ जेस्मी, तूच म्हणते आहेस म्हणून मी तुला आता जायला परवानगी देते.''

कमाल आहे. एवढं परस्परविरुद्ध बोलणं? पण मी ताबडतोब उत्तर दिलं, ''मदर, मला एवढ्यात जायचं नव्हतं. पण तुम्हीच लगेच निघायला सांगितलंत ना? गेथसेमेनमधील जीझसप्रमाणे मी मनोबलासाठी प्रार्थना करते आणि म्हणते की, 'हा प्याला माझ्या शरीरात जाऊ दे, पण माझी नव्हे, तर तुझी इच्छा पूर्ण होऊ दे.''

यावर ती स्वत:चा बचाव करत म्हणाली, ''जेस्मी, तू फक्त लवकरात लवकर रजा घ्यावीस एवढंच मला वाटत होतं. तू ईस्टरपूर्वीच दिल्लीला जावंस अशी माझी इच्छा नव्हती.''

हे ऐकून मला आश्चर्य वाटलं. म्हणजे काय, रजा घेतल्यानंतर ईस्टर येईपर्यंत मी कॉन्व्हेंटच्या एका कोपऱ्यात बसून राहावं अशी तिची इच्छा होती?

मी तिला सांगितलं, ''जाऊ दे मदर. ईस्टरचा सण सगळीकडेच साजरा केला जातो. तो काय दिल्लीतही साजरा होईल. वाईट याचं वाटतं, की माझी नवीन वर्षाची फीस्ट मी माझे विद्यार्थी, माझा स्टाफ आणि सिस्टर्स यांच्यासमवेत नाही साजरी करू शकणार. तसंच माझ्या कॉलेजच्या 'कॉलेज डे'चं आयोजन मी नाही करू शकणार! आणि त्या दिवशी माझ्या प्रिय विद्यार्थ्यांबरोबरही मी असणार नाही. याचा खेद वाटतो.''

''खरंच जेस्मी, तू जाते आहेस ही फार दु:खाची गोष्ट आहे. पण घटना तशा घडत गेल्या खऱ्या.'' मदर प्रॉव्हिन्शिअल म्हणाली.

शेवटी सर्वांचा निरोप घेताना मी सांगितलं, ''बायबलमध्ये सांगितल्याप्रमाणे मी दूर चाललेय ते चांगलंच आहे, मी तिकडून पवित्र आत्म्याला तुमच्याकडे पाठवीन.'' पण आता मला असं वाटत आहे, की ज्या हातांनी मला या जगात

जन्माला घातलं, त्यांनीच माझा गळा दाबून मला ठार केलं आहे.

खरं तर मला हेही विचारायचं होतं की, असं जर खाली खेचायचं होतं तर मुळात मला प्रिन्सिपॉल केलंत तरी कशासाठी? तरीही मी याला परमेश्वराचीच योजना मानते. मात्र हे विचारायला माझं मन धजलं नाही.

सगळ्याजणी मला पोहोचवायला रिक्षाजवळ आल्या. तेव्हा मी म्हटलं, "सगळ्या कौन्सिलर्स आणि मदर प्रॉव्हिन्शिअल या ना त्या नात्याने माझ्याशी संबंधित आहेत. मदर प्रॉव्हिन्शिअल माझ्या मेव्हण्याची नातलग, असिस्टंट प्रॉव्हिन्शिअल माझी गुरू आणि मैत्रीण, कौन्सिलर फॉर हायर एज्युकेशन ही माझी व्हाईस प्रिन्सिपॉल, कौन्सिलर फॉर स्कूल ॲडमिनिस्ट्रेशन ही माझ्या विश्वासातील, कौन्सिलर फॉर हॉस्पिटल ॲडमिनिस्ट्रेशन ही माझी बॅचमैत्रीण. पण अशा सगळ्याजणी असूनही माझं इतकं वाईट व्हावं, हा दुर्दैवी योग!"

व्हाईस प्रिन्सिपॉल म्हणाली, "जेस्मी, मला आशीर्वाद द्या."

मला वाटलं, तिला उलट म्हणायचं असावं, 'जेस्मी, मला शापू नकोस.'

त्या 'ज्यूडास'सारख्या अपराधी जाणिवेनेच तिला तसं म्हणायला उद्युक्त केलं असेल. ते काहीही असलं तरी माझ्याकडे त्या सर्वांसाठी फक्त आशीर्वाद होते.

'येशू, ते काय करीत आहेत, हे त्यांना समजत नाही. त्यांना क्षमा कर.'

माझ्या जाण्याआधी आणखी एक समस्या उद्भवली. मी जाण्यापूर्वी त्यांना कॉलेजसाठी नवी प्रिन्सिपॉल आणायला हवी होती. खरं म्हणजे सगळं काही व्यवस्थित असतं, तर माझ्यानंतर माझी जागा घेणाऱ्या व्यक्तीचं स्वागत करायला मला आवडलं असतं. पण इतका धिक्कार, कटूपणा अनुभवल्यानंतर मला त्यात काही स्वारस्य उरलं नव्हतं. अम्माने मला सांगितलं की, असं काही झालं तर तू आपली डॉलोअर्स चर्चमध्ये जाऊन बस. दिल्लीच्या फादरने सांगितलं, तू घरीच रहा.

माझी एक विद्यार्थिनी आणि एक बॅचमैत्रीण यांनी प्रेमाने माझं सामान बांधायला मदत केली. मला मार्चअखेरीस परत यावं लागणार होतं. कारण बऱ्याच फाईल्सवर आणि कागदपत्रांवर माझ्या सह्या लागणार होत्या. पण मार्चअखेरीस फक्त तीन आठवडे राहिलेले असताना मी नोकरी सोडून जायचंच कशाला, असा प्रश्न माझ्यावर प्रेम करणाऱ्या प्रत्येकाने विचारला. माझ्या विद्यार्थिनी सिस्टरने दिल्लीला जाण्याची आणि येण्याची थ्री टायर एसीची तिकिटे काळजीपूर्वक काढून आणली. दिल्लीच्या फादरने मी जे काम करीन त्याबद्दल घरभाडे आणि मेसची फी भरीन म्हणून सांगितलं. त्यापेक्षा कमी नाही की जास्त नाही.

प्रोफेसर कुसुमम यांच्यामार्फत 'गृहलक्ष्मी' मासिकातर्फे मला कळवण्यात आलं की, मला शिक्षणक्षेत्रातल्या सेवेबद्दल जिल्हा पातळीवरचं बक्षीस मिळालेलं आहे.

विविध क्षेत्रांतल्या इतर चार व्यक्तींनाही अशी बक्षिसं जाहीर झालेली होती. त्याकरता वार्ताहर मला भेटू इच्छित होते. या भेटीची मदर प्रॉव्हिन्शिअलला भीती वाटत असावी. कारण तिने मला बजावलं, की मागच्या दोन-तीन महिन्यांतल्या घटनांबद्दल एक शब्दही उच्चारायचा नाही म्हणून. माझ्या दोन मित्रमैत्रिणी माध्यमात काम करत होत्या. गेल्या चार महिन्यांत त्यांनीच माझा प्रसिद्धीपासून बचाव केला होता. वास्तविक त्यांना माझी कहाणी अगदी सविस्तर माहीत होती. ज्यावेळी मला असं तडकाफडकी काढू नका म्हणून मी अधिकाऱ्यांशी वाद घालत होते, त्यावेळी त्या घटनेचा वारा जरी माध्यमापर्यंत पोहोचला असता, तर माझी छी:थू झाली असती. मी गर्विष्ठपणाने काहीतरी मूर्खासारखं बोलते आहे असं त्यांनी म्हटलं असतं.

बक्षीस समारंभात मी अत्यंत सकारात्मक बोलले आणि मी युवा मंत्रालयात काम करण्यासाठी दिल्लीला जाणार असून, दोन वर्षांसाठी केरळच्या बाहेर जाणार असल्याचं जाहीर केलं. व्यासपीठावर माझ्याशेजारी बसलेले एक नेता म्हणाले, "सिस्टर, तुमच्या सिस्टर्स लोकांना तुमची गरज नसेल, पण आम्हाला तुम्ही हव्या आहात. लवकर परत या."

त्यांच्या जिव्हाळ्याच्या बोलण्याने मला भरून आलं.

माझा दिल्लीपर्यंतचा प्रवास सुरक्षित आणि सुखकर झाला. फादर जोसेफ मला घ्यायला प्लॅटफॉर्मवर येऊ शकले नाहीत, कारण बॉम्बच्या अफवेमुळे प्लॅटफॉर्म तिकिटे विकण्याचे बंद करण्यात आले होते. माझ्याबरोबर प्रवास करणारे एक सी.बी.आय.चे ऑफिसर आणि एक निवृत्त सरकारी अधिकारी या दोघांनी माझ्या जड बॅगा वाहून न्यायला मदत केली. बाहेर फादर जोसेफ मोटारीपाशी माझी वाट पाहत उभे होते. इतक्या अल्पावधीत घर मिळणं अवघड असल्याचं त्यांनी सांगितलं. "जेस्मी, मी आमच्या प्रॉव्हिन्शिअल हाऊसमध्येच तुझी राहण्याची सोय करणार होतो आणि नंतर तुझ्याकरिता जागा शोधणार होतो. पण कुणीतरी तुझ्याविरुद्ध खोटंनाटं पसरवलेलं दिसतं. आमचा तो रेक्टर म्हणाला की, त्याने तुझ्याबद्दल काहीतरी भलतंसलतं ऐकलेलं आहे. त्यामुळे तो काही तुझी राहण्याची सोय करू शकणार नाही. बिचाऱ्याने दिलगिरी व्यक्त केली."

ज्यांना कसलीच कल्पना नसते त्यांच्यावर अफवा आणि खोटेनाटे आरोप एवढा परिणाम करतात?

शेवटी फादर जोसेफनी माझी सोय एका नर्सिंग सिस्टर्सच्या होस्टेलवर केली. तिथे सर्व सुखसोयी असणाऱ्या एका खोलीत मी राहू लागले. तब्बल तीन महिने मला काहीही काम नव्हतं. दुपारपर्यंत मी माझ्या खोलीतच रडत बसायची. नाहीतर छताकडे बघत पडून राहायची. जर बाहेर इथे-तिथे वेळ काढताना दिसले असते, तर तिथल्या सिस्टर्सना संशय आला असता की, हिला काहीच काम-धाम दिसत

नाही. एका कॉलेजची प्रिन्सिपॉल, दोन वर्षांची रजा घेऊन दिल्लीत आलेली आहे आणि नुसती बसून वेळ घालवतेय म्हटल्यावर कुणाचंही कुतूहल जागं होईल. दुपारच्या जेवणानंतर मी चॅपेलमध्ये जाऊन प्रार्थना आणि ध्यानधारणेत वेळ घालवत असे. तासन् तास येशूकडे पाहत राहून त्याला 'तुझा मार्ग दाखव, तुझा मार्ग मला दाखव' म्हणून विनवत राही. त्याने मला जे करायला सांगितलं होतं, त्यासाठी लागणारं धाडस माझ्यात नव्हतं. जर त्याची तशी इच्छा असेल तर त्यालाच पुढे होऊन मला मार्ग दाखवावा लागणार होता.

दिल्लीत कमालीची उष्णता असल्याने पंधरा दिवसांकरता मी बंगळूरला गेले. नाहीतरी कुठेही काही काम असं नव्हतंच आणि तरीदेखील एक वाक्यसुद्धा लिहिण्याचा मूड नव्हता. मी कुठेही असले तरी कॉन्व्हेंटमधील सिस्टर्सचे फोन येत असत. त्यातूनच मला कळलं, की माझी एक बॅचमैत्रीण एर्नाकुलम प्रॉव्हिन्समधील अशोकापूरम हॉस्पिटलमध्ये काम करत होती. तिला काँग्रिगेशनमधून हाकलून देण्यात आलं होतं. इंटरनेट, सीडी आणि मोबाईलद्वारा पसरवण्यात येणारी बीभत्स, अश्लील दृश्ये, हे तिच्या हकालपट्टीचं कारण होतं. मी तिच्याबद्दल ऐकलं आणि फार फार अस्वस्थ झाले. तिच्यावर आलेल्या प्रसंगामुळे तिच्या दुर्दैवाची खंत करत अनेक रात्री दुःखात जागून काढल्या. येशूकडे मी तक्रार करायची. तळमळून त्याला विचारायची,

'हे प्रभो, आम्ही नन्स तुझ्या पत्नी असूनही आमची अशी मानखंडना, अशी उपेक्षा करतोस? हे सगळं सहन करण्याच्या पलीकडे चाललंय प्राणनाथ! कुठलीच स्त्री इतकं सोसू शकणार नाही. मग सव्वीस वर्षे तुझ्यावर प्राणापलीकडे प्रेम करून समर्पित जीवन जगणारी नन हे कसं काय सहन करू शकेल?'

कॉलेजच्या रौप्यमहोत्सवी वर्षापूर्वी ही बॅचमैत्रीण अलुवाला माझ्याबरोबर पंचवीस दिवस होती.

एका सिस्टरचं मला पत्र आलं होतं, त्यात तिने लिहिलं, 'तुला काँग्रिगेशनने जो त्रास दिला, त्याची भरपाई म्हणूनच की काय, आता मदर जनरलला आणि सी.एम.सी.लासुद्धा त्रास होऊ लागलेला आहे.'

कॉलेजमधील एका मैत्रिणीकडून कळलं की, माझ्या जागेवर जी हंगामी प्रिन्सिपॉल म्हणून काम पाहते आहे ती सरळ 'प्रिन्सिपॉल' म्हणूनच सह्या करते. इकडे दिल्लीला आल्यानंतर मी रजेवर असले तरी गॅझेटेड ऑफिसर असल्यामुळे मी जिथे राहत होते, तिथल्या नर्सेसच्या प्रमाणपत्राच्या प्रतींवर विद्यापीठाच्या परवानगीने, शिक्का मारून सह्या करून देत होते. असे एकाच वेळेला, एका कॉलेजचे दोन प्रिन्सिपॉल्स असू शकत नाहीत. फादर जोसेफशी या मुद्द्यांवर चर्चा झाली तेव्हा त्यांनी सांगितलं की, ही गोष्ट अधिकृत पत्र लिहून मदर प्रॉव्हिन्शिअलला कळव.

माझ्या त्या पत्राची ना शब्दाने दखल घेतली गेली, ना पत्राने. उलट 'तू तुझं काम करते आहेस, तसंच चालू ठेव.' म्हणून तिला वरिष्ठांनी सांगितलं. सर्व नियम आणि कायदे तोडण्याइतके ते ध धश्चोट होतेच. नेहमी नियमातल्या, कायद्यातल्या पळवाटा शोधायच्या आणि सापडत नसल्या तर निर्माण करायच्या. सत्तेचा आणि संपत्तीचा दंड वाटेल तसा वापरून निसटून जायचं, यात ते वाकबगार होते.

त्याच दरम्यान 'अग्नी' नावाचा एक तरुण मला भेटायला आला. त्रिसूरच्या कॉस्मो पुस्तकालयातून त्याने माझा एक कवितासंग्रह विकत घेतला. तो वाचून मला भेटण्याकरिता तो अमला कॉलेजमध्ये गेला होता. तिथून त्याला सेंट मारियाज कॉलेजमध्ये पाठवण्यात आलं. तिथे त्याला कळलं की, मी दिल्लीला असते. त्याने माझा फोन नंबरही तिथून मिळवला. तो जेव्हा नागरी सेवेच्या परीक्षा देण्यासाठी (Civil Service) दिल्लीला आला, तेव्हा त्याने मला फोन केला आणि वेळ ठरवून भेटायला आला. नुकतंच बी.टेक. पूर्ण करून तो अवघ्या भारताची सहल करून आलेला होता. त्याच्याकडूनच कळलं की, तो माझ्या एका वर्गमैत्रिणीचा मुलगा होता. त्याने तिथल्या एका 'काव्यवाचन मंडळा'बद्दल माहिती मिळवली. तिथे आम्हाला दोघांनाही आपापल्या कविता वाचण्याची संधी मिळाली. तीही जाणकार काव्य रसिकांसमोर! माझ्या कवितासंग्रहासाठी त्यांनी मला दोनशे रुपयांचं बक्षीस दिलं आणि कविता वाचनाकरिता एक सुरेख भेटवस्तू! तो मुलगा आल्यामुळे मला माझ्या जुन्या आणि जवळच्या मैत्रिणीचा पत्ता आणि फोन नंबर मिळाला.

मी नेहमी सिस्टरच्या वेषात राहायची. ही गोष्ट फादर जोसेफना आवडायची नाही. ते म्हणायचे, तू चुडीदार घाल, नाहीतर साडी नेसत जा. आमच्या कॉंग्रिगेशनमध्ये केशरी रंगाच्या साड्या नेसायला परवानगी होती, पण एकदा पोशाखात बदल केला की, कायम तोच पोशाख ठेवावा लागे. मी पोशाख बदलून साड्या नेसायचं ठरवलं. फादरना बरं वाटावं म्हणून! खूप कटकट केल्यानंतर मदर प्रॉव्हिन्शिअलने साड्या नेसायला परवानगी दिली. त्यानंतर माझ्याकरता साड्या, परकर आणले आणि ब्लाऊज शिवले. पंधरा ऑगस्टपासून गाऊन आणि पडद्यापासून (व्हेल) मुक्त होऊन साड्या नेसायला सुरुवात करायची असं मी ठरवलं. ते कळल्यावर फादर विचारतात, "जेस्मी, माझ्या आग्रहामुळे तू साडी नेसायचा निर्णय घेतला नाहीस ना? तुझ्याच मनात होतं ना बदल करायचं?"

"फादर, आता एवढं सगळ्यांना सांगून झालं, साड्या वगैरे खरेदीसुद्धा केल्या आणि आता..."

"ते पैशांचं जाऊ दे. तू हा बदल केलास, तो तुला करावासा वाटला म्हणूनच ना?"

हा चकवणारा प्रश्न होता. याचा अर्थ, जे झालं त्याची जबाबदारी फादर

स्वत:वर घेऊ इच्छित नव्हते तर! तसं पाहिलं तर आतापर्यंत अनेक वेळा मी फादरजवळ माझं मत व्यक्त केलेलं होतं की, व्यक्तिश: मला स्वत:ला साड्या नेसायला आवडत नाहीत. असं असलं तरी त्यांना जबाबदारीच्या ओझ्यातून मोकळं करण्यासाठी मी त्या निर्णयाची जबाबदारी स्वत:वर घेतली.

युवा मंत्रालयाचं उद्घाटन अनिश्चित काळापर्यंत पुढे ढकलण्यात आलं. मला वाटलं, येशूच्या इच्छेनुसार वागण्याची वेळ जवळ येत चालली होती. प्रॉव्हिन्शिअॅलेटमधून आलेल्या एका परिपत्रकावरून मला समजलं, की मदर जनरल आणि मदर प्रॉव्हिन्शिअल काही दिवस प्रॉव्हिन्शिअल हाऊसमध्ये एकत्र राहणार आहेत. वाटलं, हीच आपली कृती करण्याची योग्य वेळ! मी इथे आल्यापासून दररोज येशूकडून शक्ती आणि कृपा साठवून घेत होते. 'येशू, सगळं काही नीट घडवून आण' अशी सतत प्रार्थना करून तो काय करतो याची मी वाट पाहत राही.

या दरम्यान अम्मानेही मला कॉन्व्हेंट सोडण्याची परवानगी दिली. वस्तुस्थितीचा स्वीकार करून तिने सांगितलं, "मेमी, आता यापुढे पुन्हा घरच्यांकडून मदतीची अपेक्षा करू नकोस. तू सर्वांत प्रथम आमच्याकडेच आलीस, पण आम्ही नाही तुला वाचवू शकलो. आता जीझसची इच्छा असेल तर तुझ्या मित्रमैत्रिणींचं साहाय्य मिळेल. पण काहीही झालं, तरी तू त्याच्या इच्छेनुसारच वागावंस असं मला मनापासून वाटतं."

त्याची परवानगी आणि आशीर्वाद घेऊन मी काय कसं करायचं त्याची योजना तयार केली. माझी मैत्रीण आशा हिने मला वचन दिलं होतं, की तुला जेव्हा गरज पडेल तेव्हा मला हाक दे. मी तुझ्या मदतीला येईन. वाटाघाटीच्या वेळी माझ्याबरोबर प्रॉव्हिन्शिअल हाऊसलाही ती आलेली होती. त्या वेळेला मला तिचा अनाग्रही स्वभाव लक्षात आला होता; एखाद्याला संपूर्ण स्वातंत्र्य देण्याचा स्वभाव!

"सिस्टर, तू कोणताही निर्णय घेतलास तरी मी तुझ्याबरोबर आहे. सी.एम.सी. सोडलंस तरी मी तुझ्याबरोबर आहे. तुला परत सी.एम.सी.मध्ये जायचं असेल तरी मी तुझ्याबरोबर आहे. मला फक्त तू आनंदात असावीस असं वाटतं."

म्हणून तिला मी पहिल्यांदा फोन केला आणि विचारलं की, चालू महिन्याच्या शेवटच्या आठवड्यात तिला वेळ असेल का? उत्तर होकारार्थी आलं. नंतर माझ्या वार्ताहर मित्राला फोन केला. गेले आठ महिने मी ज्या त्रासातून जात होते, ते सगळं माहीत असूनही प्रसारमाध्यमांपासून गुप्त ठेवणारा हाच तो माझा मित्र. मग सुश्मिताला फोन केला. सुरुवातीला काही दिवस मी तिच्याकडे राहू शकते ना, याची खात्री करून घेण्यासाठी. हे अनेक महिन्यांपूर्वीच ठरल्यामुळे मला त्याची खात्री होतीच. मग दिल्लीहून निघण्याचा दिवस म्हणून मी कॅलेंडरमध्ये त्या महिन्याच्या शेवटच्या आठवड्यातल्या एका तारखेवर खूण करून ठेवली. पण गोष्टी एवढ्या सोप्या

नव्हत्या. फादर जोसेफना न सांगता मी तिकिटाचं रिझर्वेशन कसं करणार होते आणि सामान तरी कसं बांधू शकणार होते?

माझी ड्यूटी होती सकाळी नऊपासून संध्याकाळी साडेसहा ते सातपर्यंत. रविवारी किंवा पंधरा ऑगस्टसारख्या सुटीच्या दिवशीही यात बदल नसे. फादरची परवानगी घेऊन तर मला जाणं शक्यच नव्हतं. कारण तसं केलं असतं, तर मी केरळला पोहोचण्याआधीच ती बातमी प्रॉव्हिन्शिअलमध्ये जाऊन पोहोचली असती आणि मग एकतर त्यांनी बळजबरीने मला कॉन्व्हेंटमध्ये परत नेलं असतं किंवा युक्तीने 'त्याच्या इच्छेविरुद्ध' वागायला भाग पाडलं असतं. शेवटी दिल्लीत राहणाऱ्या माझ्या एका मैत्रिणीला फोन करून तिच्या मदतीने मी ठरवलेल्या तारखेचं तिकीट काढलं आणि आता येशू कधी आणि कसा चमत्कार घडवतो, त्याची वाट पाहत बसले.

एके दिवशी फादरना बंगळूरहून फोन आला. एका मोठ्या कामासाठी त्यांना बंगळूरला जावे लागणार होते आणि तिकडे बरेच दिवस राहावे लागणार होते. त्यांनी 'तत्काळ आरक्षणा'तून तिकीट मिळवून ताबडतोब निघण्याची तयारी केली. मी त्यांच्याबरोबर प्रश्नपेढी मूल्यमापनाच्या कामात मदत करत होते. सुरुवातीला 'तू माझ्याबरोबर बंगळूरला येणार आहेस' असं ते म्हणाले होते. पण आता दुसऱ्याच एका फादरला बरोबर नेण्याचं ठरवल्यामुळे मी त्यातून सुटले! जाण्यापूर्वी त्यांनी माझ्याकडे सांभाळण्यासाठी एक लाख रुपयांची रक्कम दिली. मी एकदम गोंधळून गेले. मी तर लवकरच दिल्ली सोडून जाणार होते. मग या रकमेचं कसं करायचं? मी फादरना सांगितलं, ''माझी खोली हॉलच्या अगदी शेजारी आहे. त्यामुळे तिथे पैसे ठेवणं तितकंसं सुरक्षित नाही.'' खरं तर ही लंगडी सबब होती. 'सफेद झूट'च ते! कारण प्रत्येक खोलीच्या कपाटाला लॉकरची व्यवस्था होती. पण फादरना ते कारण पटलं.

फादर गेल्याबरोबर माझ्या वर्गमैत्रिणीचा फोन आला. तिने सांगितलं, टी.व्ही. लावून बघ. पाहते तर सर्व चॅनेल्सवर सिस्टर अनुपा मेरीच्या आत्महत्येची सविस्तर बातमी फोटोसहित दाखवली जात होती. मैत्रिणीने मला सावध केलं की, मदर प्रॉव्हिन्शिअलला भेटायला जाताना सावध रहा आणि सोबतीला दोन-चार जणांना तरी घेऊन जा. एर्नाकुलमच्या माझ्या मैत्रिणीने फोन करून सांगितलं की, येशूच्या कृपेने केरळमध्ये तुझ्या परत येण्यासारखं अनुकूल वातावरण तयार होत आहे.

इथे युवा मंत्रालयाची अजूनही सुरुवात झालेली नसल्यामुळे मी केरळला परत जात आहे, असं मी तिथल्या सिस्टर्सना सांगितलं. तिथल्या संचालक फादरना घरभाडं दिलं आणि सामानाची बांधाबांध केली.

दिल्लीत राहणारी वर्गमैत्रीण मला घ्यायला आलेली होती. तिच्या घरी थोडे दिवस राहिले. त्या दरम्यान मला अम्माचे बरेच फोन आले. मी कॉन्व्हेंट सोडणार

याचा तिने धसका घेतला होता. तिला त्याबद्दल खूप वाईटसुद्धा वाटत होतं. बहुतेक घरच्या मंडळींनी तिच्यावर दडपण आणायला सुरुवात केली असावी. येशूबरोबर मी रेल्वेस्टेशनवर गेले आणि ट्रेनमध्ये चढले.

~

ट्रेनच्या आत आणि बाहेर चाललेल्या कोलाहलामुळे माझी विचारतंद्री भंगली. ट्रेन कालिकत स्टेशनात होती. इथे मी उतरायला पाहिजे होतं. सुश्मिताने सांगितल्यापेक्षा जरा उशिराच ट्रेन पोहोचली होती. तेवढ्यात ट्रेन सुटली. आता त्रिसूर येईल तेव्हा मात्र सावध राहिलं पाहिजे. मी येणार असल्याची बातमी अम्माने कितीतरी जणांना सांगितली असेल. कुणी जर डब्यात डोकावून पाहिलं, तर मी नक्कीच त्यांच्या नजरेस पडेन, कारण पूर्ण डब्यात मी एकटीच महिला प्रवासी होते. उशीर न करता मी माझ्या वार्ताहर मित्राला माझा सीट नंबर आणि ट्रेन त्रिसूरला पोहोचण्याची वेळ कळवली. तो स्टेशनवर आला आणि मला संरक्षण आणि आधार देण्याची त्याने खात्री दिली. गाडी एर्नाकुलमला पोहोचण्याची वेळ विचारून ती मी माझा मित्र लीनक्सला कळवली. डब्यापाशी हमालासह तयार रहा म्हणून त्याला सांगितलं. गाडी ठरलेल्या वेळेपेक्षा आधी पोहोचली तरी तो तिथे हजर होता. मला टॅक्सीत बसवून त्याने माझं शुभचिंतन करून निरोप घेतला. गुरुजींच्या घरी माझं खूप चांगलं स्वागत झालं.

ठरल्याप्रमाणे ३१ ऑगस्टला मी त्रिसूरच्या KSRTC स्टँडवर पोहोचले. तिथून आशा मला तिच्या घरी घेऊन गेली. तिथे आमचा वार्ताहर मित्र येऊन भेटला. माझ्या परवानगीने आशाने एका कॅथॉलिक स्त्रीला बोलावलं. तीही पूर्वाश्रमीची नन होती. आशाचे एक सहकारी आणि मित्रपण आमच्याबरोबर येणार होते. 'एक शब्दही बोलायचा नाही. फक्त सी.एम.सी. ची निशाणी (Emblem) आणि कॉन्व्हेंट सोडण्याची अनुमती मागणारं पत्र देताना साक्षीदार म्हणून हजर राहायचं' असं मी त्या सगळ्यांना सांगून ठेवलेलं होतं. मूळ पत्र मी अगोदरच पोस्टाने मदर जनरलच्या पत्त्यावर पाठवून दिलं होतं.

आम्ही कॉन्व्हेंटमध्ये पोहोचलो. वरिष्ठ अधिकारी येईपर्यंत आम्हाला हॉलमध्ये बसवण्यात आलं. तेवढ्यात एक कौन्सिलर आली आणि तिच्या मोबाईलमध्ये प्रत्येकाचे फोटो काढू लागली. त्यांनी विरोध केला तरी तिने ऐकलं नाही. मग दुसरी कौन्सिलर येऊन मला एकटीला वरिष्ठांशी बोलण्याकरिता आतमध्ये बोलावू लागली. निदान, 'फक्त एका स्त्रीला तरी माझ्याबरोबर आत येऊ दे' अशी मी विनंती केली, पण ती धुडकावण्यात आली. दरम्यान, एक माजी कौन्सिलर हॉलमध्ये आली आणि

त्यांच्या नकळत माझ्याबरोबर आलेल्या सगळ्यांचे फोटो तिच्या मोबाईलमध्ये काढून घेऊन गेली. मी मधे पडून तिला तसं न करण्याबाबत बजावलं. ती माझी बॅचमैत्रीण होती. मला म्हणते कशी, "काय गं? इतक्या वेळा तू प्रॉव्हिन्शिअॅलेटमध्ये येऊन गेलेली आहेस, मग आजच का नाही एकटी आलीस?"

"सिस्टर, तुला तर माहितीच आहे. सहा डिसेंबरनंतर किती वेळा मी प्रॉव्हिन्शिअलची भेट मागितली? ती नेहमी मला कौन्सिलरसोबतच भेटली. आता या वेळेला मीसुद्धा माझ्या मित्रमैत्रिणींसमवेत तिची भेट घेणार आहे."

अखेर कौन्सिलरने माझं पत्र, खर्चाचा ताळेबंद आणि सी.एम.सी.ची निशाणी यांचा स्वीकार केला. मी त्यांना सांगितलं, "मी स्वेच्छानिवृत्ती योजनेसाठी (VRS) अर्ज करणार आहे. कारण पेन्शन चालू होईपर्यंत मी जगू कशाच्या साहाय्याने? माझ्याकडे पैसे नाहीत."

"तुझ्या उदरनिर्वाहाचा खर्च काँग्रिगेशन करणार नाही, असं वाटतं तुला जेस्मी?" एका कौन्सिलरने विचारलं.

"सिस्टर, सी.एम.सी.च्या औदार्यावर माझा पूर्ण विश्वास आहे आणि म्हणूनच मी तुम्हाला त्या गोष्टीची आठवण करून दिली."

तिकडून परत येताना आम्ही अम्माच्या घरी गेलो. पण ती कुणाच्यातरी प्रेतयात्रेला जाण्याच्या तयारीत होती. 'फोर्थ स्टेशन ऑफ द वे ऑफ दि क्रॉस'मध्ये जसे जीझस आणि मदर मेरी यांची फक्त नजरभेट झाली, तशी आम्हा मायलेकींची फक्त नजरभेट झाली आणि आम्ही सर्वांनी जेवणासाठी एका हॉटेलकडे मोर्चा वळवला. तिथे मला माझ्या पूर्वीच्या चॅप्लीनचा फोन आला. "जेस्मी, मी ऐकलं ते खरं आहे का?"

"होय फादर." त्यावर नंतर फोन करीन असं सांगून त्याने फोन बंद केला.

आम्ही हॉटेलमध्ये असताना पूर्ण वेळ मला एकामागोमाग एक फोन येतच होते. 'दीपिका' आणि 'मनोरमा'च्या वार्ताहरांकडून इतर अनेक बातमीदारांना मी कॉन्व्हेंट सोडून बाहेर पडल्याची बातमी समजली. त्यांच्याजवळ मला विचारायला पोतंभर प्रश्न होते.

"घडलं ते खरंच का?"

"काँग्रिगेशनने तुम्हाला वेडं ठरवलं?"

"आम्ही तुमची तपासणी करण्यासाठी डॉक्टरांना आणलं, तर तुम्ही सहकार्य कराल का?"

मी सहकार्य करण्याचं आश्वासन दिलं. हॉटेलसारख्या सार्वजनिक ठिकाणी चाललेल्या उलटतपासणीतून सुटका व्हावी म्हणून आम्ही लगबगीने आशाच्या घरी गेलो. दुपारी तीन वाजता आशाने मला सांगितलं की, अर्ध्या तासात पत्रकार तिथे पोहोचतील. मला त्यांना तोंड द्यावं लागणार आहे. तिने आग्रह केला, "सिस्टर,

आता जर तू काही बोलली नाहीस तर लोक फक्त चर्चचं म्हणणं ऐकतील आणि त्यावरच विश्वास ठेवतील. तुझी बाजू लोकांसमोर मांडण्याची हीच वेळ आहे. ही संधी सोडू नकोस.''

आता चर्च आणि सी.एम.सी. यांनी माझ्याविरुद्ध बोभाटा करण्यास सुरुवात केली होती. त्यामुळे मला माझा बचाव करणं भाग होतं. यापूर्वीही त्यांनी इतका काही बोभाटा करून ठेवलेला होता की, त्याचे परिणाम अजूनपर्यंत भोगावे लागत होते. जर त्यांनी ती मनोरुग्णाची ट्रीटमेंट माझ्यावर लादली नसती, तर आजही मी त्या धार्मिक तटबंदीत क्रुसावर चढवण्याची वाट बघत माझ्या शेवटच्या श्वासापर्यंत राहिले असते. पण आता परमेश्वराने मला संधी दिली होती. त्यामुळे प्रसिद्धीपासून दूर राहण्याचं ठरवलेलं असतानाही मी ती संधी साधण्याचा निर्णय घेतला. तरीसुद्धा मी माझ्या बाजूने प्रसिद्धीमाध्यमातल्या कुणालाही बोलावून घेतलं नाही.

पण चर्च आणि काँग्रिगेशन यांनी माझ्यावर जी राळ उडवलेली होती, ज्या घाणेरड्या गोष्टी माझ्याबद्दल पसरवलेल्या होत्या, त्यातून प्रसिद्धीमाध्यमांनी मला बाहेर काढलं. ते सर्वजण एक झाले आणि त्यांनी सुसंबद्ध, स्वच्छ, खरी माहिती छापली. गावातील अनेक प्रतिष्ठित, थोर माणसं, माझे आजी-माजी विद्यार्थी, माझे कॉलेजमधील सहकारी हे सगळे माझ्या संकटकाळात पाठीशी उभे राहिले. अनेकांनी फोन करून आणि प्रत्यक्ष भेटून पाठिंबा व्यक्त केला. तेव्हा मला जाणवलं, की माझे खरे स्नेही आणि हितचिंतक कोण आहेत ते!

माझे मित्र महापौर यांनी ताबडतोब भेटून मदत करण्याची तयारी दाखवली. माझ्या चुलतभावाने मदतीचं आश्वासन दिलं. अनेक धर्मगुरूंनी आर्थिक मदत आणि नैतिक पाठिंबा देण्याची इच्छा व्यक्त केली. दोन सिस्टर्सनी फोन करून सांत्वन केलं. माझा सख्खा भाऊ भेटायला आला. 'वनिता कमिशन'ने माझी अधिकृतपणे भेट घेतली. अशा तऱ्हेने 'त्याची इच्छा' प्रत्यक्षात उतरल्यानंतर मी एर्नाकुलमला परत आले आणि एके ठिकाणी 'पेइंग गेस्ट' म्हणून राहू लागले.

दरम्यान, एका धर्मगुरूंनी मला कळवलं की, मध्यस्थ म्हणून ते सी.एम.सी.च्या अधिकाऱ्यांशी बोलले आणि ते मला अजूनही परत घ्यायला तयार आहेत. कारण 'मी कॉन्व्हेंट सोडून जात आहे, तरी मला करारमुक्त करावं' ही विनंती करणारं माझं पत्र त्यांनी अजून वरिष्ठांकडे मंजुरीकरता पाठवलेलं नाही. मी हा प्रस्ताव फेटाळला.

नंतर मला गप्प राहण्यास सांगण्यात आलं. ज्यावेळी एक फादर मला गप्प बसण्यास सांगू लागले, तेव्हा मी विचारलं, ''काय हो फादर, मी ऐकलंय की काही सिस्टर्स माझ्याविषयी नाही नाही त्या घाणेरड्या गोष्टी पसरवत आहेत. ते ऐकल्यानंतर तर मला भीती वाटतेय की, एखादे दिवशी या माझ्यावर एक ब्लू फिल्मच तयार करतील. त्यांना गप्प बसवण्यासाठी तुम्ही काय करणार आहात?''

"जेस्मी, तुला माहित आहे ना आपल्या सिस्टर्स कशा असतात ते?" आता मात्र मी त्यांना सुनावलंच.

"अच्छा! हाताखाली काम करणाऱ्या सिस्टर्सना ताब्यात ठेवणं तुम्हाला कठीण वाटतं. म्हणून जी सिस्टर कॉन्व्हेंट सोडून गेलेली आहे तिला गप्प बसवायला पाहताय का तुम्ही?"

"ठीक आहे. बोलतो मी त्यांच्याशी त्याच्याबद्दल." इथे त्यांनी बोलणं संपवलं.

माझी मैत्रीण सिस्टर अल्फी हिने नेहमीच मला आधार दिला होता. बातमी कळल्यानंतर तिला मला तातडीने भेटायचं होतं. एर्नाकुलमला मी जिथे लपून राहत होते, तिथे येण्याची तिने तयारीही केली होती. पण मी तिला कळवलं, की मी सध्या माझ्या स्वेच्छानिवृत्तीच्या कामासाठी अम्माकडे आलेली आहे. ती तिथे आली. मला पाहताक्षणी उसासत म्हणाली, "आम्ही चार भिंतींच्या आत संन्यासिनीचं आयुष्य जगतो आहोत आणि तू तेच खुल्या जगात जगते आहेस. एवढाच काय तो फरक मला दिसतो आहे. जेस्मी, काय सांगू तुला? कॉन्व्हेंटमध्ये तुझ्यावर प्रेम करणाऱ्या अनेकजणी आहेत. त्यांना प्रत्येकीला तुला भेटावंसं वाटतंय गं! पण एकीलाही तसं करण्याचं धाडस होत नाही. तुला पाहिलं आणि माझं टेन्शन उतरलं बघ."

मदर प्रॉव्हिन्शिअलने माझ्या भावाला कळवलं, की मला आर्थिक मदत करण्याची तिची इच्छा आहे. मी अम्माबरोबर किंवा त्याच्याबरोबर तिच्याकडे जावं. मी त्याला सांगितलं, "मला मदत करायची असेल तर तिला म्हणावं, पेन्शन सुरू होईपर्यंत दरमहा माझ्या खात्यात पंधरा हजार रुपये भरत जा."

ती लगेच तयार झाली. फक्त मला तसा विनंती अर्ज दे म्हणून सांगितलं. तिने सांगण्यापूर्वीच मी तसा अर्ज भरून पाठवला होता. पंधरा दिवस मी पैशांची वाट बघितली. दररोज बँकेत फोन करून विचारत असे. माझ्या खात्यात रक्कम भरली गेली का? पण पैशांऐवजी मला मदर प्रॉव्हिन्शिअलकडून एक पत्र आलं. त्यात असं लिहिलं होतं, की मला आता फरकाची रक्कम म्हणून जवळपास लाखाच्या आसपास रुपये मिळणार असल्यामुळे कबूल केलेली रक्कम देऊ शकत नाही. मी अगदी अभिमानाने सांगते की जेव्हा मला गरज होती तेव्हा सरकारकडून पैसे मिळाले, पण मदर प्रॉव्हिन्शिअलकडून एक रुपयासुद्धा मिळाला नाही.

चर्चच्या कायद्यामध्ये ननेरी सोडून गेलेल्या नन्सना दयाळूपणे मदत करण्याची भाषा केली जाते. इथे मला ती दया तर नाकारण्यात आलीच, पण धर्माधिकाऱ्यांनी स्वत: दिलेली वचनेसुद्धा मोडली. बिशपचा प्रतिनिधी म्हणून काम करणाऱ्या धर्मगुरूंना हे कळलं, तेव्हा ते म्हणाले की, धर्माधिकाऱ्यांसाठी ही शरमेची गोष्ट आहे. पण नंतर माझ्या चुलतबहिणीकडून कळलं, की सेंट मारियाज कॉलेजमधून निवृत्त झालेले एकजण सांगत होते, की मला व्यवस्थापनाकडून म्हणे वीस हजार

रुपये पेन्शन मिळत होती.

अशा तऱ्हेने कॉन्व्हेंट सोडून गेलेल्या नन्सना जर काँग्रिगेशन आणि कुटुंबीय दोघांकडूनही जिवंतपणी एक रुपयाही मिळत नसेल, तर त्यांनी जगायचं कसं? आणि कोर्टात दावा करायचा म्हटलं तरी कुटुंबावर किंवा कॉन्व्हेंटवर दावा लावण्याइतकी हिंमत आणि आर्थिक पाठबळ कुणाकडे असणार? म्हणजे धार्मिक किल्ल्याच्या तटबंदीआड मरून, कोमेजून जाणं हाच पर्याय त्यांच्यावर लादला जातो.

माझ्यावर एकामागून एक अत्यंत निर्दयी आरोप केले गेले. त्यातला एक असा की, मी विद्यार्थ्यांना प्रवेश देताना कॅपिटेशन फी घेतली आणि व्यवस्थापनाने दडपण आणून मला ती परत करायला लावली. कल्पना करा, माझ्यासोबत काम केलेली एकतरी सिस्टर याला दुजोरा देईल का?

मग शेजारच्या कॉलेजमधील एका प्रोफेसरांनी सांगायला सुरुवात केली की, मी मदर प्रॉव्हिन्शिअलची परवानगी न घेता त्रिवेंद्रमच्या फिल्म फेस्टिव्हलला गेले होते. तिथून त्या प्रोफेसरनीच मला परत आणलं आणि या घटनेमुळे अधिकाऱ्यांचं मत माझ्याबद्दल कलुषित झालं आणि शेवटी त्यांनी मला कॉन्व्हेंटमधून हुसकून दिलं. माणसांची मनं किती रम्य कल्पनांची सरमिसळ करू शकतात नाही? एखाद्यावर कट्टा धरला की, त्याची प्रत्यक्ष समोरासमोर गाठ पडेपर्यंत कुणीही कशा वाटेल तशा कथा रचून सांगायला तयार! आज मी स्वतंत्र आहे, म्हणूनच अशा गोष्टींकडे मजेने पाहू शकते.

पण माझ्या विद्यार्थ्यांकडून लिहिले गेलेले सांत्वनाचे शब्द जेव्हा मी ऑर्कुट वेबसाईटवर वाचले, तेव्हा अभिमानाने माझं काळीज सुपाएवढं झालं.

'आजकाल चर्चमध्ये फक्त गटबाजी, राजकारण, सत्ता आणि अधिकाऱ्यांच्या नेमणुका हेच चाललेलं दिसतं. त्यामुळे येशूही वधस्तंभाच्या पायऱ्या उतरून बाहेर पडला आहे असं वाटतं.' हे असं लिहिण्याइतके परिपक्व झाले माझे विद्यार्थी!

मी माझं प्रिन्सिपॉलपद गमावलं. त्यासोबत माझा गॅझेटेड ऑफिसरचा दर्जा, तसंच सी.एम.सी.चं सदस्यत्व गेलं; परंतु माझ्या यू.जी.सी.च्या शिक्षिकेच्या नोकरीबद्दल मला दरमहा चाळीस हजारपेक्षा जास्त पेन्शन बसली. मी हे सगळं केलं ते ईश्वराची इच्छा प्रत्यक्षात आणून मुक्ती आणि शांतीचा अनुभव घेण्यासाठी!

जेव्हा परिस्थिती अन्यायाची झाली आणि माझा जीव घुसमटायला लागला, तेव्हा माझं मन मी अत्यंत सहृदय आणि समजून घेणाऱ्या मित्रमैत्रिणींजवळ मोकळं केलं आणि येशूकडे पाहून म्हटलं, 'तुझ्यामुळेच हे सगळं घडतंय. तूच याला जबाबदार आहेस.' पण दुसऱ्याच क्षणी त्याच्या मांडीवर लोळण घेतली आणि अभेद्य तटबंदीतून माझी सुखरूप सुटका करून स्वत:च्या सुरक्षित आसऱ्याखाली घेतल्याबद्दल त्याचे शतशः आभार मानले.

दैवी बहुमत

हजारो माणसं माझ्या विरोधात आहेत, पण परमेश्वर माझ्या बाजूने आहे.
त्यामुळे दैवी बहुमत मला मिळाले आहे हे नक्की!

— इमरसन

'आमेन'ची मल्याळी आवृत्ती २००९ मध्ये प्रकाशित झाली. तिचे चोहीकडे चांगले स्वागत झाले. पण काही लोक असे असतात की, त्यांना सत्य स्वीकारणं अवघड जातं. पुस्तक बाहेर आल्यानंतर माझ्या सर्वांत धाकट्या भावाने मला त्रास दिला. ज्या आशाने मला अनुवाद करण्यास मदत केली, तिला माझ्या घरच्यांनी बोलावून घेतलं आणि धमक्या दिल्या. तेव्हापासून त्यांनी माझ्याशी कोणत्याही प्रकारे संपर्क ठेवण्याचं नाकारलं.

मल्याळी भाषेतलं पुस्तक येण्यापूर्वी मी माझ्या ननेरीमधील अनुभवांबद्दल का लिहिलं हे विशद करणारा एक लेख 'पंचकुटीर' मासिकात छापून आला, तेव्हा मदर प्रॉव्हिन्शिअलने मला फोन करून सांगितलं, की पुस्तक प्रसिद्ध करू नकोस. तशी वरिष्ठांची इच्छा आहे. मी सांगितलं की, पुस्तकाचं हस्तलिखित अगोदरच प्रकाशकांकडे गेलेलं आहे. त्यामुळे आता ते मागे घेता येणार नाही. फार उशीर झालेला आहे. त्याच्या दुसऱ्याच दिवशी माझ्या 'करारमुक्त करावं' या अर्जाला मंजुरी देणारं पत्र घेऊन दोघी प्रॉव्हिन्शिअल कौन्सिलर्स मला भेटायला आल्या. 'हिज ग्रेस मार वर्की कार्डिनल विथायाथिल मेजर आर्चबिशप ऑफ दि सायरो मलाबार चर्च' यांच्या सहीचं २८ ऑक्टोबर २००८ चं पत्र होतं ते.

त्यांच्यापैकी एकीने, मला मल्याळम भाषेतलं पुस्तक न छापण्याची विनंती केली. मी तिला आठवण करून दिली, की मी अगोदरच तुम्हा सर्वांना सांगितलं होतं की, ज्या दिवशी मी कॉंग्रिगेशन सोडून जाईन त्याच दिवशी मला आलेले सगळे अनुभव प्रसिद्धीमाध्यमांना सांगेन. पुढे तिला असंही सांगितलं की, मला सी.एम.सी.

सोडून आता दोन महिने झाले, तरी माझा चरितार्थ चालवण्यासाठी त्यांनी मला पैसे दिलेले नाहीत. त्यामुळे पुस्तक विकून मला माझा उदरनिर्वाह करणं भाग आहे.

मग अधिकाऱ्यांनी मला कळवलं, की पुस्तकाच्या मानधनाइतकी रक्कम आम्ही तुला लगेच देतो, पण पुस्तक छापू नकोस. मला भावनिक दबाव आणूनही परावृत्त करण्याचे प्रयत्न झाले. एका सिस्टरने येऊन सांगितलं की, तुझ्या पुस्तकाच्या सर्व प्रती जळून जाव्यात यासाठी मी आता चॅपेलमध्ये बसून रोझरीज म्हणत राहणार आहे.

प्रकाशकांनी माझ्या पुस्तकाची जी पूर्वप्रसिद्धी केली, त्यातून पुस्तक निघण्यापूर्वीच माझ्या अनेक मित्रमैत्रिणींना आणि ख्रिश्चनांव्यतिरिक्त लोकांना पुस्तकाबद्दल कळलं आणि त्यांनी माझं अभिनंदन केलं. हळूहळू ख्रिश्चनांकडूनही अभिनंदन होऊ लागलं. अगदी कॅथॉलिकांकडूनसुद्धा! काही धर्मगुरूंनीही पुस्तकाचं स्वागत केलं.

आश्चर्याची गोष्ट अशी, की अनेक नन्सनी माझ्या धैर्याची वाखाणणी करून त्या स्वत:देखील खूप एकाकी असल्याचं मला सांगितलं आणि भीतीमुळे आम्ही आमच्या धार्मिक जीवनाबद्दल लिहू शकलो नाही असं कबूल केलं.

भारतभरातल्या अनेक महत्त्वाच्या व्यक्तींनी पुस्तक वाखाणलं. 'दुबई एशियानेट रेडिओ'वरून प्रसारित झालेली माझी थेट मुलाखत ज्यांनी ऐकली त्या परदेशी व्यक्तींनीदेखील अभिनंदन केलं. केरळी टीव्ही चॅनेलवर सिनेस्टार श्री. श्रीरामन सूत्रसंचालन करत असलेला लोकप्रिय कार्यक्रम 'युनिक साईटस' यातही माझ्या पुस्तकाचा समावेश झाला.

लोकांच्या मते हे पुस्तक एकदा हातात घेतलं, की खाली ठेवावं असं वाटतच नाही, कारण एका घटनेतून दुसऱ्या घटनेचा ओघ सुरू होतो. स्वत:ला आलेले अनुभव, परिणामांची तमा न बाळगता सर्वांपुढे ठेवण्यासाठी लागणारा प्रामाणिकपणा आणि धाडसाबद्दल सर्वांनी माझी प्रशंसा केली. अनेकांनी माझ्यात गूढ शक्ती असल्याचं मतही व्यक्त केलं.

'आमेन' फार मोक्याच्या वेळी प्रसिद्ध झालं. कारण सी.एम.सी.चे फादर जॉय कालियाथ यांनी जे निरीक्षण नोंदवलं, की केरळमधील पंचवीस टक्के नन्स या त्यांच्या धर्माला समर्पित केलेल्या जीवनाबद्दल समाधानी नाहीत, त्याबद्दल नुकतीच सगळीकडे खूप चर्चा झालेली होती. पाठोपाठ फादर पॉल थेलाकट यांचं असंही 'Biography of Cardinal Verkey Vithayathil, Staright From the Heart' हे पुस्तक आलं. एका इंग्रजी वृत्तपत्रात श्री. जी. अनंतकृष्णन यांनी या पुस्तकाचं परीक्षण करताना लिहिलं, 'या चरित्रात्मक पुस्तकात कार्डिनल यांची स्वत:ची मतं आलेली आहेत. 'आमेन' या आत्मचरित्रात नन जेस्मी यांची मतंही अशीच व्यक्त झालेली आहेत.'

कार्डिनल यांचे चरित्रकार आणि सायरो मलाबार चर्चचे प्रवक्ता फादर पॉल थेलाकट यांना सांगतात, ''सध्या नन्स ज्या दयनीय अवस्थेत जगत आहेत, त्यातून त्यांना बाहेर काढण्याची वेळ आलेली आहे.''

मी म्हणेन की, आपल्या नन्स या बंधनातून मुक्त झालेल्या नाहीत. अजून बऱ्याच प्रमाणात बंधनातच आहेत. 'धर्मगुरू आपल्यावर सूड उगवतील' या भीतीपोटी त्यांना दडपून ठेवण्यात येतं. अशा प्रकारे त्यांना दुय्यम, अपमानित जिणं जगायला भाग पाडून धर्मगुरू स्वत: निसटून जातात. ही अत्यंत दयनीय परिस्थिती आहे. त्यातून त्यांची कुणीतरी सुटका करायला पाहिजे.

आपल्या नन्सची एक मोठी तक्रार म्हणजे डायोसेझन प्रीस्ट हे त्यांना मोलकरणींसारखं वागवतात. त्यांना स्वत:चे कपडे धुवायला लावतात, स्वयंपाक करायला लावतात, चर्च धुवून घेतात वगैरे वगैरे. आणि हे सगळं पैसे न देता करून घेतात. या बिचाऱ्या धार्मिक स्त्रियांना असं राबवून घेणं हा अन्याय आहे.

दरम्यान, चर्चतर्फे माझ्यावर एकामागून एक हल्ले होतच होते. चर्चतर्फे 'सत्यदीपम्' नावाचं एक साप्ताहिक काढलं जातं. त्यात 'आमेन'वर एक लेख छापून आला. त्यात माझ्यावर व्यक्तिगत शेरे मारून मला 'ज्यूडास' म्हटलं होतं. मी जे काही लिहिलं आहे त्याच्या परिणामांसाठी तयार राहावं म्हणून इशाराही दिलेला होता. तो लेख जिने लिहिला तिने सारा जोसेफ यांचं 'ओथाप्पू' (Scandal) हे पुस्तक वाचलं नसावं, ही खेदाची गोष्ट. जर वाचलेलं असतं तर तिची मतं वेगळी झाली असती. ननेरीमध्ये अनेक कुप्रथा कॅन्सरसारख्या वाढत चालल्या असून, लवकरच त्यांचं ऑपरेशन करणं जरुरीचं आहे, हे जवळजवळ सगळ्या नन्स मान्य करतात आणि हे सगळं लवकर बदलू दे म्हणून प्रार्थना करतात. असं असताना एवढ्या ठळक सत्याकडे कुणी कसं काय डोळेझाक करू शकतं? आणि जे ईश्वराची शिकवण अमलात आणू पाहत आहेत, त्यांच्यावरच उलट चिखलफेक करू शकतं? क्रुसावर लटकावलेल्या येशूसारखं मला इथे म्हणावंसं वाटतं,

'जगत्पित्या, त्यांना क्षमा कर. कारण ते काय करताहेत, हे त्यांनाच कळत नाही.' *(Luke 23:34)*

चर्चतर्फे *Truth* नावाचं एक द्वैमासिक काढलं जातं. मार्च महिन्याच्या अंकात खुद्द त्याच्या संपादकाने माझ्याबद्दल कव्हर स्टोरी छापली होती.

'सिस्टर जेस्मीची आत्मकथा - आमेन - एका वेश्येची कबुली.'

मुखपृष्ठावर माझा पूर्णाकृती फोटो छापून त्यावर ठिकठिकाणी माझ्या पुस्तकातला स्त्री-पुरुष संबंधाचा मजकूर चिकटवलेला. अर्थातच संदर्भाशिवाय! माणसं घसरून किती खालच्या पातळीवर जाऊ शकतात! मला त्यांना विचारावंसं वाटतं, 'तुझे दोन वक्ष म्हणजे दोन पाडसं हरणाची... जणू लीलीच्या शेतात चरणारी छोट्या काळविटांची जोडीच.' *(Canticle of Canticles 4:5)* हा बायबलमधील मजकूर, संदर्भ काढून, एखाद्या संताच्या चित्रावर चिकटवून छापण्याची हिंमत आहे का त्यांच्यात?

त्या लेखात 'आमेन'मधील तीन शरीरसुखाच्या प्रसंगांचा उल्लेख करून मला पापी ठरवण्यात आलेलं होतं (तशा प्रकारच्या त्यातल्या इतर अनेक घटनांकडे सोयीस्कर दुर्लक्ष केलेलं होतं.) मी विचारते, जर मी 'वेश्या ठरले' तर मग त्या व्यभिचारात माझ्या बरोबरीने सहभागी असणारा पुरुष आजही त्या मठातच (Monastery) राहून उच्च पदही भूषवतो आहे, हे कसे? म्हणजे बळी गेलेल्याला शिक्षा करायची आणि ज्याने बळी घेतला त्याची वाहवा करत राहायचं? हा कुठला न्याय?

यापेक्षा येशू ख्रिस्ताने जे वचन दिलं होतं, की 'वेश्या आणि लोकांकडून खंडणी वसूल करणारे लुटारू यांना या ढोंगी उच्चवर्णीयांच्या आधी स्वर्गाची प्राप्ती होईल' ते शब्द मला अधिक खरे आणि सांत्वना देणारे वाटतात. येशू ख्रिस्त अवतरला तोच मुळी पाप्यांचा उद्धार करण्यासाठी! त्यामुळे या तथाकथित पुण्यवान उच्चभ्रू माणसांनी मला 'पापी' ठरवलं तरी हरकत नाही. उलट त्यांच्या अगोदर येशूकडून माझा उद्धार होईल, या विचाराने मी निर्धास्त झाले आहे.

परंतु अनेकजण माझ्या बाजूचेही आहेत. त्यांच्या आधारावरच मी जगते आहे. 'इंडियन करंटस् वीकली' हे दिल्लीहून चर्चच्या एका संलग्न कमिटीतर्फे निघणारं साप्ताहिक. त्यांना ईमेलद्वारा दिलेल्या मुलाखतीत मी हे सांगितलंच आहे, की सी.एम.सी.मधील काही सिस्टर्स माझ्या संपर्कात राहण्याचा प्रयत्न करतात. माझ्याशी टेलिफोनवर बोलताना फादर थेलाकट म्हणाले होते, "मला माहीत आहे सिस्टर जेस्मी, तू चर्चचीच आहेस." त्यांनी माझं चर्चशी असलेलं अभंग नातं विश्वासाने व्यक्त केलं. माझी निष्ठा येशूवर आहे, बायबलवर आहे आणि चर्चवर आहे. त्या सर्वांना माझे प्रणाम!

माझे आर्चबिशप निवृत्त रेव्हरंड अॅण्ड्रयूज थाझत माझ्या भावाला भेटले तेव्हा त्यांनी सांगितलं की, "मला स्वत:ला तरी असं वाटतं की, तिने फक्त कॉंग्रिगेशन ऑफ मदर ऑफ कारमेल (सी.एम.सी.) सोडलेलं आहे, पण आजही ती चर्चची निष्ठावंत कन्या आहे."

ख्रिश्चन धर्माच्या विरोधात असणाऱ्या अनेक गटांकडून, संघटनांकडून, पक्षांकडून मला वेगवेगळी आमंत्रणं आली. सभेत भाषण देण्यासाठी, उद्घाटन करण्यासाठी किंवा मोर्चात सहभागी होण्यासाठी! पण मी ती सर्व नाकारली.

अविलाच्या सेंट तेरेसाप्रमाणे मीसुद्धा अभिमानाने सांगते की, 'मी चर्चची शूर कन्या आहे.'